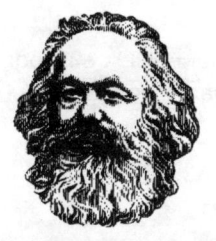

கார்ல் மார்க்ஸ்

வெ. சாமிநாத சர்மா

எதிர்
வெளியீடு

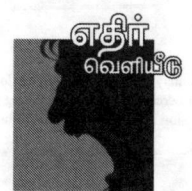

கார்ல் மார்க்ஸ்
வெ. சாமிநாத சர்மா

எதிர் முதல் பதிப்பு: ஆகஸ்ட் 2012
ஐந்தாம் பதிப்பு: ஜனவரி 2023

எதிர் வெளியீடு,
96, நியூ ஸ்கீம் ரோடு, பொள்ளாச்சி – 642 002
தொலைபேசி: 98948 750834, 99425 11302

விலை: ரூ. 200

Karl Marx
Ve. Saminatha Sharma

First Edition: August 2012
Fifth Edition: January 2023

Published by
Ethir Veliyeedu, 96, New Scheme Road, Pollachi - 2
Email: ethirveliyedu@gmail.com
www.ethirveliyeedu.com

Cover Design: Santhosh Narayanan
ISBN: 978-93-87333-31-4
Printed at Jothy Enterprises, Chennai.

All rights reserved. No part of this book may be reprinted or reproduced or utilised in any form or by any electronic, mechanical or other means, now known or hereafter invented, including photocopying and recording, or in any information storage or retrieval system, without permission in writing from the Publisher.

உள்ளே

- ☐ வாசகர்களுக்கு 7
- 1. பிறப்பும் படிப்பும் 9
- 2. மனப் போராட்டம் 24
- 3. ஆசிரிய வாழ்க்கை 35
- 4. உற்ற நண்பன் 50
- 5. கம்யூனிஸ்ட் அறிக்கை 63
- 6. அதிகாரத்தின் உறுமல் 75
- 7. லண்டன் வாசம் 89
- 8. முதல் இண்டர் நேஷனல் 112
- 9. சிறந்த சிருஷ்டி 123
- 10. கடைசி நாட்கள் 150

வாசகர்களுக்கு

கார்ல் மார்க்ஸின் வாழ்க்கையும், பத்தொன்பதாவது நூற்றாண்டு ஐரோப்பிய சரித்திரமும் பின்னிக் கொண்டிருக்கின்றன. பெர்ட்ராண்ட் ரஸ்ஸல் என்ற அறிஞன் கூறுகிறமாதிரி, "மார்க்ஸுக்கு, ஜெர்மனி, ஒழுங்கான ஒரு திட்டத்தை வகுக்கக் கூடிய ஆற்றலை அளித்தது; பிரான்ஸ், அவனை ஒரு புரட்சியாளனாக்கியது, இங்கிலாந்து, அவனை ஓர் அறிஞனாகச் செய்தது." எனவே இந்த நூலில், மார்க்ஸை மையமாக வைத்துக் கொண்டு அவனுடைய வாழ்க்கையோடு ஒட்டிய ஐரோப்பிய நிகழ்ச்சிகளை ஆங்காங்கே சந்தர்ப்பத்திற்கேற்றவாறு சுருக்கிக் கூறியுள்ளேன். தமிழில் அந்நிய நாடுகளைப் பற்றிய சரித்திரங்கள் பல வெளியாக வேண்டும். ஆனால் தாய் நாட்டைப் பற்றிய சரித்திரமே இன்னும் சரியான முறையில் வெளிவரவில்லை. அந்தக் காலம் விரைவில் வர வேண்டும் என்பது என் பிரார்த்தனை.

'மார்க்ஸீயத்தைப் பற்றி விரிவாகவும் தெளிவாகவும் தெரிந்து கொள்ளுமாறு, மார்க்ஸின் இந்த வாழ்க்கைச் சரிதம் நம்மைத் தூண்டுகிறது' என்று இதனைப் படிப்பவர்கள் கருதுவார்களானால், அதுவே இந்த நூலைப் பொறுத்த என் உழைப்பை அவர்கள் பாராட்டியதாகும்.

வந்தே மாதரம்.

வெ. சாமிநாதன்
30.5.1943

அபேதவாதம்	–	சமத்துவக் கருத்துகள்
க்ஷயம், க்ஷயரோகம்	–	காசநோய்
வியாசம்	–	கட்டுரை
சர்வ கலாசாலை	–	பல்கலைக்கழகம்
குரூபி	–	விகாரமான தோற்றமுடைய நபர்
கர்வி	–	கர்வம் கொண்ட நபர்
பிளவை	–	முதுகின் நடுப்பகுதியில் உண்டாகிக் கடும் வலியை ஏற்படுத்தும் பெரிய கட்டி

1. பிறப்பும் படிப்பும்

மானிட ஜாதியானது மகத்தானதொரு துன்பச் சூழலில் அகப்பட்டுத் திணறிக்கொண்டிருக்கிற இந்த இருபதாவது நூற்றாண்டின் இடைக்காலத்தில் கூட கார்ல் மார்க்ஸ் ஒரு புதிராகவே இருக்கிறான்.

"ஒரு சிலருக்கு அவன் ஒரு பேய்; மானிட நாகரிகத்தின் பரம விரோதி; குழப்பத்திற்கெல்லாம் அரசன். வேறு சிலருக்கு அவன் ஒரு தீர்க்கதரிசி. மானிட சமுதாயத்தைப் பிரகாசமுள்ள எதிர்காலத்துக்கு அழைத்துச் செல்லும் அன்பு நிறைந்த தலைவன். சோவியத் ருஷ்யாவில் அவனுடைய போதனைகள் அரசாங்கத்தின் கோட்பாடுகளா யிருக்கின்றன. பாசிஸ நாடுகளோ அந்தப் போதனைகள் அடியோடு அழிய வேண்டுமென்று விரும்புகின்றன. சீனாவில், சோவியத்துக் களின் ஆட்சி நடைபெறுகிற இடங்களில், மார்க்ஸினுடைய உருவம், பாங்கு நோட்டுகளில் பொறிக்கப் பட்டிருக்கிறது; ஜெர்மனியிலோ அவனுடைய நூல்களைச் சுட்டெரிக்கிறார்கள்."

மானிட சமுதாயத்தின் ஒருபகுதி அவனைச் சபிக்கிறது; மற்றொரு பகுதி அவனை ஜபிக்கிறது. அவன் மூச்சு நின்று அறுபது வருஷங்களுக்கு மேலாகின்றன. ஆனால் மார்க்ஸீயத்தைப் பற்றிய பேச்சு, பார்லிமெண்டுகளிலும் குடியானவர் குடிசைகளிலும் நாளாக நாளாக வலுக்கிறது.

கார்ல் மார்க்ஸ், ஆராய்ச்சி விளக்கை ஏந்திக் கொண்டு அறிவுச் சுரங்கத்தின் ஆழத்திற்குச் சென்றான்; புதிய தத்துவங்களைக் கண்டுபிடித்தான். ஆனால் அதே சமயத்தில் வறுமையின் ஆழத்திலும் இறங்கிவிட்டான். அவனைப் பிணிகள் பற்றிக் கொண்டன; அதிகார சக்தியின் அச்சுறுத்தல்கள் அலைக் கழித்தன; சகபாடிகள் பரிகசித்தார்கள், சொற்போருக்கு இழுத்தார்கள்; கடன்காரர்கள் இல்லாத தொல்லைகளுக்கெல்லாம் ஆட்படுத்தினார்கள். அவன் தன்

வெ. சாமிநாத சர்மா | 9

ஆயுட்காலத்தில், ஐயோ, எவ்வளவு கஷ்டப்பட்டான்? எத்தனை பேருடைய கோபதாபங்களுக்கு இரையானான்? அவனிடத்தில் இரக்கம் கொண்ட ஒரு கவிஞன் புலம்புகிறான்:

> "அவன் மேகங்களுக்கு மத்தியில் தன் லட்சியத்தைப் பொருத்தி வைத்துக் கொண்டுவிட்டான்; ஆனால், புழுதி மண்ணிலேதான் அவன் தன் வாழ்க்கையை நடத்த வேண்டியிருந்தது. அன்றாடம் என்ன தேவையோ அதுதான் அவனுக்குக் கிடைத்துக் கொண்டிருந்தது. அவன் ஒடுக்கப்பட்டான்; நானா பக்கங்களிலும் நெருக்கப்பட்டான். அவனை வறுமை வாட்டியது; தேவை திணறச் செய்தது. அவன், பொதுவாக வாழ்க்கையிலே புடமிடப்பட்டான்."

இப்பொழுது, அவன் பிறந்த ஒரு நூற்றாண்டு கழித்து, உலகம் அவனை அறியத் தொடங்கியிருக்கிறது; மானிட சமூகத்தின் நன்றிக்கு அவன் உரியவன் என்பதை அங்கீகரிக்கிறது. ஏழை மக்களின் இருதய மூர்த்தியாக அவன் வாசஞ் செய்கிறான். மார்க்ஸீயம் என்னும் முளையைச் சுற்றியே இன்றைய உலக சரித்திரம் நடைபெற்று வருகிறது.

"கி.பி. பத்தொன்பதாவது நூற்றாண்டில் உலகத்தில் தோன்றிய பெருஞ் சிந்தனையாளர்களுள் மார்க்ஸ் ஒருவன்" என்றும் "தான் வாழ்ந்த காலத்தின்மீது அழியாத முத்திரையிட்டுச் சென்றவன் மார்க்ஸைப் போல் வேறொருவனும் கிடையாது" என்றும் அறிஞர்கள் அவனுக்கு இறந்தகால மதிப்பை மட்டும் கொடுத்துப் பாராட்டுகிறார்கள். ஆனால் அவன் எதிர்காலத்திற்குரிய புருஷன். எதிர்காலத்தில் மானிட சமுதாயமானது என்னென்ன மாறுதல்களை அடையப் போகிற தென்பதை அவன் எடுத்துக்காட்டி யிருக்கிறான். தொழில் முதலாளித்துவமானது எப்படி தன்னையே அழித்துக் கொள்ளும் தன்மை பெற்றிருக்கிற தென்பதை அவன் ஆதார பூர்வமாக ருஜுப்படுத்திக் காட்டுகிற போது நாம் பிரமிப்படைந்து போகிறோம்.

> "இன்றைய அரசாங்கம் என்பது முதலாளிகளுக்குச் சம்பந்தப்பட்ட பொதுவான விவகாரங்களை நிருவாகம் செய்வதற்கென்று ஏற்பட்டிருக்கிற ஒரு கமிட்டி"

என்று அவன் அரசாங்கத்திற்கு வியாக்கியானம் செய்து காட்டுகிறபோதும், வியாபாரத்தை ஒட்டியே அரசியல் நடை பெறுகிற தென்னும் கருத்தை அவன் விளக்கிச் சொல்லிக் கொண்டு போகிறபோதும் நாம் அப்படியே சிந்தனையில் ஆழ்ந்து

விடுகிறோம். எனவே அவன் ஒரு சிந்தனையாளன் மட்டுமல்ல; சிறந்த தீர்க்க தரிசியுங்கூட

தீர்க்கதரிசிகளெல்லோரும் கர்மவீரர்களாயிருக்க வேண்டு மென்பது நியதியில்லை. அநேக சந்தர்ப்பங்களில் அவர்கள், ஜனங்களுக்கு வழியை மட்டும் சுட்டிக் காட்டிவிட்டுத் தாங்கள் எட்டிநின்று விடுகிறார்கள். அந்த வழியிலே ஜனங்களை அழைத்துக் கொண்டுபோக வேறொரு தலைவன் வரவேண்டியிருக்கிறது. மார்க்ஸ், அப்படிப்பட்ட தலைவனாகவும் இருந்தான். அவன் வழிகாட்டியதோடு மட்டுமல்லாமல் வழிநடத்தியும் சென்றான். அவன் ஜனங்களிலே ஒருவனாக வாழ்ந்தான; ஜனங்களுக்காக வாழ்ந்தான். அதனால்தான் அவன் வகுத்த தத்துவங்கள் யாவும் வெறும் வறட்டுத் தத்துவங்களாயிராமல் உயிரோடு கூடிய, அனுஷ்டான சாத்தியமான தத்துவங்களாயிருக்கின்றன.

> "மார்க்ஸீயம் என்பது வெறுந் திண்ணை வேதாந்தமல்ல. சமுதாய சேவையின் தத்துவம். அதாவது அனுஷ்டானத்தினின்று பிரிக்க முடியாத ஒரு தத்துவம்"

என்று ஒரு நிபுணன் கூறுகிறான்.

இப்படி அனுஷ்டானத்தினின்று பிரிக்க முடியாத ஒரு தத்துவமாயிருப்பதனால்தான், மார்க்ஸின் பிற்காலத்தில் அவனுடைய சிஷ்யர்களுக்குள்ளே பலவிதமான கருத்து வேற்றுமைகள் தோன்றலாயின. ஒரு கொள்கை அல்லது தத்துவம், கொள்கை அளவோடு அல்லது தத்துவ அளவோடு நில்லாமல் கர்ம க்ஷேத்திரத்தில் எப்பொழுது பிரவேசிக்க ஆரம்பித்து விடுகிறதோ அப்பொழுதே அது சம்பந்தமாகக் கட்சிப் பிரதி கட்சிகள் ஏற்பட்டு விடுகின்றன. அந்தக் கொள்கையை அல்லது தத்துவத்தை ஸ்தாபித்து விட்டுப்போன மகான்களின் சவக்குழி மீதே அவர்களுடைய சிஷ்யர்கள் சண்டை போடத் தொடங்கி விடுகிறார்கள். இவர் களுடைய வாதப்பிரதிவாதங்களின் மத்தியில் அந்த மகான்களின் நிஜஸ்வரூபம் மறைந்துபோய் விடுகிறது. "எனது சிஷ்யர்களுக்கு ஐயோ, எனது தத்துவங்களுக்கு ஐயோ" என்று ஒவ்வொரு மகானு டைய ஆத்மாவும் சவக்குழியிலிருந்து அலறுகிறது. வாழ்க்கை யினின்று பிரிக்க முடியாத, வாழ்க்கைக்குத் தேவையான வழிகளை வகுத்துவிட்டுப் போன புத்தர், ஏசுநாதர், சங்கரர் முதலியோருடைய ஆத்மாக்கள், இப்பொழுது தங்கள் சிஷ்யர்களுக்காக எவ்வளவு வருத்தப்படுகின்றனவோ யாருக்குத் தெரியும்?

"சரித்திரப் பிரசித்திபெற்ற எந்த ஒரு சிந்தனையாளனும் சிஷ்யர்களை யுடையவனாயிருந்ததற்காக நஷ்டஈடு செலுத்தியிருக்கிறான்; பலருக்கும் பலவிதமான தோற்றங்களை உடையவனாக இருந்திருக்கிறான்"

என்று ஓர் அமெரிக்க ஆசிரியன் குறிப்பிடுகிறான். மார்க்ஸுக்கும் இந்தப் பரிதாப நிலை ஏற்படாமலிருக்கவில்லை. மார்க்ஸின் முந்திய தலைமுறையைச் சேர்ந்த ஹெகல்[1] என்ற தத்துவ ஞானி, தன் வாழ்நாளின் கடைசிக் காலத்தில் மரணப் படுக்கையிலே படுத்துக் கொண்டிருந்தான். சுற்றிச் சிஷ்யர்கள் பலர் கவலையுடன் நின்று கொண்டிருந்தார்கள். தங்கள் குருநாதனின் முகத்தில் வருத்தக் குறிகள் தோன்றுவதைக் கண்டு அவர்கள் "ஐய, தங்கள் வருத்தத்திற்குக் காரணம் யாது? ஏதேனும் குறையிருந்து தெரிவித்தால் நாங்கள் அதனைத் தீர்த்து வைக்கக் காத்திருக்கிறோம்" என்று பணிபுடன் விண்ணப்பித்துக் கொண்டார்கள். அப்பொழுது ஹெகல் பெருமூச்சு விட்டுக் கொண்டு கூறினான்: "என்னுடைய சிஷ்யர்கள் யாரும் என்னை அறிந்து கொள்ளவில்லை. மிஷெலே[2] என்ற ஒருவன் மட்டுமே என்னை அறிந்துகொண்டிருக்கின்றான். ஆனால் அவனும் என்னைத் தவறாக அறிந்துகொண்டிருக்கிறான்." மார்க்ஸ், இப்படி வருத்தப்பட்டிருக்க மாட்டானென்று கருதுகிறோம். ஏனென்றால், அவனுக்குப் பின்னால் அவனுடைய உற்ற நண்பனாகிய ப்ரீட்ரிக் எங்கெல்ஸ்[3] என்பவன் அவனைச் சரியாக அறிந்து கொண்டிருந்த தோடு மட்டுமல்லாமல் உலகத்தாருக்கும் அவனைச் சரியாக அறிமுகப்படுத்தி வைத்தான். ஆயினும் மார்க்ஸீயவாதிகளுக் கிடையே கருத்து வேற்றுமைகள் தோன்றாமலிருக்கவில்லை, பிணக்குகள் உண்டாகாமலிருக்கவில்லை.

தங்களுடைய சிஷ்ய வருக்கத்தினர் தங்களுக்குள் பிற்காலத்தில் சண்டையிட்டுக்கொண்டு உண்மையை மறந்துவிடப் போகிறார் களே, இழந்தவிடப் போகிறார்களே யென்பதற்காக மகான் தன்மை நிறைந்த அறிஞர்கள், தாங்கள் கண்ட உண்மையைச் சொல்லாம லிருக்க முடியுமா? அவர்கள் தங்களுக்கு ஏற்படக்கூடிய கஷ்ட நஷ்டங்களை அறிந்தே, உண்மையை வெளியிடுகிறார்கள்; தங்கள் உள்ளத்தில் உள்ளதை உள்ளவாறு சொல்கிறார்கள். இதற்காக அவர்கள் நேசிக்கவும் படுகிறார்கள், துவேஷிக்கவும் படுகிறார்கள். எப்பொழுதுமே மகான் தன்மைக்கு இரண்டு பக்கங்களுண்டு. ஒன்று அன்பு; மற்றொன்று துவேஷம். அதாவது அவர்கள் ஜனங்கள் மீது எவ்வளவுக் கெவ்வளவு அன்பு செலுத்துகிறார்களோ அவ்வளவுக் கவ்வளவு அந்த ஜனங்களை துவேஷிக்கவும் செய்கிறார்கள். எப்படி யென்றால் ஜனங்களைக் கைதூக்கி விடவேண்டுமென்ற ஆவல்

அவர்களுக்கு மிகுதியாயிருக்கிறது. ஆனால் அந்த ஜனங்களோ, லேசிலே மேலுக்கு வரமாட்டோமென்கிறார்கள்; அறியாமைக் குட்டையிலே அவ்வளவு ஆழமாக அழுந்திக் கிடக்கிறார்கள். இதைக்கண்டு அவர்களுக்கு - அந்த மகான்களுக்கு - ஆத்திரம் உண்டாகிறது; ஜனங்கள்மீது துவேஷம் உண்டாகிறது. இந்தத் துவேஷம் அந்த ஜனங்கள்மீது ஏற்பட்ட அன்பின் மிகுதியினால் உண்டானதுதான். இதனாலேயே மகான்கள் எப்பொழுதும் அதிருப்தியுடையவர்களாய் இருக்கிறார்கள் என்று சொல்வது வழக்கம். இந்த உண்மைக்கு மார்க்ஸ் சிறிதுகூடப் புறம்பாக வில்லை. இதனை அவன் இறந்த பிறகு அவனுடைய சவக் குழியினருகில் லீப்னெக்ட்[4] என்பவன் செய்த ஒரு பிரசங்கத்தில் மிக அழகாக எடுத்துக் சொல்லியிருக்கிறான்:

> "யாருடைய மரணத்திற்காக நாம் இப்பொழுது துக்கப் பட்டுக் கொண்டிருக்கிறோமோ அவன் அன்பு செலுத்துவதிலும் துவேஷம் பாராட்டுவதிலும் பெரியவனாயிருந்தான். அவன் பாராட்டிய துவேஷம், அவன் செலுத்திய அன்பினின்று பிறந்தது. அவனுக்கு எப்படி கூர்மையான அறிவு இருந்ததோ அப்படியே விசாலமான இருதயமும் இருந்தது."

இங்ஙனம் மார்க்ஸினிடத்தில் அறிவும் இருதயமும் ஒன்று சேர்ந் திருந்தபடியினாலேதான், அவன் வகுத்துக் காட்டிய சமதர்ம சித்தாந்த மானது, அனுஷ்டான சாத்தியமானதாயிருக்கிறது. இந்தச் சித்தாந்தத் தைப்பற்றி நாம் தெரிந்துகொள்ள வேண்டுமானால், இதன் சிருஷ்டி கர்த்தனான மார்க்ஸைப் பற்றித் தெரிந்து கொள்ள வேண்டும்.

ஜெர்மனியிலேயே மிகவும் பழமையான ஊர் ட்ரியர்.[5] ஜெர்மனியின் மேற்கு எல்லையும் பிரான்ஸின் கிழக்கு எல்லையும் சந்திக்கிற இடத்தில், அதாவது ரைன்லாந்துப் பிரதேசத்தில் இஃது இருந்தது. இப்படி எல்லைப்புறத்தில் இருந்ததனால் இஃது அடிக்கடி ஜெர்மனிக்கும் பிரான்ஸுக்கும் கைமாறிக் கொண்டு வந்திருக்கிறது. ஜெர்மனி வசத்திலிருந்தபோது, பிரான்ஸிலிருந்து தேசப் பிரஷ்டம் செய்யப் பட்டவர்களும், பிரான்ஸின் வசத்திலிருந்தபோது, ஜெர்மனியிலிருந்து தேசப் பிரஷ்டம் செய்யப்பட்டவர்களும் இங்கே வந்து கூடுவது வழக்கம். எல்லைப் புறங்களிலே அமைந்திருக்கும் எல்லா ஊர்களின் நிலைமையும் இப்படித்தான். இந்த மாதிரியான ஊர்களில் பலநாட்டு நாகரிகங்களும் கலாசாரங்களும் கலந்து உறவாடுவது சகஜம். ட்ரியரிலும் இங்ஙனமே ஜெர்மனியின் கலைஞானமும் பிரான்ஸின் நாகரிகமும் தழுவிக் கொண்டு நின்றன. ஆனால் ஒரு விஷயத்தில் மட்டும் ட்ரியர், பழைமையோடு ஒட்டிக்

கொண்டிருந்தது. அதாவது 16, 17-வது நூற்றாண்டுகளில் ஐரோப்பாவில் ஏற்பட்ட மதச்சீர்திருத்தங்கள் எதுவும் இந்த ஊரைப் பாதிக்கவில்லை. எப்பொழுதும்போல் ஒரே மாதிரியாக, வைதிகத்தின் மூலஸ்தானமாகவும், புரோகிதர்களின் அடைக்கல ஸ்தானமாகவும் இருந்தது. இந்த ஊரிலுள்ள கிறிஸ்துவ தேவாலயங்கள், மடங்கள், மத ஸ்தாபனங்கள், பாதிரிமார்களின் வாசஸ்தலங்கள் முதலியவற்றைக் கண்டு கெதே[6] என்ற ஜெர்மானியக் கவிஞன் பிரமித்துப் போய் இருக்கிறான். இந்த ஊரிலேதான், "மதம் மக்களுக்கு அபினி மாதிரி" என்று உறுதியாக அறுதியிட்டுச் சொன்ன கார்ல் மார்க்ஸ் பிறந்தான்.

மார்க்ஸின் மூதாதையர்கள் யூதர்கள். இவர்களுடைய பரம்பரைத் தொழில் புரோகிதம்; பரம்பரை வியாதி க்ஷயம். இந்த இரண்டும், மார்க்ஸினுடைய தந்தையின் காலத்தில்தான் இந்தக் குடும்பத்தினரை விட்டகன்றன.

பொதுவாக யூதர்களுக்கு எந்த நாளிலும் எந்த ராஜ்யத்தின் கீழும் கஷ்டந்தானல்லவா? ட்ரியர், பிரெஞ்சு ஆதிக்கத்திலிருந்த காலத்திலும், பிறகு ஜெர்மானிய ஆதிக்கத்திற்குட்பட்ட காலத்திலும் அங்கு வசித்த யூதர்களுக்கு அநேக நிர்ப்பந்தங்கள் ஏற்பட்டுக் கொண்டு வந்தன. ஏதோ அவ்வப்பொழுது குறிப்பிட்ட சில அதிகாரிகளின் தயவைப் பொறுத்துச் சில சலுகைகளை அனுபவித்தார்களே யொழிய, பொதுவாக இவர்களுடைய லௌகிக வாழ்க்கை, அநேக தடைகளினால் கட்டுப்பட்டே நடைபெற்று வந்தது. இந்தத் தடைகள், தங்களை அதிகமாக நசுக்காமல் இருப்பதற்காக, இவர்கள் அவ்வப் பொழுதைய ஆதிக்கத்தைத் தழுவிக் கொண்டே செல்ல வேண்டியிருந்தது. நெப்போலியனுடைய[7] வீழ்ச்சிக்குப் பிறகு (1814) ஐரோப்பாவிலுள்ள சுயேச்சாதிகாரிகளெல்லாரும் 1815-ம் வருஷம் வியன்னாவில் ஒன்று கூடி, நாடுகளைப் பங்கு போட்டுக் கொண்டபொழுது ட்ரியர், ஜெர்மனியின் ஆதிக்கத்துக்குட்பட்டது. அங்கு வசித்துக் கொண்டிருந்த யூதர்கள், ஜெர்மனியின் ஆதிக்கத்தைத் தாங்கள் வரவேற்பதாக மகிழ்ச்சி தெரிவித்தார்கள். இதன் மூலமாகத் தங்களுடைய வாழ்க்கையில் ஆதிக்கத்தைத் தாங்கள் வரவேற்பதாக மகிழ்ச்சி தெரிவித்தார்கள். இதன் மூலமாகத் தங்களுடை வாழ்க்கையில் சில சாதகங்கள் ஏற்படுமென்று எதிர்பார்த்தார்கள்; ஆனால் ஏமாந்து போனார்கள். யூதர்கள் மீது விதிக்கப்பட்டிருந்த தடைகள், சட்டத்தின் அங்கீகாரம் பெற்று முன்னைக் காட்டிலும் அதிகமாக இறுக்கப்பட்டன.

இந்தத் தடைகளினால் பாதிக்கப்பட்டவர்களில் ஹிர்ஷெல் மார்க்ஸ்[8] ஒருவன். இவன் ட்ரியரில் வக்கீல் தொழில் நடத்திக் கொண்டு வந்தான். "ஹிர்ஷெல் மார்க்ஸ் ஓர் அறிஞன்; விடா முயற்சியுடைவன்; மனச்சாட்சிக்குக் கொஞ்சங்கூட விரோத மில்லாமல் நடக்கிறவன்" என்று ஜெர்மானிய அதிகாரிகளே இவனுக்கு நற்சாட்சிப் பத்திரம் கொடுத்தார்கள். ஆயினும் இந்த நற்சாட்சிப் பத்திரம் இவனுடைய வக்கீல் தொழிலுக்கு உதவி செய்யவில்லை. யூதனாயிருந்து கொண்டு வக்கீல் தொழிலில் போதிய வருமானம் சம்பாதிப்பது கடினமாக இருந்தது. பார்த்தான் ஹிர்ஷெல். வேறுவழியில்லை. மதம் மாறிவிடுவதென்று தீர்மானித் தான். எப்பொழுதுமே இவனுக்கு மதத்தின் மீது அதிகமான பற்று இருந்ததில்லை. ஏதோ பெரியோர்கள் அனுஷ்டித்து வந்தது என்ற அளவுக்குத் தான் அதன்மீது பக்தி செலுத்தி வந்தான். எனவே, அதிக மனவேதனையில்லாமல் 1824-ம் வருஷம் ஆக்ஸ்ட் மாதம் 24-ம் தேதி, தன் எழு குழந்தைகளுடன் கிறிஸ்துவ மதத்தைத் தழுவிக் கொண்டான். இவனுடைய மனைவி, ஒரு வருஷத்திற்குப்பிறகு, 1825-ம் வருஷம் நவம்பர் மாதம் 20-ம் தேதி தன் கணவனைப் பின்பற்றி கிறிஸ்துவ மதத்தில் சேர்ந்தாள். இப்படி இவள் தாமதித்ததற்குக் காரணம் இவளுடைய பெற்றோர்கள் வைதிக யூதர்களாயிருந்தபடியால் அவர்கள் உயிரோடிருக்கிற காலத்தில் தான் மதம் மாறினால் அவர்கள் மனம் புண்படுமே யென்பதுதான். இவள் ஒரு டச்சுக்காரி இவளுடைய முன்னோர்கள் வைதிக யூதர்கள்.

கிறிஸ்துவ மதத்தில் சேர்ந்து கொண்ட பிறகு ஹிர்ஷெல் மார்க்ஸ், ஹைன்ரிக் மார்க்ஸ்[9] ஆனான். இவன் மனைவியின் பெயர் ஹென்ரிட்டே.[10] இவர்கள்தான் நமது கதாநாயகனுடைய பெற்றோர்கள்.

ஹைன்ரிக் மார்க்ஸ், கிறிஸ்தவ மதத்தில் சேர்ந்து கொண்ட பிறகு வக்கீல் தொழிலில் நல்ல வருமானம் கிடைக்கத் தொடங்கியது. சமுதாயத்திலே ஓர் அந்தஸ்து ஏற்பட்டது. ட்ரியரில் புராடெஸ் டெண்ட் கிறிஸ்துவர்கள் சுமார் முந்நூறு பேர் இருந்தார்கள். இந்த முந்நூறு பேரில் ஹைன்ரிக்கும் ஒருவன். ஆனாலும் பெரும் பாலோரான கத்தோலிக்கர் மத்தியிலும் இவனுக்கு அதிகமான செல்வாக்கு இருந்தது. அழகானதொரு மாளிகையில் குழந்தை குட்டிகளுடனும், வேலையாட்கள் முதலிய பரிவாரங்களுடனும் நிம்மதியாக வாழ்ந்து வந்தான்.

வக்கீல் தொழிலை நடத்துகிறவர்கள் அரசியலில் பங்கெடுத்துக் கொள்வது எந்த நாட்டிலும் எந்தக் காலத்திலும் சர்வ சாதாரணமாக

நடைபெற்று வந்திருக்கிறது. ஒன்றின் துணையைப் பற்றி மற்றொன்றில் பொருளோ, பெயரோ சம்பாதிப்பதற்கு இப்படிச் செய்யவேண்டியது அவசியமாயிருக்கிறது போலும்! ஹைன்ரிக், இந்த அவசியத்தை உணர்ந்து அரசியலில் கலந்து கொண்டானோ என்னவோ நமக்குத் தெரியாது. ஆனால் இவன் ஒரு கண்ணியமான புருஷனென்றும், தன்னைச் சுற்றியுள்ள ஜனங்களிடத்தில் உண்மையான விசுவாசமுடையவனாயிருந்தானென்றும், தன் மனச்சாட்சி ஏவுகிறபடி காரியங்களை நடத்திச் சென்றவனென்றும் தெரிகின்றன.

ரைன்லாந்துப் பிரதேசம் ஜெர்மனியின் ஆதிக்கத்திற்குட்பட்ட பிறகு ஜனங்களின் உரிமைகள் சிறிது சிறிதாகக் குறைக்கப்பட்டு வந்தன. அங்கே விளைந்த பொருள்கள், ஜெர்மனிக்கும் பலாத்கார மாகக் கொண்டு போகப்பட்டன. விவசாயிகளின் வாழ்க்கை மிகவும் கேவலமாகிவிட்டது. வியாபாரம் மந்தமடைந்தது. இப்படிப்பட்ட நிலைமையில் ஜனங்கள் சும்மாயிருப்பார்களா? அரசாங்கத்திற்கு விரோதமான எண்ணங்கள் ஆங்காங்கே தலைகாட்டத் தொடங்கின. பிரெஞ்சுப் புரட்சியின்போது சுதந்திரம், சமத்துவம், சகோதரத்துவம் என்று எழுந்த எண்ணங்கள், மீண்டும் எதிரொலி கொடுத்தன. பெரும்பாலோர் உழைக்க, ஒரு சிலர் அந்த உழைப்பை அனுபவித் தால் எப்படி நியாயம் என்று ஜனங்கள் கேட்கத் தொடங்கினார்கள். அதாவது அபேதவாத எண்ணம் அப்பொழுதே முளைவிட ஆரம்பித்தது. ஜெர்மனியிலேயே முதன் முதலாகத் தோன்றி அபேதவாதி என்று கருதப்படுகின்ற லட்விக் கால்[11] என்பவன், ட்ரியரில், அபேதவாதக் கருத்துக்கள் அடங்கிய ஒரு துண்டுப் பிரசுரத்தை அச்சிட்டு ஜனங்களிடையே வழங்கினான்.

> "எல்லாச் செல்வங்களுக்கும் மூலமாயிருப்பது உழைப்பு. ஆனால் லட்சக் கணக்கான மக்களுக்கு உழைக்கும் சக்தியைத் தவிர்த்து வேறெவ்விதமான மூலதனமும் இல்லை. பணக்காரர்கள் எல்லாவித சலுகைகளையும் அனுபவிக்கிறார்கள். உழைப்பாளிகளோ ஒன்று மில்லாதவர்களாயிருக்கிறார்கள். இருவருடைய நலன்களும் நேர் விரோதமானவை. இதனால் இவர்கள் எப்பொழுதும் போராடிக் கொண்டே இருக்கவேண்டியிருக்கிறது. பணக்காரர்களுடைய நிலைமை எவ்வளவுக் கெவ்வளவு அபிவிருத்தியடைகிறதோ அவ்வளவுக்கவ்வளவு உழைப்பாளிகளின் நிலைமை கேவல மடைகிறது."

மேற்படி துண்டுப் பிரசுரத்தில் காணப்பட்ட சில வாக்கியங்கள் இவை. இம்மாதிரியான கிளர்ச்சிகளை ட்ரியரிலிருந்த உள்ளூர்

அதிகாரிகள் முதலில் அலட்சியப்படுத்தி வந்தார்கள். ஆனால் ஜனங்களுடைய முணுமுணுப்பு சிறிது உரத்துக் கேட்கத் தொடங்கியது. எனவே, பெர்லினிலிருந்த மேலதிகாரிகளுக்கு உள்ள நிலைமையைத் தெரிவித்து, இந்த நிலைமையை உண்டுபண்ணியவர் களின் பெயர்களடங்கிய ஒரு ஜாபிதாவையும் அனுப்பினார்கள். இந்த ஜாபிதாவில் ஹைன்ரிக் மார்க்ஸின் பெயரும் இருந்தது. அதுமுதற் கொண்டு அரசாங்கத்தின் சந்தேகப் பார்வை இவன்மீது பட்டுக் கொண்டே இருந்தது. இஃது இவனுடைய சிறு குழந்தைகளின் மனதிலும் பட்டிருக்குமல்லவா?

ஹைன்ரிக் மார்க்ஸின் மனைவி ஹென்ரிட்டே, குடும்ப விவகாரங்களைக் கருத்துடன் கவனித்துக் கொண்டுவந்த ஒரு ஸ்திரீ. வெளி விவகாரம் இன்னதென்பதே இவளுக்குத் தெரியாது. குடும்பந்தான் தன்னுடைய அரசாங்கம்; தனது மக்கள்தான் அதனுடைய பிரஜைகள்; தான் அவர்களுக்கு அரசி; தன்னை ஆட்டி வைக்கிற தெய்வம் தன் கணவன். இவ்வளவுதான் இவளுக்குத் தெரியும்.

இந்த ஒற்றுமையான தம்பதிகளுக்குப் பிறந்தவன் தான், சமதர்மத்தைப் பெற்ற கார்ல் மார்க்ஸ். இவன் பிறந்தது 1818-ம் வருஷம் மே மாதம் 5-ம் தேதி இரவு ஒன்றரை மணிக்கு.

மார்க்ஸின் கூடப் பிறந்தவர்கள் மொத்தம் ஏழுபேர். இரண்டு சகோதரர்கள்; ஐந்து சகோதரிகள். இவர்களில் நான்கு பேர் பாலியத்தி லேயே க்ஷயரோகத்தினால் இறந்து விட்டார்கள். எஞ்சியிருந்த மூன்று சகோதரிகளும் பெரியவர்களாகி, குடும்ப வாழ்க்கையில் ஈடுபட்டுத் தனித்தனியாக வாசஞ்செய்து வந்தார்கள். அவர்கள் வசித்த உலகம் வேறே; மார்க்ஸ் வாழ்ந்த உலகம் வேறே.

மார்க்ஸின் பெற்றோர்கள், தங்கள் மகனுடைய எதிர்கால வாழ்வைப்பற்றி அதிகமாக நம்பிக்கை வைத்திருந்தார்கள்; ஆனால் அதிகமான ஏமாற்றத்தையே அடைந்தார்கள். மகன், தன் கணவனைப் போலவே வக்கீல் தொழில் நடத்தி ஏராளமான பணம் சம்பாதித்து, எல்லோரையும் விட ஒருபிடி உயர்ந்தவனாயிருக்க வேண்டுமென்று ஹென்ரிட்டே ஆசைப்பட்டாள். எந்த ஒரு தாயாருக்கும் இந்த மாதிரியான ஆசை இருப்பது சகஜந்தானே? மார்க்ஸின் சிறு வயதிலிருந்தே, இவனுடைய நடவடிக்கைகளைக் கவனித்துக் கொண்டுவந்த ஹென்ரிட்டேக்கு இவன் மீது சந்தேகந்தான். "சிறந்த மேதாவியாகிவிட்டால் மட்டும் என்ன பிரயோஜனம்? இரண்டு காசு சம்பாதிக்கிற வழி தெரிய வேண்டாமா? உலக விவகாரம் என்பது கொஞ்சங்கூடத் தெரியவில்லையே. பரம்பரையாக நல்ல பெயர்

எடுத்துக் கொண்டு வந்த நமது குடும்பத்திற்குக் கெட்ட பெயரைக் கொண்டுவந்து விடுவான் போலிருக்கிறதே” என்று அந்தத் தாய் உள்ளம் வருந்தியது. அறியாமைதான் இந்த வருத்தத்திற்குக் காரணம். மார்க்ஸ், பிற்காலத்தில் தனது தாயாரைப்பற்றி நினைத்துக் கொள்கிறபோது

“என் தாயாருக்கு என்மீது நிரம்ப வருத்தம். ‘மார்க்ஸுக்குப் பணத்தைப் பற்றி எழுதத் தெரிந்ததே தவிர பணத்தைச் சம்பாதிக்கத் தெரிய வில்லை’ யென்று அடிக்கடி சொல்லிக் கொண்டிருப்பாள்”

என்று கூறுவான்.

தன் தகப்பனாரிடத்தில் மார்க்ஸ் அதிகமான பக்தியும் மரியாதையும் வைத்திருந்தான். தந்தையும், தன் மகனை ஒரு சகோதரன் போலவே நடத்திவந்தான் என்பதை நாம் இங்கே குறிப்பிட்டுக் காட்டவேண்டும். மார்க்ஸ், தனது கடைசிக் காலம் வரையில், தனது தந்தையின் போட்டோவைத் தன் சட்டைப் பையில் வைத்துக் காப்பாற்றி வந்தான். முகச்சாயலில் தந்தையும் மகனும் ஒத்திருந்தார்கள்; மனப்போக்கில் கூட. ஆனால் தந்தை நிகழ்காலத் திற்குத் தன்மகனை இழுத்துக் கொள்ள முயன்றான். மகனோ, எதிர் காலத்தை நோக்கியே சென்று கொண்டிருந்தான். இந்த ஒரு வித்தியாசம் காரணமாக, மகன்மீது ஹைன்ரிக்குக் கொஞ்சம் மன வருத்தம்.

மார்க்ஸின் பிள்ளைப் பருவத்தைப்பற்றி நமக்கு அதிகமான விவரங்கள் கிடைக்கவில்லை. கிடைத்திருப்பவற்றைக் கொண்டு பார்க்கிறபோது இவன் மிகுந்த சுறுசுறுப்புள்ளவனாகவும் ஆனால் அதிக துஷ்டத்தனம் வாய்ந்தவனாகவும் இருந்தானென்று தெரிகிறது. விளையாட்டுத் தோழர்களின் மத்தியில் இவன் ஒரு முரடன்; பிடிவாதக்காரன். தன் சகோதரிகளைக் குதிரை ஓட்டுவான்; அவர்கள் தலைமயிரை லகான் மாதிரி பிடித்துக் கொண்டு அவர்களை விரட்டு வான்; அவர்கள் வேகமாகச் செல்லாவிட்டால் நன்றாக அடித்து விடுவான். அடித்து விட்டோமேயென்று உடனே பச்சாதாபம் வந்துவிடும். தன் அழுக்குப்படிந்த கையினால் அவர்களுக்குத் தின்பண்டங்கள் கொடுப்பான். அழுக்காயிருக்கிறதேயென்று அவர்கள் சொல்லக் கூடாது. சொன்னால் உதை விழும். அவர்களுக்கு இவனிடத்தில் ஒரு பயம், அன்பும் கூட. அவர்களுக்கு ருசிகரமான கதைகள் சொல்வான். தான் கொடுக்கிற பட்சணம் எவ்வளவு அழுக்காக இருந்தாலும், ருசியில்லாமல் இருந்தாலும் அதைத் தின்றால் கதை சொல்வதாக நிபந்தனை விதிப்பான். அவர்களும் இணங்குவார்கள்.

மற்றப் பிள்ளைகளைப்போல் மார்க்ஸையும் ஆரம்பப் பள்ளிக்கூடத்தில் கொண்டு சேர்ப்பித்தார்கள் பெற்றோர்கள். சுமாராகப் படிக்கத் தொடங்கினான். இவன் புதிய புதிய விளையாட்டுகள் செய்து காட்டுவதைக் கண்டு இவனிடத்தில், கூடப் படித்த மாணாக்கர்கள் ஒரு தனி அன்பு காட்டிவந்தார்கள். ஆனால் அதே சமயத்தில் இவனிடம் ஒருவித பயம் இருந்தது அவர்களுக்கு. ஏனென்றால், இவன், தனக்குப் பிடிக்காதவர்கள் யாராவது இருந்தால் அவர்கள் மீது பரிகாசப் பாட்டுகள் பாடுவான்; அல்லது அவர்களைத் திட்டிப் பாடுவான். மார்க்ஸுக்குச் சிறு வயதிலிருந்தே கவி பாடும் சக்தி இருந்தது. சாதாரண ரீதியாக எதிர்பார்ப்போமானால், இவன் கனவு உலகத்தில் மட்டும் சஞ்சரித்துக் கொண்டிருக்கிற கவிஞனா யிருந்திருக்க வேண்டும்; ஆனால் கர்மயோகியாகி விட்டான்.

ஆரம்பப் படிப்பு முடிந்ததும், மார்க்ஸ், ட்ரியரிலிருந்த உயர்தரப் பள்ளிக்கூடத்திற்கு அனுப்பப் பட்டான். அப்பொழுது இவனுக்கு வயது பன்னிரண்டு. சரியாக ஐந்து வருஷ காலம் இந்தப் பள்ளிக் கூடத்தில் படித்தான். லத்தீன், கிரீக், ஜெர்மனி, பிரெஞ்சு முதலிய பாஷைகளில் நல்ல பயிற்சி பெற்றான். இவனுடைய கவிதா சக்தியும் வளர்ந்து வந்தது. அதே சமயத்தில் இவனுடைய மனமும் பண்பாடு பெற்று வந்தது. தன்னுடைய எதிர்கால வாழ்க்கை இன்னபடிதான் இருக்க வேண்டும் என்பதை இவன் இந்தக் காலத்தில் நிர்ணயம் செய்துகொண்டுவிட்டான். எப்படியென்றால், கடைசி வருஷப் பரீட்சையின்போது, இவனுடைய வினாப்பத்திரம் ஒன்றில், “ஓர் இளைஞன் ஏதேனும் ஒரு தொழிலில் பிரவேசிப்பதற்கு முந்தி அவன் மனதில் உதிக்கும் எண்ணங்கள்” என்பதைப்பற்றி ஒரு வியாசம் எழுதுமாறு குறிப்பிடப்பட்டிருந்தது. அதனை இவன் மிக அழகாக எழுதினான். அதில் பொதிந்துள்ள நுட்பமான கருத்துக்களைக் கண்டு இவனுடைய ஆசிரியர்கள் பிரமித்துப் போனார்கள்; வருங்காலத்தில் இவன் மற்றவர்களுக்கு வழிகாட்டியாயிருப்பானென்று மனதிலே தீர்மானித்துக் கொண்டார்கள்; மனதினால் ஆசீர்வாதமும் செய்தார்கள். அந்தக் கட்டுரையின் ஓரிடத்தில் மார்க்ஸ் பின்வருமாறு குறிப்பிட்டிருந்தான்:

“நாம், எந்தத் தொழிலுக்குத் தகுதியுடையவர்கள் என்று நினைத்துக் கொண்டிருக்கிறோமோ, அந்தத் தொழிலில் நாம் அநேகமாகப் பிரவேசிக்க முடியாமலிருக்கலாம். ஏனென்றால், நமக்கும் சமுதாயத் திற்கும் எந்த விதமான சம்பந்தம் இருக்கவேண்டுமென்று நாம் நிர்ண யிப்பதற்கு முந்தியே, அந்த சம்பந்தம் உருவகப்பட்டு விட்டிருக்கிறது.

பொதுவாக மானிட சமுதாயத்திற்கு அதிக நன்மை செய்யக்கூடிய ஒரு தொழிலை நாம் தெரிந்தெடுத்துக் கொண்டு விடுவோமானால் உலக வாழ்க்கை நமக்கொரு சுமையாயிராது; அந்தச் சுமையின் கீழ் நாம் அழுந்திப்போகமாட்டோம். ஏனென்றால் நாம் சுமக்கிற அந்தச் சுமை, எல்லோருடைய நன்மைக்காகவும் நாம் செய்கிற தியாகம்.

"எவனொருவன் பெரும்பாலோருக்குச் சந்தோஷத்தை உண்டுபண்ணு கிறானோ அவன்தான் அதிகமான சந்தோஷத்தையடைகிறான்" என்று உலக அனுபவம் கூறுகிறது. மானிட சமுதாயத்தின் நன்மைக்காக ஒவ்வொருவனும் தன்னைத் தியாகம் செய்துகொள்ள வேண்டுமென்ற லட்சியத்தையே மதம் நமக்குப் போதிக்கிறது."

தேசபக்தி காரணமாகப் பிரஷ்டம் செய்யப்பட்டு, ட்ரியர் போன்ற எல்லைப்புறப் பிரதேசங்களில் அப்பொழுது வசித்துக்கொண்டிருந்த பல நாட்டு அறிஞர்கள் மத்தியில் மட்டும் இந்த மாதிரியான உயர்ந்த எண்ணங்கள் உலவிக் கொண்டிருந்தன. இவர்கள் தங்களை அண்டி வரும் இளைஞர்களுக்கு "தியாகம் செய்யச் சித்தமாயிரு; உலக நன்மைக்காக உன்னுடைய சுகத்தைத் துறந்துவிடு" என்பன போன்ற உபதேசங்களைச் செய்து வந்தார்கள். இந்த உபதேசங்களுக்கு எதிரொலி கொடுப்பது போலவே மார்க்ஸின் மேற்படி கட்டுரை இருந்தது.

பரீட்சையில் தேறிவிட்டான் மார்க்ஸ். பள்ளிக்கூட வாழ்க்கை முடிந்தது. இனி மேல்படிப்புக்கு ஏதேனும் ஒரு சர்வகலாசாலையில் போய்ச் சேரவேண்டும். ட்ரியருக்குச் சமீபமாயுள்ள சர்வ கலாசாலை பான்[12] என்னும் நகரத்தில் இருந்தது. ட்ரியரில் படித்துக் கொண்டிருந்த மாணாக்கர்களில் பெரும்பாலோர் மேற்படி பான் சர்வ கலா சாலையிலேயே போய்ச் சேர்ந்தார்கள். மார்க்ஸும் 1835-ம் வருஷம் அக்டோபர் மாதம் 17-ம் தேதி சனிக்கிழமையன்று மேற்படி நகரம் அடைந்தான். அன்றே சர்வகலாசாலையில் தன் பெயரைப் பதிவு செய்து கொண்டான்.

அந்த காலத்தில் கலாசாலைகளில் படிக்கிற மாணாக்கர்கள், அரசியல் விஷயங்களில் கலந்துகொள்வது சர்வ சாதாரணமா யிருந்தது. இவர்கள் இளைஞர் சங்கங்களென்று தனித் தனியான சங்கங்கள் ஏற்படுத்திக் கொண்டு, அவற்றில் ஆடுவதும் பாடுவதும், அரசியல் விவகாரங்களைப் பற்றி உற்சாகமாகப் பேசுவதுமாயிருந் தார்கள். பணக்கார வீட்டுப் பிள்ளைகள் தனிச் சங்கத்தினராகவும், மத்திய வகுப்புப் பிள்ளைகள் வேறு சங்கத்தினராகவும் பிரிந்து கொண்டிருந்தார்கள். இவர்களுக்குள்ளே அடிக்கடி மனஸ்தாபங் களும் ஏற்பட்டுவிடும்.

இங்ஙனம் இவர்கள் அரசியலிலே ஈடுபட்டு ஆரவாரம் செய்து கொண்டிருப்பதை அரசாங்கத்தார் ஆரம்பத்தில் சிறிது காலம் வரை அலட்சியப்படுத்தி வந்தார்கள். அரசாங்கத்தார் இப்படி அலட்சிய மாயிருப்பது அவர்களுடைய பலஹீனத்தைக் காட்டுகிறதென்று இளைஞர்கள் கருதிக்கொண்டு விட்டார்கள். எனவே இவர்களது உற்சாகமானது, ஒழுங்கற்ற செயலாகப் பரிணமித்துவிட்டது. மார்க்ஸ், பான் சர்வகலாசாலையில் வந்து சேர்வதற்குச் சில மாதங்களுக்கு முந்தி - *1835*-ம் வருஷம் ஏப்ரல் மாதம் - சில இளைஞர்கள் ஒன்றுகூடி ப்ராங்கபுர்ட்[13] என்ற இடத்தில் கூடுவதாயிருந்த மாகாண சட்டசபையைக் கலைத்து விட்டு, அதன் ஸ்தானத்தில் தற்காலிகமாக ஓர் அரசாங்கத்தை ஸ்தாபித்துவிடுவ தென்று முயற்சி செய்தார்கள். இதை எந்த அரசாங்கமாவது சும்மா பார்த்துக் கொண்டிருக்க முடியுமா? உடனே பலத்த அடக்குமுறையை ஆரம்பித்துவிட்டது. அரசியலிலே சம்பந்தப்படாத சங்கங்கள் கூட இந்த அடக்குமுறைக்குப் பலியாயின. சுயமாகச் சிந்திக்கக்கூடிய அனைவரும் சிறைச் சாலையில் அரசாங்கத்தின் விருந்தினராகி விட்டார்கள்.

மார்க்ஸ், சர்வகலாசாலையில் வந்து சேர்ந்தபொழுது, பான் நகரவாசிகளின் மத்தியில் ஜீவனற்ற ஓர் அமைதி குடிகொண்டிருந்தது. குடிப்பதும் கூத்தாடுவதுமான நோக்கங்கொண்ட சில சங்கங்கள் மட்டும் ஆங்காங்கு ஓசை செய்துகொண்டிருந்தன. இவற்றை அரசாங்கத்தார் சும்மா விட்டுவைத்திருந்தார்கள். இந்தச் சங்கங் களிலே மாலை நேரங்களில் சர்வகலாசாலை மாணாக்கர்கள் ஒன்று கூடுவார்கள்; இரவு நெடுநேரம்வரை வீண் பொழுது போக்கு வார்கள். மார்க்ஸும் இப்படிப்பட்ட கூட்டங்களிலே கலந்து கொண்டான். கீழான ஆசைகளுக்கு எளிதிலே வசப்படுவது இளமையின் இயற்கையான சுபாவமல்லவா?

சர்வகலாசாலைக்கு அருகாமையிலேயே ஒரு தனி அறையை வாடகைக்குப் பிடித்துக் கொண்டு அதில் வாசஞ் செய்யத் தொடங்கினான் மார்க்ஸ். முதலில், எல்லா விஷயங்களையும் படித்து முடித்துவிட வேண்டுமென்றுதான் உற்சாகத்தோடிருந்தான். ஆனால் முடிகிற காரியமா? கடைசியில் சட்ட சம்பந்தமான பாடத்தை மட்டுமே இவனால் படிக்க முடிந்தது. இடையிடையே கிரேக்க காவியங்கள் சிலவற்றையும் படித்தான். என்றாலும் தன் மனம் பூராவையும் இவன் படிப்பிலே செலுத்தவில்லை. கலாசாலை வாழ்க்கையின் முற்பகலில் எவ்வளவு உற்சாகம் இருந்ததோ இவனுக்கு, அவ்வளவு அசிரத்தை பிற்பகலில் ஏற்பட்டுவிட்டது. தகப்பனார் அனுப்புகிற பணத்தை வைத்துக்கொண்டு சுகமாகப்

பொழுது போக்குவதற்கேற்ற சந்தர்ப்பமாகவே கலாசாலைப் படிப்பைக் கருதிவிட்டான்.

மார்க்ஸ், கலாசாலையில் வந்துசேர்ந்த சொற்ப காலத்திற் குள்ளாகவே மேலே சொன்ன குடிகார சங்க மொன்றிலே சேர்ந்து கொண்டான்; சங்க நடவடிக்கைகளிலே முக்கியப் பங்கும் எடுத்துக் கொண்டான்; வெகு சீக்கிரத்தில் சங்கத்தின் தலைவனுமானான். மார்க்ஸுக்கு எப்பொழுதுமே ஒரு சொட்டு மதுபானத்திலே அதிக மான ருசி காணும் ஆற்றல் உண்டு. இந்த ஆற்றல் இவனுக்கு ஆயுள் பூராவும் இருந்தது. பான் நகர வாசத்தின்போது இவன், இந்தக் குடிப் பழக்கத்தில் கொஞ்சம் அதிகமாகவே ஈடுபட்டான் என்று சொல்ல வேண்டும். ஒரு சமயம் இவன் குடித்துவிட்டு ஒழுங்கீனமா யிருந்தானென்ற காரணத்திற்காக இவனை நகர அதிகாரிகள் ஒருநாள் சிறை வாசத்திற்குக்கூட அனுப்பி விட்டார்கள். ஆனால், சிறையிலும் இவன் சந்தோஷமாகவே பொழுது போக்கிவிட்டான். இந்த மாதிரியான களியாட்டங்களிலே ஈடுபடுகிற மனம் படிப்பில் எப்படி ருசி காண முடியும்? தவிர இந்தக் களியாட்டங்களிலே ஈடுபட்டதன் பயனாக, இவனுடைய செலவுப் பட்டியலும் நீண்டுகொண்டு போயிற்று. தகப்பனார் அனுப்புகிற பணந்தானே? சுயமாகச் சம்பாதியாத தல்லவா? பணத்தின் அருமை எப்படித் தெரியும்? குடிகார சங்கத்தின் தலைவன் என்ற ஹோதாவில், தன்னையறி யாமலே கடனாளியாகிவிட்டான் மார்க்ஸ். பதவிக்கேற்ற பெருமை!

பான் நகரத்தில் ‘கவிஞர்கள் சங்கம்’ என்றொரு சங்கம் இருந்தது. கவிபாட வேண்டுமென்ற ஆசையுடைய இளைஞர் பலர் இதில் அங்கத்தினர்களாயிருந்தார்கள். மார்க்ஸ், இந்தச் சங்கத்திலே தன் பெயரைப் பதிவு செய்து கொண்டான். கவிபாடும் சக்தி சிறு பிராயத்திலிருந்தே இவனுக்கு இருந்ததனால், இந்தச் சங்கத்திலும் இவனுக்கு நல்ல செல்வாக்கு ஏற்பட்டது. சங்க அங்கத்தினர்களில் திறமையானவர்கள் என்று கருதப்பட்ட மூவரில் மார்க்ஸும் ஒருவனாவான். நினைத்தபோது கவிபாடுவான். நண்பர்களைக் கேலி செய்யவேண்டுமென்றால் கவியின் மூலமாகவே கேலி செய்வான். கவிஞர் சங்கத்தில் தன் மகன் அங்கத்தினனாகச் சேர்ந்துகொண்டிருக் கிறான் என்பதைக் கேட்டு தந்தையான ஹைன்ரிக்குக்குச் சந்தோஷந் தான். ஆனால், அனுபவ வாழ்க்கையினின்று ஒதுங்கிவிடுவானோ என்ற கவலையும் இருந்தது. கவி உள்ளத்தின் வாசஸ்தலம் கற்பனை உலகமல்லவா?

பான் சர்வ கலாசாலையில் மார்க்ஸின் வாழ்க்கை மொத்தம் ஒரு வருஷந்தான். இனியும் அங்கு தொடர்ந்து படித்தால் தன் மகன்

கெட்டுப்போய் விடுவானென்று ஹைன்ரிக், மனதில் தீர்மானித்துக் கொண்டு அதை வெளிப்படுத்தாமல், தன் மகனை மேல் படிப்புக்கு பெர்லின் சர்வ கலாசாலைக்கு அனுப்பப்போவதாகவும், எனவே அவனுக்கு விடை கொடுத்து அனுப்பிவிடுமாறும் பான் சர்வகலா சாலை அதிகாரிகளுக்கு எழுதினான். மார்க்ஸுக்கும் அப்படியே தெரிவித்தான். உண்மையில், பெர்லின் சர்வகலாசாலை, தன் மகனுக்கு நல்ல இடமாயிருக்குமென்றும், தகுந்த சூழ்நிலையில் வைக்கப்பட்டால் முன்னுக்கு வரக்கூடு மென்றும் கருதினான். *1836*-ம் வருஷத்துக் கோடைகால விடுமுறையோடு, பான் சர்வ கலாசாலையிலிருந்து விடை பெற்றுக் கொண்டான் மார்க்ஸ்.

அடிக்குறிப்புகள்:

1. G.W.F. Hegel 1770 -1831
2. Michelet
3. Friedrich Engels 1820 - 1895
4. Wilheim Liebrknecht 1826 - 1900
5. Tirer. இதனை ட்ரேவ் (Treves) என்றும் சொல்வதுண்டு.
6. Goethe 1749 - 1832
7. Napoleon Bonaparte 1769 - 1821
8. Hirschel Marx
9. Heinrich Marx
10. Henriette
11. Ludwig Gall
12. Bonn
13. Frankfurt

2. மனப் போராட்டம்

கோடைகால விடுமுறையை, மார்க்ஸ், ட்ரியரில் தன் பெற்றோர்களுடன் கழித்தான். அப்பொழுது இவனுக்குப் பதினெட்டு வயது. காதல் உணர்ச்சி அரும்புகிற காலம். அதற்குத் தகுந்தாற்போல் ஒரு மங்கையின் தொடர்பும் இவனுக்கு ஏற்பட்டது. இவள்தான் பிற்காலத்தில் இவனுடைய மனைவியானாள். இவள் பெயர் ஜென்னி.

ஜென்னியின் முன்னோர்கள் பணக்காரர்கள். ராணுவ சேவையிலும் அரசாங்க சேவையிலும் ஈடுபட்டுப் பேரும் புகழும் பெற்றிருந்தார்கள். நிரந்தரமான வருமானமும் ஏராளமான பூஸ்திதியும் இவர்களுக்கு இருந்தன. ஜென்னியின் தகப்பனான லட்விக் வான் வெஸ்ட்பாலென்[1] ஜெர்மன் அரசாங்கத்தின் முக்கிய உத்தியோகஸ்தர்களில் ஒருவன். இவன் 1816 ஆம் வருஷம் - அதாவது கார்ல் மார்க்ஸ் பிறப்பதற்கு இரண்டு வருஷம் முந்தி - ரைன்லாந்துப் பகுதியின் பிரதம அதிகாரியாக நியமிக்கப்பட்டு ட்ரியர் நகரத்தில் குடி புகுந்தான். இவனுடைய மூத்த பெண்தான் ஜென்னி. இவள் 1814-ம் வருஷம் பிப்ரவரி மாதம் 12-ம் தேதி பிறந்தாள். தனது எதிர்கால வாழ்க்கைத் துணைவனான கார்ல் மார்க்ஸைக் காட்டிலும் நான்கு வயது மூத்தவள். இவளுடைய தகப்பன், ட்ரியரில் வந்து குடியேறுகிறபோது இவளுக்கு இரண்டு வயது.

ஜென்னியின் பெற்றோர்களும், கார்லின் பெற்றோர்களும் ட்ரியரில் பக்கத்துப் பக்கத்து வீட்டிலேயே வசித்துக் கொண்டிருந்தார்கள். ஜென்னியின் தந்தை ஒரு முக்கிய உத்தியோகஸ்தன். கார்லின் தந்தை ஒரு பிரபல வக்கீல். இரண்டு பேரும் செல்வமும் செல்வாக்கும் நிரம்பியவர்கள். இதனால் இரண்டு குடும்பங்களுக்கும் சீக்கிரத்தில் நேசமுண்டாயிற்று. தனித்தனியான வீடுகளில் வசித்துக் கொண்டிருந்தாலும் இரு குடும்பத்தினரும் ஏக குடும்பத்தினர் போலவே நடந்து வந்தார்கள். இரண்டு வீட்டுக் குழந்தைகளும் ஒன்றாக உண்பதும் உறங்குவதும் சகஜமாயிருந்தன.

இந்த விளையாட்டுத் தோழமையிலிருந்தே ஜென்னி-மார்க்ஸின் காதல் முளைவிடத் தொடங்கியது.

சிறு பையனாயிருக்கிறபோதே கார்ல் மார்க்ஸுக்கு லட்விக் வான் வெஸ்ட்பாலெனிடத்தில் ஒரு தனி மதிப்பு ஏற்பட்டிருந்தது. லட்விக்குக்கும், கார்லினிடத்தில் ஒரு விசேஷப் பிரீதி உண்டாயி ருந்தது. லட்விக், வெறும் அரசாங்க அதிகாரியாக மட்டுமில்லாமல் கலைச் சுவை நிரம்பியவனாகவும் இருந்தான். கிரேக்க காவியங்களி லிருந்தும், ஷேக்ஸ்பியர் எழுதிய நாடகங்களிலிருந்தும் அநேக பாகங்களைப் பாராமல் ஒப்புவிப்பான்; முக்கியமான இடங்களை எடுத்துக் கொண்டு அழகாக வியாக்கியானம் செய்வான். இவைகளை யெல்லாம் கார்ல் கவனமாகக் கேட்டுக் கொண்டிருப்பான். இவனுடைய பசுமனதில் லட்விக்கின் உருவம் மட்டுமல்ல, உள்ளமும் சேர்ந்து பதிந்துவிட்டது. லட்விக்கும், மார்க்ஸை வயதிலே சிறியவனென்று அலட்சியம் செய்யாமல் சம வயதும் சம அறிவும் உடைய ஒரு தோழன் போலவே கருதி நடத்திவந்தான். இருவரும் சேர்ந்து வெளியிலே உலாவப் போவார்கள்; அப்பொழுது பல விஷயங்களையும் பற்றிச் சம்பாஷித்துக்கொண்டே செல்வார்கள். சமுதாயத்திலே இருக்கிற ஊழல்கள் அவற்றைப் பரிகசிக்க வேண்டுமானால் என்னென்ன முறைகளைக் கையாள வேண்டும் என்பன போன்ற பல விஷயங்களும் இந்தச் சம்பாஷணையில் அடங்கும். அந்தக் காலத்தில் பிரெஞ்சு அறிஞர்களான ஸான்ஸீமன், பூர்யே[2] முதலியோர் சொல்லிவந்த அபேதவாதக் கருத்துக்களைப்பற்றி அரசியல்-பொருளாதார நிபுணர்கள் வாதப் பிரதிவாதங்கள் நடத்திவந்தார்கள். இந்த விஷயங்களைப்பற்றித் தெரிந்து கொள்ள வேண்டுமென்ற ஆவலை மார்க்ஸுக்கு உண்டு பண்ணினான். லட்விக், தன் பேச்சின் மூலமாக.

ஜென்னிக்கும் கார்ல் மார்க்ஸுக்கும் எப்படியோ காதல் ஏற்பட்டு விட்டது. எப்படி ஏற்பட்டது என்பது ஓர் ஆச்சரியமான விஷயந்தான். ஏனென்றால் ஜென்னி நல்ல அழகி; குணவதி; கல்வியறிவு நிரம்பியவள். மார்க்ஸோ குரூபி; மகா முரடன்; சிறந்த அறிஞனாக வருவதற்கான சூசகங்கள் எதுவும் இவனிடத்தில் இல்லை. ஜென்னியின் அழகைப் பற்றி ட்ரியர் வாசிகள் ஒரு வாய்ப்பட்டாற் போல் சிலாகித்துப் பேசுவார்கள். “இவளை விவாகம் செய்து கொள்கிறவன் மகா பாக்கியசாலியாயிருக்க வேண்டு” மென்பார்கள். மார்க்ஸைப் பற்றிப் பேசுகிறபோதோ, “இவனைப் போல் விகாரமுள்ள ஒரு மனித உருவம் சூரிய வெளிச்சம் படுகிற இந்தப் பூலோகத்தில் இருக்க முடியுமா” என்று கேட்பார்கள். மற்றும், ஜென்னியின் எதிர்கால வாழ்வைப் பற்றி இவளுடைய பெற்றோர்

களுக்கு அதிகமான நம்பிக்கை இருந்தது. மார்க்ஸோ, தன் எதிர் காலத்தைப் பற்றித் தன் பெற்றோர்களுக்கு எப்பொழுதும் ஒரு கவலையையும் வருத்தத்தையும் உண்டுபண்ணி வந்தான். இன்னும், ஜென்னி, வயதிலே மூத்தவளாயிருந்த போதிலும் இந்த உலக வாழ்க்கையிலே அதிகமான பற்றுக் கொண்டிருந்தாள். இவளைக் காட்டிலும் நான்கு வயது குறைந்தவனான மார்க்ஸோ, உலக விவகாரங்களுக்கும் தனக்கும் சம்பந்தமில்லை யென்கிறமாதிரி நடந்து வந்தான். இங்ஙனம் மாறுபட்ட தன்மைகளுள்ள இருவருக்கும் காதல் ஏற்பட்ட தென்றால் அஃது ஆச்சரியப் படத்தக்க விஷயந்தானே? ஆனால், இரு குடும்பங்களோடும் நெருங்கிப் பழகின ஒரு நண்பன் கூறுகிற மாதிரி, மார்க்ஸின் உறுதியான மனப் பான்மை, அடக்கியாளுந் தன்மை, ஒழுக்கத்திற்கு உயர்வு கொடுத்துப் பேசுகிற பெருந்தகைமை முதலியனவெல்லாம் சேர்ந்து ஜென்னியின் மனதைக் கவர்ந்திருக்க வேண்டும்.

1836-ம் வருஷம் - அதாவது மார்க்ஸ், கோடைகால விடுமுறையை முன்னிட்டு ட்ரியர் வந்திருந்தபோது - இவனும் ஜென்னியும் சந்தித்து விவாகம் செய்து கொள்வதாக ரகசிய ஒப்பந்தம் செய்து கொண்டார்கள். இது முதன் முதலில் மார்க்ஸின் தகப்பனுக்கு மட்டும் தெரிந்தது. ஏற்கனவே மகனைப் பற்றிக் கொண்டிருந்த கவலை இன்னும் அதிகமாயிற்று. ஜென்னியின் தகப்பனுக்கு இது தெரிந்தால் அவன் என்ன நினைத்துக் கொள்வானோ என்பது இவன் எண்ணம். ஏனென்றால் அந்தஸ்து வித்தியாசம் ஒன்றிருக்கிற தல்லவா? ஜென்னி, பரம்பரையான பிரபு வமிசத்தைச் சேர்ந்தவள்; இப்படி மாறுபட்ட அந்தஸ்துடைய குடும்பங்களுக்குள் விவாக சம்பந்தம் ஏற்படுவது அந்தக்காலத்தில் மிகவும் அபூர்வம்.

தன் மகனுடைய சுபாவமும் ஹைன்ரிக்குத் தெரிந்திருந்தது. பிடிவாதக்காரன். எதைச் செய்ய வேண்டுமென்று தீர்மானிக் கிறானோ அதைச் செய்தே முடிப்பான். ஆகவே, ஒரு தகப்பனுடைய மரியாதைக்குப் பங்கம் ஏற்படாமல் என்ன சொல்ல முடியுமோ அதை - விவாகம் செய்துகொண்டால் ஏற்படக்கூடிய பொறுப்பை - தன் மகனுக்கு உணர்த்தினான். கார்ல் மார்க்ஸ், பெர்லின் சர்வ கலாசாலைக்குச் சென்ற பிறகுகூட, இது சம்பந்தமாகத் தந்தைக்கும் மகனுக்கும் கடிதப் போக்குவரத்து நடந்துவந்தது. ஒரு கடிதத்தில் தந்தை குறிப்பிடுகிறான்:

“ஜென்னியிடம் நான் பேசிக்கொண்டிருந்தேன். அவள் மனம் நிம்மதி அடையக்கூடியமாதிரி நான் பேசியிருந்தால் நன்றாயிருக்கும். என்னால் முடிந்தவரையில் பேசினேன். ஆனால் எல்லா

விஷயங்களையும் நான் அவளிடத்தில் நேர்முகமாகச் சொல்ல முடியாதல்லவா? அவளுடைய பெற்றோர்கள், இந்த விவாக நிச்சயத்தைப் பற்றி என்ன அபிப்பிராயப்படுவார்கள் என்பது எனக்குத் தெரியாது. உற்றாரும் உறவினரும் சொல்வதை நாம் லேசாகப் புறக்கணித்துவிட முடியாதல்லவா....? ஜென்னி, உன்னை விவாகம் செய்துகொள்வதன் மூலமாக மகத்தான தியாகத்தைச் செய்தவளாகிறாள். இதை நீ மறந்துவிடுவாயானால் உனக்கு வாழ்க்கையிலே பல சங்கடங்கள் உண்டாகும். உன் மனதை நீ பரிசோதனை செய்துபார். நீ ஓர் இளைஞனாயிருந்த போதிலும் உலகத்தினரால் மதிக்கப்படக்கூடிய ஒரு மனிதனாக வேண்டுமானால் அது, நீ உறுதியாக நடந்து கொள்வதிலும் உன்னுடைய முயற்சியிலுமே இருக்கிறது."

சுயமாகச் சம்பாதிக்கிற சக்தி தனக்கு ஏற்படுகிறவரை, சட்ட ரீதியாகப் பல பேர் அறிய விவாகம் செய்து கொள்வதில்லை யென்று கார்ல் தீர்மானித்துவிட்டான். அப்படித் தானே சம்பாதித்துக் குடும்பத்தை நடத்த வேண்டுமானால் முதலில் தனது படிப்பை முடித்துக் கொள்ள வேண்டும். எனவே மிகுந்த உற்சாகத்துடனும், மனோ உறுதியுடனும் பெர்லின் சர்வகலா சாலைக்குச் சென்று தன் படிப்பிலே ஈடுபடலானான். மார்க்ஸ், படிப்பை முடிக்கிறவரை ஜென்னி என்ன செய்வது? காத்திருக்க வேண்டியதைத் தவிர வேறு வழி இல்லை. அப்படியே காத்திருந்தாள். ஒரு மாதமல்ல; ஒரு வருஷமல்ல; ஏழுவருஷம். இவர் மகா பொறுமைசாலி; இப்பொழுது மட்டுமல்ல; எப்பொழுதுமே.

மார்க்ஸும் ஜென்னியும் விவாகம் செய்துகொள்ளப் போகிறார்களென்ற செய்தி மெதுவாக ட்ரியர் நகர மெங்கும் பரவிவிட்டது. மார்க்ஸும் தன் மேல் படிப்புக்காக பெர்லினுக்குப் போய்விட்டான். இவனுடைய சுபாவமும் ட்ரியர் வாசிகளுக்கு நன்றாகத் தெரிந்திருந்தது. ஊர் வாயை மூடமுடியுமா? ஜென்னியைப் பற்றிக் கண்டபடி பேச ஆரம்பித்தார்கள். இவள் ஒரு "வாழா வெட்டி" என்று பரிகசித்தார்கள். ஆனால் ஜென்னி இவைகளையெல்லாம் பொருட்படுத்தவேயில்லை. தன் காதலனாகிய கார்ல் மார்க்ஸைத் தன் இருதயக் கோயிலிலே வைத்துப் பூஜிக்கத் தொடங்கி விட்டாள். வெளியுலகத்தைப்பற்றி இவளுக்கு என்ன கவலை? உலகமனைத்தும் ஒன்றுசேர்ந்து கர்ஜித்தாலும், தன் இருதய மூர்த்தியின் ஒரு சிறிது நேர மௌனத்திற்கு ஈடாகுமா? அந்தக் கர்ஜனையிலே ஆக்ரோஷம் இருக்கிறது; இந்த மௌனத்திலே அன்பு நிறைந்திருக்கிறது. அந்தக் கர்ஜனையிலே உடல் வேகும்; இந்த மௌனத்திலே உள்ளம்

குளிரும். ஒரு புருஷனைக் காதலனாக வரித்துவிட்டு, பிறகு அவனை விவாகம் செய்து கொள்ளாமல், அவன் ஓரிடத்திலும் தான் ஓரிடத்திலுமாகப் பிரிந்து காலம் கழிப்பது எவ்வளவு வேதனை தரத்தக்கது என்பதை பெண்கள்தான் உணர முடியும். ஜென்னி இதனை நன்றாக அனுபவித்து விட்டாள். இந்தக் காலத்தில் இவள் நடந்து கொண்ட மாதிரியைப் பார்த்து, ஹைன்ரிக்கே பிரமித்துப் போயிருக்கிறான். தன் மகனுக்கு எழுதுகிறான் ஒரு சமயம்:

> "உன்னை விட்டு ஜென்னியைப் பிரிப்பதென்பது எந்த ஓர் அரசிளங்குமரனாலும் முடியாத காரியம். இதைப் பற்றி எனக்கு எவ்வித சந்தேகமுமில்லை. நீயும் இதை நிச்சயமாக நம்பு. அவள் தன்னுடைய உடலையும் ஆத்மாவையும் உன்னிலே ஐக்கியப் படுத்திக் கொண்டுவிட்டாள். இது விஷயத்தில் உனக்காக அவள் மகத்தான தியாகம் செய்திருக்கிறாள். அவளைப்போல் சம வயதுடைய பெண்கள் இந்த மாதிரியான தியாகத்தைச் செய்ய முடியாது. இதனை நீ மறந்து விடவே கூடாது."

ஜென்னியினுடைய தனிமையிலே, மார்க்ஸின் கடிதங்கள் தான் சிறிது சாந்தி அளித்து வந்தன. ஆனால், மார்க்ஸோ ஒழுங்காகக் கடிதங்கள் எழுதமாட்டான். இப்படிக் கடிதம் எழுதாமலிருந்ததற்கு நஷ்டஈடு செலுத்துவது போல், 1836-ம் வருஷம் கிறிஸ்துமஸ் பண்டிகையின் போது, தான் அவ்வப்பொழுது எழுதி வைத்திருந்த சில கவிதைகளைத் தொகுத்து ஒரு கையெழுத்துப் புத்தமாக இவளுக்கு அனுப்பினான். அதை இவள் பெற்றபோது "சந்தோஷத்தினாலும் துக்கத்தினாலும் அழுது விட்டாள்." காதலனின் அன்பைப் பெற்றிருக்கிறோமே யென்பதற்காகச் சந்தோஷம்; அவனைப் பிரிந்திருக்கிறோமே என்பதற்காகத் துக்கம்.

1836-ம் வருஷம் கார்ல் மார்க்ஸ் மேல் படிப்புக்காக பெர்லின் சர்வகலாசாலை போய்ச் சேர்ந்தான். அந்தக்காலத்தில் பெர்லின் சர்வ கலாசாலைக்கு நல்ல பெயர் இருந்தது. "கலை ஞானமும் சத்தியமும் சேர்ந்து வாழ்கிற கோயில்" என்று இதனை ஓர் அறிஞன் வருணித் திருக்கிறான். இங்கே ஆயிரக்கணக்கான மாணாக்கர்கள் படித்துக் கொண்டிருந்தார்கள். மார்க்ஸும் இவர்களிலே ஒருவனாகப் போய்ச் சேர்ந்தான். இவனுடைய தகப்பனார் சில நண்பர்களுக்கு அறிமுகக் கடிதம் கொடுத்திருந்தார். அவர்களெல்லோரையும் சென்று பார்த்தான். நகரத்திற்கு மத்தியில் ஒரு சிறிய அறையை வாடகைக்குப் பிடித்துக் கொண்டான். பிறகு வெளியே எங்கும் செல்வது கிடை யாது. இவனுக்கு, இவன் அறையுண்டு, படிக்கிற புஸ்தகங்களுண்டு. இப்படியே முதலிற் சில மாத காலம் கழித்தான்.

சர்வகலாசாலையில் இவன் பாடங்களாக எடுத்துக் கொண்ட விஷயங்கள் தத்துவ சாஸ்திரம், சட்டம், சரித்திரம், பூகோளம், இலக்கியம் முதலியன. இரவு பகலாக ஓயாமல் படிப்பான்; படித்தவற்றில் முக்கியமானவை எவையோ அவற்றைக் குறிப் பெடுத்துக் கொள்வான். சிலவற்றை மனப்பாடம் செய்வான். கிரேக்க காவியங்களில் சில பாகங்களை மொழிபெயர்ப்பான். இடையி டையே, ஜென்னியை நினைத்துக் கொண்டு காதற் கவிதைகள் புனைவான். இங்ஙனம் பல விஷயங்களைப் பற்றிக் கவனஞ் செலுத்தி வந்த போதிலும், தத்துவ சாஸ்திரம் ஒன்றில் மட்டும் இவன் மனம் அதிகமாக ஒன்றி நின்றது. சட்டத்திலே அதிகமான கவனஞ் செலுத்தமாறு இவன் தகப்பன் கட்டளையிட்டிருந்தான். ஏனென்றால் தன்னைப் போல் மகன் ஒரு வக்கீல் ஆக வேண்டு மென்பது அவன் ஆசை. தன்னுடைய பிரதிபிம்பமாகிய மகன் தன்னைப் போல் எல்லா வகைகளிலும் இருக்கவேண்டுமென்று ஒவ்வொரு தந்தையும் எதிர்பார்ப்பது சகஜந்தானே? ஆனால் இங்கே மார்க்ஸோ, வாழ்க்கைக்கு லவலேசமும் பொருந்தாத தத்துவஞானத் தோடு 'மல்யுத்தம்' செய்துகொண்டிருந்தான். தகப்பனாருடைய வெறுப்பைச் சம்பாதித்துக் கொள்ளக் கூடாதென்பதற்காகக் கூடவே சட்டத்தையும் ஆராய்ச்சி செய்து வந்தான். இந்தக் காலம், மார்க்ஸின் சிந்தனையில் மிகவும் கொந்தளிப்பான காலம், பழைய கோட்பாடு களும் புதிய எண்ணங்களும் இவன் இருதயத்திலே மோதிமோதி அடங்கின. இவன் அறிவிலே ஒரு தெளிவின்மை; இருதயத்திலே ஒரு புயற்காற்று. ஆனால் இந்தக் கொந்தளிப்பிலிருந்து புதிய புதிய எண்ணங்கள் மட்டும் தோன்றிக் கொண்டேயிருந்தன. 1837-ம் வருஷம் நவம்பர் மாதம் 10-ம் தேதியிட்டுத் தன் தகப்பனாருக்கு எழுதிய ஒரு கடிதத்தில் குறிப்பிடுகிறான்:

"நமது வாழ்க்கையில் மைல் கற்கள் மாதிரி சில சில சந்தர்ப்பங்கள் உண்டு. இவை, கழிந்துபோன ஒரு பாகத்தைக் குறிப்பதோடு, நாம் செல்ல வேண்டிய புதிய வழியையும் காட்டுகின்றன. வாழ்க்கையின் இப்படிப்பட்ட திருப்பங்களில் நமது பழைய நிலைமையையும் இன்றைய நிலைமையையும் ஒப்பிட்டு ஆராய்ச்சி செய்கிறோம். ஏன்? இப்பொழுது நாம் எந்த ஸ்திதியிலிருக்கிறோம் என்பதைத் தெளிவுபடத் தெரிந்து கொள்வதற்காக. மானிட சமுதாயமே இப்படி அடிக்கடி தன்னைப் பரிசீலனை செய்து பார்த்துக் கொள்கிறது என்று சரித்திரம் நமக்கு நிரூபித்துக் காட்டுகிறது. அப்பொழுது, தான் பின்னோக்கிப் போய்க் கொண்டிருப்பதாகச் சிலருக்கும், நின்ற நிலையிலே நிற்பதாகச் சிலருக்கும் காட்சியளிக்கிறது. உண்மையில் அப்படியில்லை. தன்னைத் தானே அறிந்து கொள்ளும் முயற்சியில் அஃது ஈடுபட்டிருக்கிறது. அவ்வளவுதான்.

இந்த மாதிரியான காலத்தில் தனிப்பட்ட மனிதனோ, கற்பனை உலகத்தில் சஞ்சரிக்கத் தொடங்கி விடுகிறான். ஏனென்றால், மேலே சொன்ன வாழ்க்கையின் திருப்பங்கள் அல்லது மைல் கற்கள் ஒவ்வொன்றும் பழைமைக்குச் சரமகவி; ஏதோ ஒரு பெரிய புதுமையான கவிதைக்கு முன்னுரை. இந்தக் கவிதையோ, பிரகாசமுள்ள, ஆனால் சீக்கிரத்தில் மறைந்து போகக்கூடிய நிறங்கள் பல நிறைந்த ஒரு குழப்பத்தில், நிரந்தரமான ஒரு விகாசத்தையடைய முயற்சி செய்கிறது. நமது பழைய அனுபவங்களையெல்லாம் திரட்டி ஒரு ஞாபகச் சின்னமாக அமைத்தால் நல்லது. அப்பொழுதுதான் நமது நிகழ்கால வாழ்க்கையில் நமது பழைய அனுபவங்கள் ஞாபகத்திற்கு வந்துகொண்டிருக்கும். அப்படிப்பட்ட ஒரு ஞாபகச் சின்னமாகவே எனது அனுபவங்களை யெல்லாம் திரட்டி என் பெற்றோர்களுடைய இருதயத்திற்கு முன்னர் வைத்திருக்கிறேன்..... கவிதைகள் இயற்றுவது, சட்ட நூல்களைப் படிப்பது, தத்துவ சாஸ்திரத்தில் பயிற்சி பெறுவது ஆகிய இவற்றில் நான் அதிகமாகக் கவனஞ் செலுத்திக்கொண்டு வந்தேன். ஆனால் இந்தப் படிப்பு களினால், உலக வாழ்க்கை எப்படி நடைபெறுகிறது என்பதற்கும், எப்படி நடைபெற வேண்டும் என்பதற்கும் போராட்டம் ஏற்பட்டது. அதாவது இப்பொழுது இருப்பதற்கும், இனி இருக்க வேண்டியதற்கும் போராட்டம்... இங்ஙனம் பல துறைகளில் நான் ஈடுபட்டிருந்ததன் காரணமாகத் தூக்கம் வராத இரவுகள் பல. அப்பொழுது மனதுக்குள் பலவித போராட்டங்கள் நடைபெறும். இதனால் உள்ளத்திற்கும் உடலுக்கும் உண்டான கிளர்ச்சி அதிகம். இதனை நான் சகித்துக் கொண்டிருக்க வேண்டியிருந்தது. அப்படி இருந்தும் நான் அடைந்த பயன் ஒன்றுமில்லை. மேலே சொன்ன மனப் போராட்டத்தில் ஈடுபட்டிருந்தபோது, இயற்கை இன்பம், கலையழகு, நண்பர்கள் உறவு இவையனைத்தையும் துறந்து கிடந்தேன். சந்தோஷத்தைத் துச்சமாகக் கருதினேன். இவைகளினால் என் உடல்நலம் குன்றியது. சிறிது காலம் ஏதேனும் ஒரு கிராமத்தில் சென்று வசிக்குமாறு என்னுடைய வைத்தியர் கூறினார். அப்படியே சென்றேன். அப்பொழுதுதான், லட்சியம் என்று எதை நான் இதுகாறும் கருதிக் கொண்டிருந்தேனோ அதனை உண்மையில் கண்டேன். இதற்கு முன்னர் கடவுளர்கள், பூலோகத்திற்கு மேற்பட்டவராக வசித்துக் கொண்டிருந்தார்கள்; இப்பொழுது அவர்களே பூலேகாத்தின் மையமாகி விட்டார்கள்... இடையிலே நான் நோயாகப் படுத்துக்கொண்டுவிட்டேன். உடம்பு சிறிது குணமானதும், எனது கவிதைகள், சிறுகதைகள் எழுதுவதற்காக நான் சேகரித்து வைத்திருந்த குறிப்புகள் முதலிய அனைத்தையும் எரித்து விட்டேன். அதற்காக நான் இப்பொழுது வருத்தப்பட

வில்லை... நான் நோயாகப் படுத்திருந்த காலத்தில் ஹெகலின் தத்துவங்களைப் பூராவும் தெரிந்துகொண்டேன். சில நண்பர்களின் துணை பெற்று ஒரு "பட்டதாரிகள் சங்க"த்தில் சேர்ந்து கொண்டேன். அங்கு நண்பர்களோடு, தத்துவ சாஸ்திர சம்பந்தமாக அடிக்கடி தர்க்கம் செய்வேன்."

மகனுடைய படிப்பு விஷயத்தில் தந்தைக்குத் திருப்தி ஏற்படவில்லை. வாழ்க்கைக்குப் பிரயோஜனமில்லாத விஷயங் களைப் படித்து உடம்பைப் பாழாக்கிக் கொள்வதோடு, தான் அனுப்புகிற பணத்தையும் வீணாகச் செலவழித்து விடுகிறானே யென்று வருத்தப்பட்டான். தன் வருத்தத்தை அடிக்கடி கடிதத்தின் மூலமாகவும் தெரிவித்தான். ஆனால் மார்க்ஸோ, வாழ்க்கையிலேயே புதிய வழியொன்று கோலத் தீர்மானித்து விட்டான்.

அப்பொழுதைய ஜெர்மனியில் ஹெகலின் தத்துவங்களுக்கு ஒருவித செல்வாக்கு இருந்தது. எதற்கெடுத்தாலும் ஹெகலை ஆதாரமாக எடுத்துக்காட்ட ஆரம்பித்தார்கள் எல்லோரும். ஏனென்றால் அவனுடைய தத்துவங்கள் மனிதவாழ்க்கையின் எல்லா அமிசங்களுடனும் தொடர்புடையனவாயிருந்தன. அவனுடைய ஆராய்ச்சியில் மனிதன், அவனுடைய மனம், கடவுள், ராஜ்யம், எண்ண வளர்ச்சி, பொருள் வளர்ச்சி, காரணகாரியத் தொடர்பு முதலிய யாவும் அடங்கியிருந்தன. ராஜ்யத்தைப்பற்றி அவன் வெளியிட்டிருந்த கருத்துக்கள், அந்தக்காலத்து ஜெர்மனியின் கொடுங்கோலாதிக்கத்தை ஆதரிப்பதாயிருந்தது. அதாவது, அரசு என்பது தெய்விகத்தன்மை வாய்ந்தது; அது ஜனசக்தியினின்று பிறக்கிறதாயினும் அதற்கென்று தனியான சக்தி உண்டு; அந்தச் சக்திக்குக் கீழ்ப்படிந்து நடக்க வேண்டியது பிரஜைகளின் கடமை; ஏனென்றால் அது செய்கிற எதுவும் தவறாயிராது. இப்படிப்பட்ட கருத்துக்கள், எந்த ஒரு சுயேச்சாதிகார அரசாங்கத்திற்கும் உற்சாகம் கொடுக்குமல்லவா? ஆனால் அந்தக் காலத்தில், மனிதர்கள் எல்லோரும் சம உரிமையுடைய சகோதரர்கள், நாடு ஜாதி முதலியவை சம்பந்தமாக ஏற்பட்டிருக்கிற வேற்றுமைகள் யாவற்றிற்கும் காரணம் சரியான கல்வி ஞானமின்மையே என்பன போன்ற எண்ணங்கள், ஐரோப்பாவின் எல்லா நாடுகளிலும் - சிறப்பாக ஜெர்மனியில் - இளைஞர்கள் மத்தியில் பரவியிருந்தன. இவர்களும் தங்களுடைய எண்ணங்களைச் செயலில் கொணர்வதற்கு ஹெகலின் கருத்துக்களையே ஆதாரமாகக் கொண்டார்கள். அரச சக்தி யென்பது, ஜனசக்தியினின்று பிறப்பதனால், ஜனசக்தியினின்று வேறாக, அதற்கு விரோதமாக, அந்த அரச சக்தி இருக்க முடியா தென்று கூறினார்கள். எது இப்பொழுது இருக்கிறதோ அஃது,

அவசியமாயிருக்கிறதனால்தான் இருக்கிறதென்றும், அதனால் அது நியாயம் என்றும் முதியவர்கள் - அதாவது ஜெர்மனியின் ராஜ பக்தர்கள் - கூறினார்கள். எது நியாயமோ அதுவே அவசியமென்றும் அதுவே இருக்க வேண்டும் என்றும் இளைஞர்கள் - அதாவது ஜெர்மனியின் தேசபக்தர்கள் - கூறினார்கள். முந்தியவர்கள் உள்ளதை ஊர்ஜிதம் செய்யப் பார்த்தார்கள்; பிந்தியவர்கள் உள்ளதை மாற்றப் பார்த்தார்கள். முந்தியவர்கள் "முதிய ஹெகலியர்"களென்றும், பிந்தியவர்கள் "இளைய ஹெகலியர்"களென்றும் இருகட்சியினராகப் பிரிந்தார்கள். மார்க்ஸ், இளைய ஹெகலியர் கட்சியில் சேர்ந்து கொண்டான். இந்த இளைஞர் கட்சிக்குத் தலைவர்களாயிருந்தவர்கள் ரூட்டென்பெர்க்[3] கோப்பன்[4] பாவர்[5] என்ற மூவர். இவர்களில் ரூட்டென்பெர்க், பத்திரிகைகளுக்குக் கட்டுரைகள் எழுதிப் பிழைத்து வந்தான். கோப்பின் ஒரு பிரபல சரித்திராசிரியன்; தொழிலாளர் நலனுக்கு அதிகமாகப் பாடுபட்டவன். பாவர், சமய சாஸ்திரங்களில் நிபுணன். இந்த மூவரும், வயதிலும், அறிவு, அனுபவம் முதலிய வற்றிலும் மார்க்ஸுக்கு மூத்தவர்களாயிருந்தும் இவனுடன் நெருங்கிய தொடர்பு கொண்டார்கள்; இவனைச் சரிசமானமாக நடத்தினார்கள். இவனும், அவர்களோடு தத்துவசாஸ்திர சம்பந்த மாகத் தர்க்கம் செய்வான். இவனுடைய நுட்பமான அறிவையும், பதப்பிரயோகங்களையும் கண்டு அவர்கள் பிரமித்துப் போனார்கள். "எண்ணங்களின் பட்டறை" யென்று மார்க்ஸுக்குப் பெயர். இவர்கள் எல்லோரும் அடிக்கடி மேலே சொல்லப்பட்ட "பட்டதாரிகள் சங்க"த்தில் கூடுவார்கள். தத்துவசாஸ்திரத்தில் ஏதேனும் ஓர் அமிசத்தைப் பற்றித் தர்க்கம் செய்ய ஆரம்பித்து விடுவார்கள். பொழுது போவதே தெரியாது. இந்தத் தர்க்கவாதங்களின்போது மார்க்ஸ் ஒரு "வீரசிங்கம்" போல் கர்ஜித்துப் பேசுவான். எதிர்க் கட்சியைத் தாக்குகிற விஷயத்திலும், தன் கொள்கையை நிலை நாட்டுகிற விஷயத்திலும் தயைதாட்சண்யம் பார்க்கமாட்டான். இரைச்சல் போட்டுத்தான் பேசுவான். பேசிக்கொண்டிருக்கிறபோது யாரேனும் குறுக்கிட்டால் அவர்களுக்கு நல்ல 'சூடு' கொடுத்து உட்கார வைப்பான். மற்றவர்களுக்குத் தோன்றாத புதிய புதிய பிரச்னைகளைத் தர்க்கரீதியாக அலசி ஆராய்ந்து அவைகளினுட் பொதிந்து கிடக்கும் நுட்பமான விஷயங்களை லேசாக எடுத்துச் சொல்வான். அப்படி இவன் எடுத்துச் சொல்கிற போது "இந்த இளமையான தோளின்மீது எவ்வளவு முதுமையான மூளை தங்கியிருக்கிறது" என்று அனைவரும் வியந்து பேசுவார்கள். இல்லாவிட்டால், மகா மேதாவியும் வயதிலே முதிர்ந்தவனுமான கோப்பன், ஜெர்மன் சக்ரவர்த்தியான மகா ப்ரடெரிக்கைப்பற்றி இந்தக் காலத்தில் எழுதி வெளியிட்ட சரித்திர நூலை மார்க்ஸுக்குச்

சமர்ப்பணம் செய்திருப்பானா? கோப்பனுக்கும் மற்ற சகபாடி களுக்கும் மார்க்ஸின்மீது எவ்வளவு விசுவாசம் இருந்திருக்க வேண்டு மென்பது இதனின்று தெரிந்துகொள்ளலாம்.

இங்ஙனம் இந்த இளைஞர்கள் தத்துவ சாஸ்திரத்தைப் பற்றி அடிக்கடி தர்க்கம் செய்துகொண்டிருந்தார்கள் என்று சொன்னால் சிறு வயதிலேயே உலகத்தைத் துறந்த முனிவர்களாகி விட்டார்கள் என்பது அர்த்தமல்ல. இவர்கள் எப்பொழுதும் உற்சாகத்துடனி ருந்தார்கள். தங்களைச் சுற்றியுள்ள மூட நம்பிக்கைகள், பழைய கட்டுப்பாடுகள் முதலியவற்றை உடைத்தெறிவதற்குத் தயாராயிருந் தார்கள். குடிப்பது, சுருட்டுப் பிடிப்பது முதலியவைகளெல்லாம் தங்களுடைய அகவளர்ச்சியைப் பாதித்துவிடாது என்பது இவர்கள் கருத்து. அநேக சமயங்களில் குடி வெறியில் விஷமங்கள் செய்யவும் புறப்படுவார்கள்.

மார்க்ஸ், இந்தக் கூட்டத்திலே சேர்ந்த பிறகு கலாசாலைப் படிப்பில் அதிகமாகக் கவனஞ் செலுத்தவில்லை. இவன் மனம் பலவிதமாக அலை பாய்ந்து கொண்டிருந்தது. இவனிடம் அன்பு செலுத்திவந்த ஆசிரியர்கள் ஒருவர் பின் ஒருவராகக் கலாசாலையை விடுத்து வேறு வேறு அலுவல்களுக்குச் சென்று விட்டார்கள். அவர்களுடைய ஸ்தானத்தில் அரசாங்க தாசர்களான ஆசிரியர்கள் - அதாவது சுயமாகச் சிந்தனைசெய்து அதன்மூலமாக ஒரு முடிவுகாண முடியாதவர்கள் - அமர்ந்து கொண்டார்கள். இவர்களைக் கண்டு வெறுப்படைந்தான் மார்க்ஸ். மற்றும், இவனுடைய தகப்பன் ஹைன்ரிக் மார்க்ஸ் 1838-ம் வருஷம் மே மாதம் இறந்துவிட்டான். இதனால், முன்போல் செலவுக்குப் பணம் வந்து கொண்டிருந்தது நின்றுவிட்டது. ஜென்னியோ ட்ரியரில் இவனை நினைத்து நினைத்து உருகிக்கொண்டிருக்கிறாள். இன்னும் எத்தனை நாட்கள் படித்துக் கொண்டிருப்பது? ஏதேனும் ஒருவிதமாக வாழ்க்கையைத் தொடங்க வேண்டாமா?

கடைசியில் 1841-ம் வருஷம் மார்ச்சு மாதம் 30-ம் தேதி பெர்லின் சர்வ கலாசாலை அதிகாரிகள் இவனுக்கு படிப்பை முடித்துக் கொண்டதற்கு அறிகுறியாக நற்சாட்சிப் பத்திரம் கொடுத்தனர். பெர்லின் சர்வ கலாசாலையில் இவன் படித்தது மொத்தம் நாலரை வருஷம். இந்தக் காலத்தில்தான், இவன் தன்னுடைய பிற்கால அறிவு விளக்குக்கு வேண்டிய எண்ணெயைச் சேகரித்துக் கொண்டான். மற்றும், இந்தச் சர்வ கலாசாலைப் படிப்போடு, அவனுடைய வாழ்க்கையின் அமைதியான பாகம் முடிந்துவிட்டது. இனிப் போராட்டந்தான்; போராட்ட மயந்தான்.

பெர்லினிலிருந்து விடுதலை பெற்றுக் கொண்ட உடனே மார்க்ஸ், ஜீனா என்ற ஊரிலிருந்த சர்வ கலாசாலைக்கு, தத்துவ சாஸ்திர சம்பந்தமாக ஓர் ஆராய்ச்சிக் கட்டுரை எழுதி அனுப்பினான். அதற்குப் பரிசாக 'டாக்டர்' பட்டம் கிடைத்தது. இருபத்து மூன்றாவது வயதில் கார்ல் மார்க்ஸ், 'டாக்டர் மார்க்ஸ்' ஆனான். ஆனால் இவன் இந்தப் பட்டத்தை உபயோகித்தது கிடையாது; இதனால் தனக்கு ஒரு மதிப்பு உண்டு என்று கருதியதும் கிடையாது. வெறும் மார்க்ஸாகவே கடைசி வரையிலும் இருந்து விட்டான்.

அடிக்குறிப்பு:
1. Ludwig Von Westphalen
2. Fourier 1772-2837
3. Adolph Rutenberg
4. Rarl Friendrieh Koppen
5. Bruno Bauer.

3. ஆசிரிய வாழ்க்கை

படிப்பு முடிந்து விட்டது. இனி பிழைப்புக்கு வழி தேட வேண்டும். மார்க்ஸ் முதலில் உத்தேசித்திருந்த தென்னவென்றால், தான் படித்த பான் சர்வ கலாசாலையில் ஒரு போதகாசிரியர் பதவி கிடைத்தால் அதை ஏற்றுக்கொண்டு விடலாமென்பது. இதற்காகவே, பெரிலினில் இருந்தபோது தத்துவ சாஸ்திரத்தில் விசேஷ கவனஞ் செலுத்தி வந்தான். இது விஷயத்தில் இவனுடைய நண்பனான பாவர் இவனை ஊக்கி வந்தான். அப்பொழுது பாவருக்கு பான் சர்வ கலாசாலையில் ஓர் உதவி போதகாசிரியர் பதவி கிடைத்திருந்தது. தனக்குச் சீக்கிரத்தில் பிரதம ஆசிரியர் பதவி கிடைத்துவிடு மென்றும், அப்பொழுது மார்க்ஸை தன்னுடைய ஸ்தானத்தில் நியமித்து விடலாமென்றும் பாவர் கருதியிருந்தான். ஆனால் ஜெர்மனியில் அப்பொழுது சுயசிந்தனையுடையவர்களுக்கு ஆசிரியர்கள் பதவி கிடைப்பது கஷ்டமாயிருந்தது. அரசபீடமும் மதபீடமும் ஒன்று சேர்ந்து கொண்டு ஜனங்களுடைய எண்ணத்தின் மீது அழுத்தமாகத் தங்கள் காலை ஊன்றிக் கொண்டிருந்தன; இவர்களோடு நிலப்பிரபுக்களும் பணக்காரர்களும் சேர்ந்து கொண்டு விட்டார்கள். தெய்விக சக்திகளெல்லாம் ஒன்று திரண்டிருக்கின்றன வென்றும், இவைகளுக்குக் கீழ்ப்படிவது தங்கள் கடமையென்றும் ஜனங்கள் நம்பி அப்படியே நடந்து வந்தார்கள். மேற்படி சக்திகளுக்கு விரோதமாக எழுத்திலோ பேச்சிலோ யாரேனும் எதிர்ப்புக் காட்டினால் அவர்கள் பாடு திண்டாட்டந்தான். இளைய ஹெகலியர் களில் பெரும்பாலோர் இந்த எதிர்ப்புக் கோஷ்டியைச் சேர்ந்தவர் களாயிருந்தார்கள். இந்த நிலைமையில் மார்க்ஸுக்கு எப்படி அரசாங்க ஆதரவு பெற்ற உத்தியோகம் கிடைக்கும்?

அப்படியானால் என்ன தொழில் செய்வது? எந்தத் தொழிலில் ஈடுபட்டாலும் அது சுதந்திரமானதாயிருக்க வேண்டும்; அதே சமயத்தில் வாழ்க்கையை நடத்துவதற்குச் சாதகமானதாயிருக்க வேண்டும். இப்படிப்பட்ட தொழில் பத்திரிகைத் தொழில்

ஒன்றுதான். எனவே இதில் பிரவேசிப்பதென்று தீர்மானித்து விட்டான் மார்க்ஸ்.

அப்பொழுது ரைன்லாந்துப் பிரதேசம், ஜெர்மனியிலேயே மிகவும் செழிப்புள்ள பிரதேசமாகவும் அரசியல், பொருளாதாரம் முதலிய துறைகளில் முன்னேற்றமடைந்ததாகவும் இருந்தது. இதன் முக்கிய பட்டணம் கோலோன். இஃது அப்பொழுதைய ஜெர்மனியின் தொழிற்களஞ்சியம். இங்கே தீவிரப் போக்குடைய அரசியல்வாதிகள் பலர் நிரம்பியிருந்தார்கள். அப்பொழுது ஜெர்மனி, தனித்தனி மாகாணங்களாகப் பிரிந்துகிடந்தது. ஒன்றுக்கொன்று போட்டி போட்டுக் கொண்டிருந்தன. கோலோன் அரசியல்வாதிகள், இந்தப் பிரிவினையை அகற்றி, ஜெர்மனி யென்றால் அஃது ஒற்றுமையான ஒரே ஆட்சி முறையையுடைய நாடாக இருக்க வேண்டுமென்ற கருத்துடையவர்களாயிருந்தார்கள். இவர்களெல்லோரும் சேர்ந்து, ஒரு பத்திரிகையைத் தொடங்குவ தென்று தீர்மானித்தார்கள். அப்படியே 1842-ம் வருஷம் ஜனவரி மாதம் முதல் தேதி "ரைன்லாந்து கெஜட்" என்ற பெயருடன் ஒரு பத்திரிகை தொடங்கப்பட்டது. ஆரம்பத்திலிருந்தே மார்க்ஸ் இதற்குக் கட்டுரைகள் எழுதிக்கொண்டு வந்தான். இவனுடைய கட்டுரைகள் பத்திரிகை நிருவாகிகளுக்கு நிரம்பப் பிடித்திருந்தது. தர்க்க ரீதியாக இவன் விஷயங்களை எடுத்துச் சொல்கிற மாதிரியைக் கண்டு அனைவரும் இவனுடைய கட்டுரைகளை ஆவலோடு படித்து வந்தார்கள். எனவே, இவன் சீக்கிரத்தில் - அதாவது பத்திரிகை தொடங்கப்பெற்ற பத்து மாதங்களுக்குப் பின்னர் - பத்திரிகையின் ஆசிரியனாக நியமிக்கப்பட்டான்.

ஆசிரிய பதவியை ஏற்றுக் கொண்டதும் பத்திரிகையின் தோரணையே மாறிவிட்டது. ஒவ்வொரு விஷயத்தையும் இவன் நேரில் கவனித்துப் பின்னரே வெளிவரச் செய்தான். பத்திரிகையின் செல்வாக்கு நாளுக்கு நாள் வளர்ந்தது. இவன் ஆசிரிய பதவியை ஏற்றுக்கொண்டபோது மொத்தம் ஆயிரம் சந்தாதாரர்கள் இருந்தார்கள். இரண்டு மாதங்கழித்து மூவாயிரம் சந்தாதாரர் களானார்கள். மற்றும் அரசாங்க அதிகாரிகள், பத்திரிகையில் வெளியாகும் கட்டுரைகளை சிரத்தையோடு படிக்கத் தொடங் கினார்கள். அப்படிப் படிக்கத்தொடங்கியதன் விளைவு என்ன? அவர்களுடைய ஆத்திரம் அதிகரித்தது. ஏனென்றால், அவர்கள் இதுகாறும் அரசாங்கத்திற்காக ஜனங்கள் இருக்கிறார்களென்று கருதிக் கொண்டிருந்தார்கள். ஆனால் மார்க்ஸ் தன் பத்திரிகையின் மூலமாக ஜனங்களுக்காகவே அரசாங்கம் இருக்கிறதென்று தைரியமாக எடுத்துக் கூறினான். எனவே, அரசாங்கத்தார் ஒரு கண்காணிப்பு

அதிகாரியை நியமித்து அவனுடைய மேற்பார்வையில் பத்திரிகை வெளியாக வேண்டுமென்று உத்திரவிட்டார்கள். இப்படி நியமிக்கப் பட்ட இரண்டோர் அதிகாரிகள் மார்க்ஸினிடத்தில் அநுதாப முடையவர்களாகவே இருந்தார்கள். ஆயினும் என்ன? எப்பொழு துமே அதிகார சக்திக்கு, தான் நினைத்ததைச் செய்யும் சக்தி உண்டல்ல வா? தக்க சமயத்தை அஃது எதிர்பார்த்துக் கொண்டிருந்தது.

ருஷ்யாவில் நடைபெறும் சுயேச்சாதிகார ஆட்சிமுறையைக் கண்டித்து ஒரு நாள் "ரைன்லாந்து கெஜட்"டில் ஒரு கட்டுரை வெளி வந்தது. இதைக் காரணமாக வைத்துக் கொண்டு அப்பொழுது ருஷ்ய அரசாங்கத்திற்கும் ஜெர்மானிய அரசாங்கத்திற்கும் நெருங்கிய தொடர்பு இருந்தது - பெர்லின் அரசாங்கம், பத்திரிகையின் மீது அதிகமான நிர்ப்பந்தங்கள் விதித்தது. இந்த நிர்பந்தங்களுக்குட்பட்டு வெளியாகும் பத்திரிகைக்குத்தான் ஓர் ஆசிரியன் என்று சொல்லிக் கொள்ள மார்க்ஸுக்கு விருப்பமில்லை. எனவே 1843-ம் வருஷம் மார்ச்சு 18-ம் தேதி ஆசிரிய பதவியினின்று விலகிக் கொண்டு விட்டான். இவனுடைய பத்திரிகாசிரிய வாழ்வு ஆறுமாத காலந்தான். ஆனால் இதற்குள், ஜனங்களுடைய எண்ணத்தில் ஒரு மாறுதலை உண்டு பண்ணிவிட்டான். ஜனங்களுடைய பிரதிநிதி களென்று சொல்லிக்கொண்டு அரசாங்கச் சட்ட சபைகளிலே சென்று அமர்வோரின் கடமையென்ன வென்பதைத் தெளிவுபடுத்திக் கூறினான். ஜெர்மானிய அரசாங்கத்தின் சுயேச்சாதிகார கோலத்தை அதன் சுயவடிவத்தில் ஜனங்களுக்குக் காட்டினான்.

சுருக்கமாகச் சொல்வோமானால், ஒரு பத்திரிகையின் நியாயமான கடமை எதுவோ அதை ஒழுங்காகச் செய்துகொண்டு வந்தான். பொதுவாகவே, பத்திரிகையைப் பணம் சம்பாதிப்பதற்கான ஒரு கருவியாக, வேறொரு வியாபாரத்தை விருத்தி செய்து கொள்வதற் கான ஒரு துணையாக உபயோகிக்கக் கூடாதென்பது இவனுடைய கருத்து. இந்தக் கருத்துக்கிணங்கவே தன் வாழ்நாள் முழுவதும் நடந்து வந்திருக்கிறான். ஒரு சமயம் எழுதுகிறான்:

"வியாபார நிலைக்கு இறங்கிவிடுகிற ஒரு பத்திரிகை சுதந்திரமாயிருக்க முடியுமா? ஓர் ஆசிரியன் பணம் சம்பாதிக்க வேண்டியதுதான். எதற்காக? உயிர் வாழ்வதற்காகவும் மேலும் மேலும் தொடர்ந்து எழுதுவதற்காகவும். அவன் பணம் சம்பாதிப்பதற்காக எழுதக்கூடாது; உயிர் வாழ்தலும் கூடாது. எந்த ஓர் ஆசிரியன், தனது செல்வ நிலைமையை அபிவிருத்தி செய்துகொள்வதற்கான ஒரு கருவியாகப் பத்திரிகையை உபயோகப்படுத்துகிறானோ அவன் தண்டனைக்குரிய வன். ஏனென்றால் அவன் வியாபாரத்திற்கு அடிமையாகிவிடுகிறான்."

இன்னும் தன் நண்பனொருவனுக்கு எழுதிய ஒரு கடிதத்தில் குறிப்பிடுகிறான்:

"சந்தாதாரர்கள் பத்திரிகையின் கொள்கையை நிர்ணயிக்கக் கூடாது. பத்திரிகைதான், சந்தாதாரர்களின் கொள்கையை நிர்ணயிக்க வேண்டும்"

மார்க்ஸ், ஆசிரிய பதவியினின்று விலகிக்கொண்ட இரண்டாவது வாரத்திலேயே "ரைன்லாந்து கெஜட்"டும் நின்றுவிட்டது. 1843-ம் வருஷம் மார்ச்சு மாதம் 31-ம் தேதி, தனது வாசகர்களிடமிருந்து, பின்வரும் வாசகத்தோடு விடை பெற்றுக்கொண்டு:

"(நமது பத்திரிகைக் கப்பலின்மீது) சுதந்திரக் கொடியை நாம் தைரியமாகப் பறக்கவிட்டுக் கொண்டிருந்தோம். கப்பலின் சிப்பந்திகள் ஒவ்வொருவரும் தங்கள் கடமையை ஒழுங்காகச் செய்து கொண்டு வந்தனர். (அதிகாரிகள்) நமக்குக் காவல் வைத்தார்கள். ஆனால் அது வீண். அப்படிக் காவல் இருந்த போதிலும் நமது பிரயாணம் ஒழுங்காகவே நடைபெற்றது. நமது பிரயாணத்திற்காக (அது மிகவும் சொற்ப காலப் பிரயாணமாக இருந்ததேயென்பதற்காக) நாம் வருந்த வில்லை. (அதிகார) கடவுளர்கள் கோபித்துக்கொண்டுவிட்டார்கள். நமது பாய்மரம் விழுந்துவிட்டது. ஆயினும் நாம் அச்சுறுத்தலுக்கு ஆளாகவில்லை. கொலம்பஸ்கூட முதலில் இகழப்பட்டான்; ஆனால் அவன் கடைசியில் புது உலகத்தைக் கண்டே பிடித்தான். நம்மைப் போற்றிய நண்பர்களையும், நம்மோடு போரிட்ட விரோதிகளையும் நாம் மீண்டும் சந்திப்போம். யாவும் வீழ்ந்துபட்டனவென்று வைத்துக் கொண்டாலும், தைரியம் மட்டும் நம்மிடத்தில் உறுதியாக இருக்கிறது."

'ரைன்லாந்து கெஜட்" நின்றுவிட்டது. இதன் அர்த்தமென்ன? இனி, சுயமாகச் சிந்திப்போருக்கும், ஜனங்களுக்காகப் போராடு கிறவர்களுக்கும் ஜெர்மனியில் இடம் கிடையாதென்பதுதான். ஜனங்களுக்கு அவர்களுடைய நிலைமையை எடுத்துச் சொல்ல வேண்டுமானால், அவர்களோடு தாராளமாகப் பேச வேண்டும், அப்படிப் பேசுவதற்கு உரிமை வேண்டும். அந்த உரிமையில்லை யானால் அவர்களுக்காகப் போராடுகிறோம் என்று சொல்லிக் கொண்டிருப்பதில் என்ன அர்த்தமிருக்கிறது? அரசாங்கத்தின் தயவில் இருந்துகொண்டு, ஜனங்களுக்காக உழைக்கிறோம் என்பதெல்லாம் வெறும் பாசாங்கு. "ரைன்லாந்து கெஜட்" நின்றுவிட்ட பிறகு, மார்க்ஸ், தன் நண்பன் ஒருவனுக்கு எழுதுகிற கடிதத்தில் பின்வருமாறு குறிப்பிடுகிறான்:

"சுதந்திரத்திற்காக என்று சொல்லிக்கொண்டு கீழான வேலைகளைச் செய்வது மகா கேவலம் ..... வெளிவேஷம் போடுதல், முட்டாள்தனம், மிருக பலத்தைக் கையாளுதல், தலை வணங்குதல், பல் இளித்தல், முதுகை வளைத்துக் கொடுத்தல், குதர்க்கமாகப் பேசுதல் முதலிய வைகளையெல்லாம் கண்டு நான் சலித்துப் போய்விட்டேன். அரசாங்கத்தார், என்னை (ஆசிரியப் பொறுப்பினின்று) விடுதலை செய்துவிட்டனர்.... இனி ஜெர்மனியிலே நான் செய்யக்கூடியது ஒன்றுமில்லை. அப்படி ஜெர்மனியிலே ஒருவன் இருக்கவேண்டு மானால் அவன், தனக்குத்தானே பொய்யனாக நடந்து கொள்ள வேண்டும்."

ஜெர்மனியிலே இனி இருக்க முடியாதென்றால் எங்கே செல்வது? என்ன செய்வது? இதைப் பற்றி மார்க்ஸூம் இவனுடைய நண்பர்களும் தீவிரமாக ஆலோசித்தனர்; தங்களுடைய தற்போதைய நிலைமைக்குக் காரணம் என்ன வென்பதைப்பற்றியும் சிந்தித்தனர். இந்தச் சிந்தனையிலிருந்து இவர்களுக்குப் பல உண்மைகள் உதித்தன. அதாவது, ஜெர்மானிய அரசாங்கம், ஜனவிருப்பத்தைத் தழுவி ஆட்சி செய்யவில்லை யென்பதைத் தாங்கள் பல ஆதாரங்களுடன் எடுத்துக்காட்டி அதற்கு விரோதமாகப் போர் நடத்திவந்த போதிலும், அந்தப் போரில் தாங்கள் தோல்வியடைந்து விட்டதென்னவோ வாஸ்தவம். ஜனங்கள், தங்களுடைய சொல்லுக்கு மதிப்புக் கொடுக்கிறார்களாயினும், தங்களைப் பின்பற்றி நடந்துவர மறுக்கிறார்கள். அரசாங்கமோ முன்னைவிட அதிக ஆத்திரத்துடன், தீவிரமாக எண்ணப் போக்குடையவர்களை அடக்கி ஒடுக்கி வருகிறது. இதனை அரசாங்கம், தனது வெற்றியென்று பகிரங்கப் படுத்துகிறது. ஜனங்களும் இதனை நம்பி அரசாங்கத்திடம் முன்னை விட அதிகமான பயத்துடனும் மரியாதையுடனும் நடக்க ஆரம்பிக் கிறார்கள். இதற்குக் காரணம் என்ன?

இதுகாறும் இந்த இளைஞர்கள் செய்துவந்த அரசியல் வேலை யெல்லாம் வெறும் தத்துவ அளவோடுதான் நின்றன. அனுஷ்டான சாத்தியமில்லாத தத்துவங்கள் - அவை எவ்வளவு உயர்ந்தனவாகவும் அறிவுக்கு விருந்தாகவும் இருந்தபோதிலும் - ஜனங்களுடைய அன்றாட வாழ்க்கையை ஒழுங்காக நடத்திச் செல்வதற்கு எவ்விதத்திலும் உதவி செய்யமாட்டாவல்லவோ? உதாரணமாக, கிராம வாசிகளுக்கு அடுப்பெரிக்கக் கட்டை அகப்படமாட்டே னென்கிறது. அடுத்தாற்போலுள்ள காட்டிலே சென்று சுள்ளி பொறுக்கிக் கொண்டு வருவோமென்று சொன்னால், அதற்கு அரசாங்கச் சட்டம் இடம் கொடுக்க மறுக்கிறது. அப்படி வரம்பு மீறிச் சென்று விறகு எடுக்கிறவர்கள், சட்ட விரோதிகளென்று

கருதப்பட்டு தண்டிக்கப்படுகிறார்கள். இந்த நிலையில் என்ன செய்வதென்று தெரியாமல் திகைக்கிறார்கள் ஜனங்கள். இப்படிப்பட்டவர்களுக்கு அரசியலின் ஆரம்ப வரலாற்றைப்பற்றி, அல்லது உலகத்தின் சிருஷ்டிக் கிரமத்தைப்பற்றிச் சொன்னால் எப்படி ருசிக்கும்? அப்படிச்சொல்கிறவர்களைத்தான் அந்த ஜனங்கள் மதிப்பார்களா? உண்மையில் இந்த மாதிரியான பிரச்னைகள், ரைன்லாந்துப் பிரதேசத்தில் 19-வது நூற்றாண்டின் முதல் பாகத்தில் தோன்றின.

மார்க்ஸ், "ரைன்லாந்து கெஜட்" ஆசிரியனாக இருந்த காலத்தில் ரைன்லாந்து வாசிகள், காட்டிலே விறகு வெட்டக் கூடாதென்று தடுக்கப்பட்டு, இதனால் அடுப்பெரிக்க முடியாமல் நிரம்பச் சிரமப் பட்டார்கள். இந்த மாதிரியான சில நிகழ்ச்சிகளை நேரில் கண்ட பிறகுதான், மார்க்ஸுக்கு, பெறும் அரசியல் தத்துவத்தைப்பற்றி ஆராய்ச்சி செய்து கொண்டிருப்பதிலே பயனில்லையென்றும், ஜனங்களுடைய பொருளாதார வாழ்க்கையின்மீது அவர்களுடைய அரசியல் வாழ்வு நிர்மாணிக்கப் படுகிறதென்றும் தெரிந்து கொண்டான்; எந்தத் தத்துவமும், ஜனங்களுடைய தொடர்பு பெறா விட்டால், அதனால், எவ்விதப் பயனும் உண்டாகாதென்ற உண்மையை உணர்ந்து கொண்டான். எனவே இந்தக் காலத்தி லிருந்து, பொருளதாரத்தைப் பற்றி ஆராய்ச்சி செய்வதிலே அதிகமாக ஈடுபட்டான்.

ஜெர்மனியிலே இனி இருக்க முடியாதென்று தீர்மானித்த மார்க்ஸும், இவனுடைய சகாக்களும் வெளிநாட்டில் எங்கேயாவது சென்று ஒரு பத்திரிகை தொடங்கி நடத்துவதென்று தீர்மானித் தார்கள். ஏனென்றால் பத்திரிகை ஒன்றின் மூலமாகத் தான் பொது ஜனங்களை அணுக முடியும். ஜனங்களுக்கு அறிவையும் உணர்ச்சி யையும் ஒரே சமயத்தில் சேர்ந்து ஊட்ட வேண்டுமானால் அதற்குப் பத்திரிகை யொன்றுதான் ஏற்ற கருவி.

பத்திரிகையை ஆரம்பித்து நடத்தவேண்டு மென்கிற விஷயத்தில் மார்க்ஸின் நண்பனாகிய ஆர்னால்ட் ரூஜ்[1] என்பவன் அதிக சிரத்தை எடுத்துக் கொண்டான். இவன், இளைய ஹெகலியர் கட்சியைச் சேர்ந்தவன்; மார்க்ஸினிடம் விசுவாசமுடையவன்; சிறைவாசம் முதலிய கஷ்டங்களையும் அனுபவித்திருக்கிறான். பிறர்க்கு உபகாரம் செய்து அதனால் பெருமைகொள்வது இன் சுபாவம். எந்த விஷயத்தைப் பற்றியும் இவனுக்குச் சொந்தமான அபிப்பிராயமோ திடமான அபிப்பிராயமோ கிடையாது. தவிர, இவனுக்குப் பணத்தைச் சம்பாதிக்க வேண்டுமென்பதிலே எவ்வளவு

ஆசை இருந்ததோ அவ்வளவு செட்டு பணத்தைச் செலவழிப்பதி லேயும் இருந்தது. எதற்கும் ஒரு திட்டம் போட்டுக் கொள்வான்; அந்தத் திட்டத்திற்கு அதிகமாக ஒரு பைசாகூட செலவழிக்க மாட்டான். உலகமெல்லாம் அறியாமையில் அழுந்திக் கிடந்தால் தான், தான் ஓர் அறிஞனாகப் பிரகாசிக்க முடியும் என்ற மனப் பான்மை கொண்டவன். இத்தகைய மனப்பான்மை கொண்டவன், சிந்தனை உலகத்திலேயே பொழுதைக் கழித்துவிடுவதில் விருப்பமுடைய மார்க்ஸுக்கு உதவி செய்யத் திருவுளங் கொண்டான். இந்த உதவி தொடர்ந்து நடைபெறக்கூடுமா? இவர்களுடைய உறவுதான் நீடித்து நிலைக்குமா?

எப்படிம் ரூஜும் மார்க்ஸும் ஒன்று சேர்ந்து ஒரு மாதப் பத்திரிகையை வெளியிடுவதென்று தீர்மானித்தார்கள். பல இடங்களில் முயன்று பார்த்துச் சௌகரியப்படாமல் கடைசியில் பாரிஸ் நகரத்தில் இதனை வெளியிடுவதென்றும், இந்த வேலை யைப் பொறுப்புடன் கவனித்துக் கொள்வதற்காக மார்க்ஸ், மாதந்தோறும் ஒரு தொகையைச் சம்பளமாக எடுத்துக்கொள்வ தென்றும் ஏற்பாடு செய்யப்பட்டன. பத்திரிகைக்கு "ஜெர்மன் பிரெஞ்சு மலர்" என்று பெயரிடப்பட்டது.

அப்பொழுது, பாரிஸ் நகரத்தில்தான் "ஐரோப்பிய நாகரிகம் தனது முழுமலர்ச்சியுடன் பிரகாசித்து வந்தது." முற்போக்கான எண்ணங்க ளெல்லாம் உருப்பெறுவதற்கு உலைக்களம் போலிருந்த இந்த பாரிஸ் நகரத்திலிருந்துதான், சுதந்திர சக்தியானது அவ்வப் பொழுது மின்சார சக்தி போல் ஐரோப்பியத் தலைநகரங்கள் பலவற்றிற்கும் சென்று அங்குள்ள ஜனங்களைத் தட்டி எழுப்பிக் கொண்டிருந்தது. பாரிஸ் நகரத்தில்தான் அரச சக்தி செல்வாக்கிழந்தும், ஜனசக்தி மதிப்புப் பெற்றும் இருந்தன. மற்றும் ஜெர்மனியிலிருந்து, பசிக் கொடுமையையும் சுயேச்சதிகாரத்தின் கொடுமையையும் தாங்க முடியாமல் பலர் - ஜெர்மானியர்கள் - பாரிஸ் நகரத்தில் வந்து குடி புகுந்திருந்தார்கள். இவர்களுடைய ஆதரவு தங்களுக்குக் கிடைக்கு மென்றும் தங்களுடைய முற்போக்கான எண்ணங்களுக்கு இங்கு நல்வரவு கிடைக்குமென்றும் கருதியே பாரிஸ் நகரத்தில் "ஜெர்மன் பிரெஞ்சு மலரை" வெளியிடுவதென்று தீர்மானித்தார்கள் மார்க்ஸும் ரூஜும்.

பத்திரிகையை வெளியிடுவதற்கான ஏற்பாடுகளைச் செய்ய ரூஜ் பாரிஸுக்குச் சென்றான். அங்கே ஜூலியஸ் ப்ரோபெல்[2] என்பவனைத் துணையாகச் சேர்த்துக்கொண்டு பத்திரிகையின் நிருவாக சம்பந்தமான ஆரம்ப வேலைகளைச் செய்து

கொண்டிருந்தான். இந்த வேலைகள் முடிந்து, பத்திரிகை வெளியாவதற்குச் சிறிது காலம் பிடிக்குமல்லவா? இந்த இடைக்காலத்தை, மார்க்ஸ், தனது குடும்ப விவகாரங்களை கவனிப்பதற்கென்று உபயோகப்படுத்திக் கொண்டான்.

மார்க்ஸின் தகப்பனார் இறந்தபிறகு மார்க்ஸுக்கும் இவனுடைய குடும்பத்திற்கும் நெருங்கிய தொடர்பு இல்லாமலே போய்விட்டது. "குடும்பத்திற்குப் புறம்பானவனாகிவிட்டான் மார்க்ஸ்" என்று இவனுடைய தாயார் கூறிக்கொண்டு வந்தாள்; இவனுடைய புதுமுயற்சிகளுக்கெல்லாம் முட்டுக்கட்டை போட்டுவந்தாள். அவள், தான் இறந்து போகிறவரை, தன் மகனுக்கு எவ்வித உதவியும் செய்யவில்லை. உதவி செய்யாமலிருந்ததோடு, இவனுடைய பணக்கஷ்டத்தைப் பார்த்து மகிழ்ச்சியும் அடைந்தாள். ஐயோ, இலட்சிய வாதிகள், தங்களுடைய தாயாரின் கோபத்திற்கும் சாபத்திற்கும் கூட ஆளாக வேண்டிருக்கிறது!

தவிர, ஜென்னியும் மார்க்ஸும் இன்னும் விவாகம் செய்து கொள்ளவில்லை. சுமார் ஏழுவருஷகாலமாக ஜென்னி தனிமையிலேயே காலங்கழித்து வருகிறாள். எவ்வளவு காலம் இவளை இப்படி விட்டுவைப்பது? ஊராரின் அவதூறுகளைப் பொருட்படுத்த வேண்டியதில்லையென்றாலும், காதற் கோயிலுக்குள் பிரவேசிக்க வேண்டாமா? அதன் வெளிப் பிராகாரத்தில் எத்தனை நாட்கள் உலவிக் கொண்டிருக்க முடியும்? மார்க்ஸுக்கென்று ஒரு நிரந்தர வருமானம் கிடைக்க ஏற்பாடாகிவிட்டது. இதைக் கொண்டு நிச்சயமாக ஒரு குடும்பத்தை நடத்த முடியும். எனவே, மார்க்ஸ், பாரிஸிற்குச் சென்று "ஜெர்மன்- பிரெஞ்சு மலரின்" ஆசிரிய பதவியை ஏற்றுக்கொள்வதற்கு முன்னர், தனது விவாகத்தை முடித்துக்கொண்டு விடுவதென்று தீர்மானித்தான்.

1843-ம் வருஷம் ஜூன் மாதம் 13-ம் தேதி டாக்டர் கார்ல் மார்க்ஸுக்கும் பெர்த்தா ஜூலியா ஜென்னிக்கும் க்ராயிஷ்னாக் என்ற ஊரில் விவாகம் நடைபெற்றது. அப்பொழுது மார்க்ஸுக்கு இருபத்தைந்து வயது; ஜென்னிக்கு இருபத்தொன்பது வயது. தம்பதிகள், க்ராயிஷ்னாக்கிலேயே சில மாதகாலம் மண வாழ்க்கையை இன்பமாகக் கழித்தார்கள்.

1843-ம் வருஷம் அக்டோபர் மாதம் கடைசியில் மார்க்ஸ், தனது மனைவி சகிதம் பாரிஸில் வந்து குடியேறினான். ஏற்கனவே, ரூஜ் செய்திருந்த ஏற்பாட்டின்படி, பத்திரிகையை வெளிக்கொணர் வதற்கான வேலையில் மும்முரமாக ஈடுபட்டான். ஆனால் துரதிருஷ்டவசமாக பிரெஞ்சு அறிஞர் யாவரும் பத்திரிகைக்குக்

கட்டுரைகளை எழுத மறுத்துவிட்டனர். லமினே[3] என்ன, லமார்த்தீன்[4] என்ன, லூயி ப்ளான்[5] என்ன முதலியவர்களெல்லோரையும் ரூஜ் அணுகி, கட்டுரைகள் எழுதுமாறு கேட்டுக் கொண்டான். அவர்கள் முடியாதென்று சொல்லிவிட்டார்கள். ஜெர்மனியிலுள்ள பிரபல அறிஞர் யாவரும் கட்டுரை எழுத விருப்பங் கொள்ளவில்லை. பிரான்சில் வந்து குடியேறின ஜெர்மானியத் தேசப்பிரஷ்டர்களும் ஹைன்[6] போன்ற ஓரிரண்டு பிரபல கவிஞர்களுமே விஷயதானம் செய்ய ஒப்புக்கொண்டனர். பத்திரிகையில் ஜெர்மன் பாஷையிலும் பிரெஞ்சு பாஷையிலும் எழுதப் பெற்ற கட்டுரைகளை வெளியிடுவ தென்று ரூஜ் தீர்மானித்தான். பிரான்சிலே வந்து குடியேறியுள்ள ஜெர்மானியர்களும், ஜெர்மனியைப்பற்றித் தெரிந்துகொள்ள வேண்டுமென்ற ஆவலுடைய பிரெஞ்சுக்காரர்களும் தனது பத்திரிகையைப் படிக்கவேண்டுமென்பது இவன் நோக்கம். ஆனால் இவன் எதிர்பார்த்தபடி நடைபெறவில்லை. எப்பொழுதுமே இரண்டு பாஷைகளில் வெளியாகிற ஒரு பத்திரிகைக்கு அதிகமான உழைப்பு வேண்டியிருக்கும், ஆனால் அஃது எதிர்பார்க்கிற பயனைக் கொடாது.

1844-ம் வருஷம் பிப்ரவரி மாதம் "ஜெர்மன் பிரெஞ்சு மலரின்" முதல் இதழ் வெளியாயிற்று. இதுவே கடைசி இதழாகவும் ஆகிவிட்டது. இதில் மார்க்ஸ் இரண்டு கட்டுரைகள் எழுதினான். இவை, இவனுக்குச் சில விரோதிகளைச் சம்பாதித்துக் கொடுத்து விட்டது. ரூஜுக்கும், பத்திரிகையில் வெளியான விஷயங்களைக் கண்டு திருப்தி ஏற்படவில்லை. சில கட்டுரைகள், ஜெர்மானிய அரசாங்கத்தைத் திடுக்கிடச் செய்துவிட்டன. ஜெர்மனிக்குள் இந்த முதல் இதழானது மிகவும் ரகசியமாகவே நுழையும்படியாயிற்று. ஜெர்மானிய அரசாங்கமும் ஆஸ்திரிய அரசாங்கமும் சேர்ந்து, இந்தப் பத்திரிகை, தங்கள் எல்லைக்குள் பிரவேசிக்காதபடி பார்த்துக்கொள்ள, தங்கள் அதிகார யந்திரத்தை முடுக்கிவிட்டன. புஸ்தக வியாபாரிகள் இந்தப் பத்திரிகையை விற்பனை செய்யக் கூடாதென்று தடை செய்யப்பட்டார்கள். ரெயிலிலோ, கப்பலிலே மேற்படி பத்திரிகை யைக் கொண்டு போகக் கூடாதென்று தடை உத்திரவுகள் எங்கணும் பறந்தன. பத்திரிகையில் சம்பந்தப்பட்டுள்ள ரூஜ், மார்க்ஸ், ஹைன் முதலியவர்கள் ஜெர்மானிய மண்ணில் காலடி எடுத்துவைத்தால் அவர்களை உடனே கைது செய்ய வேண்டுமென்று ஆணை பிறந்தது. இவையெல்லாம் போக, பத்திரிகையில் வெளியான கட்டுரைகளை விரும்பிப்படித்துப் பாராட்டுகிறவர்களுடைய எண்ணிக்கையும் குறைவாக இருந்தது. இத்தகைய காரணங்களினால், பத்திரிகையின் முதல் இதழிலேயே அதிக நஷ்டம் ஏற்பட்டுவிட்டது. வியாபார நோக்கமுடைய ரூஜுக்கும் ப்ரோபெல்லுக்கும் இது பொறுக்குமா?

மற்றும் அரசாங்கத்தார் இவர்களைக் கைது செய்ய வேண்டுமென்று, பிறப்பித்திருந்த உத்திரவைக் கண்டு இவர்கள் பயந்துவிட்டார்கள். இதற்கிடையில் ரூஜுக்கும் மார்க்ஸுக்கும், மனஸ்தாபம் வேறே ஏற்பட்டுவிட்டது. மார்க்ஸுக்கு, ஒரு தொகை நிரந்தரமாகக் கொடுத்துக் கொண்டு வருவதாக ரூஜ் வாக்குக் கொடுத்திருந் தானல்லவா? இப்பொழுது அந்த மாதிரி கொடுக்க முடியாதென்றும், ஏற்கனவே செய்த வேலைக்கு ஊதியமாக, "பிரெஞ்சு-ஜெர்மன் மலரில்" நூறு பிரதிகளைக் கொடுத்து அவற்றை விற்று எடுத்துக் கொள்ளுமாறும் கூறினான்.

என்ன செய்வான் மார்க்ஸ்? வசிப்பது அந்நிய நாட்டில். புதிய குடும்பம். நிரந்தர வருமானமில்லாமல் எப்படி வாழ்க்கையை நடத்துவதென்பது பெரிய பிரச்னையாகிவிட்டது. ஆனால் மார்க்ஸ் ஒரு லட்சியவாதி. இந்தத் தடைகளை இவன் லட்சியம் செய்யவே யில்லை. பொருளாதார நூல்கள் பலவற்றைப் படிப்பதும் அவற்றிலிருந்து குறிப்புகள் எடுத்துச் சேகரிப்பதுமாகிற வேலையில் மும்முரமாக ஈடுபட்டான். இந்தக் காலத்திலேயே இவன், தான் பிற்காலத்தில் வகுத்த சமதர்ம சித்தாந்தத்திற்கு அடிகோலத் தொடங்கினான் என்று சொல்லவேண்டும்.

புஸ்தகங்கள் படித்துக் குறிப்புகள் எடுத்துக் கொண்டிருந்தால் குடும்ப காலட்சேபம் நடை பெறுமா வென்று கேட்கலாம். மார்க்ஸ் விஷயத்தில் அது நடைபெற்றுக் கொண்டுதான் வந்தது; இன்பமாகவும் நடைபெற்றுவந்தது. ஒத்த மனமுள்ள தம்பதிகளின் மத்தியில் செல்வமாகட்டும், வறுமையாகட்டும் செல்வாக்கிழந்து விடுகின்றது. "ரைன்லாந்து கெஜட்"டின் பழைய பங்குதாரர்கள், ஒரு தொகையை மார்க்ஸுக்கு அனுப்பினர். ஜார்ஜ்ஜுங் என்ற ஒரு நண்பன், ரூஜினால் மார்க்ஸினிடம் ஒப்படைக்கப்பட்ட "பிரெஞ்சு-ஜெர்மன் மலரின்" நூறு பிரதிகளையும் திருப்பி வாங்கிக் கொண்டு ஒரு தொகையை நஷ்ட ஈடாகக் கொடுத்தான். இந்த இரண்டு தொகைகளைக் கொண்டு மார்க்ஸ், தன் குடும்பத்தை நடத்தி வந்தான். 1844-ம் வருஷம் மே மாதம் முதல் தேதி ஒரு பெண் குழந்தையும் பிறந்தது.

இந்தக் காலத்தில் மார்க்ஸ் பொது வாழ்வில் ஈடுபட ஆரம்பித்தான். அப்பொழுது பாரிஸ் நகரத்தில் ஆயிரக்கணக்கான ஜெர்மானியர்கள் வசித்துக்கொண்டிருந்தார்கள். இவர்களெல்லோரும் ஒரே இடத்தில் சேர்ந்தாற்போல் வசித்துக் கொண்டிருந்த போதிலும் இவர்களுக்குள்ளே இரண்டு பிரிவினைகள் இருந்தன. ஒரு சாரார் தங்களை அறிஞர் கூட்டமென்று சொல்லிக்கொண்டனர். இன்னொரு

சாரார் தொழிலாளர்கள். இந்த இருசாராரும் ஒரே ஜெர்மன் ஜாதியினராக இருந்தபோதிலும் அந்நியர் போலவே பிரிந்து வாழ்ந்து வந்தனர். ஆசிரியர்கள், வியாபாரிகள், நாட்டியம், சிற்பம் முதலிய துறைகளில் ஈடுபட்டிருப்போர் ஆகிய இவர்களெல்லோரும் அறிஞர்கள்! கையினால் உழைத்துப் பிழைக்கிறவர்கள் தொழிலாளர்கள்! இப்படி இவர்கள், தங்களுக்குள்ளே வேற்றுமை பாராட்டி வந்தபோதிலும், பிரெஞ்சுக்காரர்கள், இவர்களனை வரையும் அந்நியர்களாகவே கருதி வந்தனர்; இவர்கள் மீது துவேஷமும் பாராட்டத் தலைப்பட்டனர். ஏனென்றால் இந்த ஜெர்மானியர்கள், போட்டி போட்டுக் கொண்டு கூலி விகிதங்களைக் குறைக்க ஆரம்பித்தனர்; அதாவது, அதிக நேரம் உழைத்து, குறைவான கூலி பெறுவதற்குச் சம்மதித்தனர். மற்றும் இவர் களுடைய வேலைப்பாடும் நன்றாயிருந்தது. இதனால் இவர்களையே எல்லோரும் விரும்பினர். இவர்களுக்கே அதிகமான வேலை கிடைத்துக் கொண்டு வந்தது. பிரெஞ்சு தொழிலாளர்களுக்கு வேலை கிடைப்பது கஷ்டமாகிவிட்டது. சொந்த நாட்டிலேயே பிழைப்புக்கு வழியில்லையென்றால் அப்படிப் பிழைப்பதற்கு அந்நியர்கள் ஒரு தடையாயிருக்கிறார்களென்றால் அந்த அந்நியர்கள் மீது துவேஷம் ஏற்படாமலிருக்குமா? இதன் காரணமாக பிரெஞ்சுத் தொழிலாளர் களுக்கும், ஜெர்மன் தொழிலாளர்களுக்கும் அடிக்கடி கைகலந்த சண்டைகள் நடைபெற்றன. அவரவரும் தங்கள் நலனைக் காப்பாற்றிக் கொள்ள, தனித்தனிச் சங்கங்கள் ஏற்படுத்திக் கொண்டனர். இந்தச் சங்கங்கள் முதலில் ரகசியமாகவே வேலை செய்து வந்தன. ஏன் இப்படி? ரகசியமாக வேலை செய்ய வேண்டியதன் அவசியமென்ன?

நெப்போலியனுடைய வீழ்ச்சிக்குப் பிறகு ஐரோப்பாவிலுள்ள சுயேச்சாதிகார்களெல்லோரும் வியன்னா நகரத்தில் ஒன்று கூடி, தங்கள் ஆதிக்கத்தை மறுபடியும் ஊர்ஜிதம் செய்து கொண்டார் களல்லவா? இப்படி? ஊர்ஜிதம் செய்து கொள்வதற்காக இவர்கள் பலாத்கார சக்தியின் துணையை நாடினார்கள். அடக்கு முறைகள் வலுத்தன. சுதந்திர சக்தி பூமியிலே சென்று புதைந்துவிட்டது. இதன் உபாசகர்கள் தூக்கு மேடையில் ஏறினார்கள்; சிறைகளுக்குள்ளே சந்தோஷமாகச் சென்றார்கள். ஆனால் ஜன சமுதாயத்தின் மத்தியில் ஒரு பயம் ஏற்பட்டுவிட்டது. இந்தப் பயத்தை ஆதாரமாகக் கொண்டு சுயேச்சாதிகாரிகள் நிம்மதியாக வாழப் பார்த்தார்கள்.

ஆனால் எவ்வளவு காலம் இப்படி நிம்மதியுடன் வாழ முடியும்? அழியாத சுதந்திர சக்திக்கு அவ்வப்பொழுது உபாசகர்கள் தோன்றிக் கொண்டு வந்தார்கள். பூமியிலே அழுந்திக்கிடக்கும் அந்தப்

புனிதமான சக்தியை - சுதந்திர தேவதையை - மேலுக்குக் கொணர்ந்து ஜனங்களுடைய இருதயக் கோயிலிலே வைத்துவிட வேண்டுமென்பது இவர்களுடைய நோக்கம். இதற்காக ஆங்காங்கு ரகசியச் சங்கங்கள் ஸ்தாபித்து அவைகளின் மூலம் ஜனங்களுக்கு உணர்ச்சி ஊட்டி வந்தார்கள். நாளாவட்டத்தில் இந்தச் சங்கங்களில் அபேதவாத எண்ணங்கள் புகுந்தன. இதற்கு முக்கிய காரணமென்ன வென்றால், இந்தச் சங்கங்களில் அதிகமான தொழிலாளர்கள் அங்கத்தினராகச் சேர்ந்தார்கள். மற்றும், இந்தக்காலத்தில் ஏழை மக்களிடத்தில் அனுதாபங்கொண்ட அறிஞர் பலர் அபேதவாதத்தைப் பற்றிப் பலவிதமாக ஆராய்ச்சி செய்து பலபட்ட கருத்துக்களை வெளியிட்டு வந்தனர். மாண்டெஸ்க்கு[7] வால்ட்டேர்[8] ரூஸ்ஸோ[9] ஸ்ான்ஸீமன்[10] பூர்யே[11] முதலியோருடைய நூல்கள் ஜனங்களிடையே பரவலாயின. ரகசியச் சங்கங்களுக்கு ஆதரவு கிடைத்துக்கொண்டு வந்தது.

பாரிஸில் பிரெஞ்சுத் தொழிலாளர்களாலும் ஜெர்மன் தொழிலாளர்களாலும் ஸ்தாபிக்கப்பட்ட ரகசியச் சங்கங்கள் நாளாவட்டத்தில் ஒன்று சேர்ந்து வேலை செய்யத் தொடங்கின. இங்ஙனமே அறிஞர் கூட்டத்தினிடையிலும் ஒற்றுமை ஏற்பட்டது. இந்த அறிஞர்கள் தொழிலாளர்களுக்கு மத்தியில் சென்று வேலை செய்ய ஆரம்பித்தனர்; புரட்சி எண்ணங்களைக் கொண்டு புகுத்தினர். சுருக்கமாகக் கூறுகிறபோது, சுயேச்சாதிகாரத்திற்கு விரோதமாயுள்ள பல சக்திகளும் ஒன்றுகூடின. மார்க்ஸுும் இந்தத் தொழிலாளர் கூட்டங்களுக்கு அடிக்கடி சென்று வந்தான். அங்கே நடைபெறுகிற பிரசங்கங்களையெல்லாம் அமைதியாகக் கேட்டு வந்தான். வரன் முறையல்லாத ஒருவித பொதுவுடைமைக் கொள்கையை இங்கே சிலர் தங்களுடைய அரைகுறையான ஞானத்தை வைத்துக்கொண்டு பிரசாரம் செய்துவந்தனர். இவையெல்லாம் மார்க்ஸுக்குப் பிடிக்க வில்லை. எந்த ஒரு தத்துவமும் அனுபவ வாழ்க்கைக்கும் நாகரிக மான வாழ்க்கைக்கும் பொருந்தவேண்டும் என்பது இவன் கருத்து. இதற்காக இவன் அநேகருடைய விரோதத்தையும் சம்பாதித்துக் கொண்டான். ஆனால் அதே சமயத்தில் சில அறிஞர்களுடைய சிநேகமும் இவனுக்குக் கிடைத்தது. இவர்களில் இங்குக் குறிப்பிடக் கூடியவர்கள் ப்ரூதோன்[12] ப்ளான்[13] எங்கெல்ஸ்[14] ஆகிய மூவருமாவர். ப்ரூதோனும், ப்ளானும், மார்க்ஸ் சென்ற லட்சிய பாதையில் சிறிது தூரம் சென்று இடையில் சச்சரவிட்டுக் கொண்டு நின்றுவிட்டனர். எங்கெல்ஸ் ஒருவன்தான் இவனோடு கடைசி வரையில் சென்றான்.

பாரிஸ் நகரத்தில் வசித்துக் கொண்டிருந்த ஜெர்மன் அபேத வாதிகள் - ஆம், பக்குவமடையாத அபேதவாதிகள் தங்களுடைய

கொள்கைகளைப் பரப்புவதற்கு ஒரு பத்திரிகை இருந்தால் நல்ல தென்று கருதினார்கள். இதனை உணர்ந்த ஹைன்ரிக் போர்ன்ஸ்ட் டைன்[15] என்பவன் ஒரு வாரப் பத்திரிகையைத் தொடங்கினான். இதற்கு "முன்னேற்றம்"[16] என்று பெயர். போர்ன்ஸ்ட்டைன் ஒரு நல்ல வியாபாரி. மொழி பெயர்க்கிற வேலையைக் கொஞ்சம் அறிவான். இவனுடைய நிருவாகத்தில் நடக்கிற பத்திரிகை எப்படி வெற்றியடைய முடியும்? பத்திரிகையில் பொழுது போக்குக்கான, வாழ்க்கைக்கு லவலேசமும் பயனில்லாத விஷயங்களே முதலில் வெளிவந்து கொண்டிருந்தன. இதனால் பத்திரிகையின் வரவை ஆவலுடன் எதிர்பார்த்திருந்தவர்கள் ஏமாற்றமடைந்தார்கள். அவர்கள், தங்கள் மனத்தில் அவ்வப்பொழுது தோன்றி அடங்கும் எண்ணங்களையெல்லாம் இந்தப் பத்திரிகை உருவகப்படுத்திக் காட்டும் என்று எதிர்பார்த்தார்கள். ஆனால் இது வேறு துறையில் சென்றது. இதனால் பத்திரிகைக்குச் செல்வாக்கு உண்டாகவில்லை. பார்த்தான் போர்ன்ஸ்ட்டைன் சூட்சுமமான வியாபாரியல்லவா? பெர்னேஸ்[17] என்பவனை ஆசிரியனாக நியமித்தான். இவன் நகைச்சுவைபட எழுதுவதில் கைதேர்ந்தவன். இவனுடைய எழுத்தில் ஜனங்களுக்கு ஒரு மோகம் இருந்தது. பத்திரிகை வரவர விருத்தி யடைந்தது. உற்சாகத்தோடு படிக்கிற கோஷ்டி அதிகமாயிற்று.

மார்க்ஸ், இந்தப் பத்திரிகைக்கு அடிக்கடி விஷயதானம் செய்து கொண்டு வந்தான். இவனுடைய கட்டுரைகள், ஜெர்மன் சுயேச் சாதிகாரக் கோட்டையைத் தகர்த்தெறியும் வெடிமருந்துகள் மாதிரி இருந்தன. அப்பொழுது ஜெர்மனியின் அரச பீடத்தில் உட்கார்ந் திருந்தவன் நான்காவது ப்ரெடெரிக் வில்லியம்[18] என்பவன். இவனை "பிற்போக்கின் மேலான பிரதிநிதி" யென்று மார்க்ஸ், தன் கட்டுரை யொன்றில் வருணித்தான்; அரசர்கள், கடவுளின் பிரதிநிதிகள் என்ற பாமர ஜனங்களின் நம்பிக்கைக்கு ஆதாரமேயில்லை யென்பதை நிரூபித்துக்காட்டினான்; மறைமுகமாகப் புரட்சிக்குத் தூண்டினான். இவைகளையெல்லாம் கண்ட ஜெர்மன் அரசாங்கத்தினர் சும்மாயிருப் பார்களா? தங்கள் நாட்டு எல்லைக்குள் "முன்னேற்றம்" பத்திரிகை பரவி வருவதை அவர்கள் இனியும் சகித்துக் கொண்டிருப்பார்களா? பத்திரிகைக்கு வாய்ப்பூட்டு போட்டுவிடும்படி பிரெஞ்சு அரசாங்கத்தை வேண்டிக் கொண்டார்கள். அல்லது பத்திரிகையின் முக்கியஸ்தர்களை நாடுகடத்திவிடும்படி கூறினார்கள். அப் பொழுதைய பிரெஞ்சு அரசாங்கமும் இதற்கு இணங்கியது. எந்தக் காலத்திலும் எந்த நாட்டிலும் அரசாங்கத்தார் சொல்கிற வழக்கமான காரணத்தைக் காட்டி - அதாவது பொதுஜன அமைதிக்குப் பங்கம் விளைவிக்கிறவர்கள் என்ற காரணத்தைக் காட்டி - மார்க்ஸ், ரூஜ், போர்ன்ஸ்ட்டைன், பெர்னேஸ் ஆகிய நால்வரும், இருபத்து

நான்குமணி நேரத்திற்குள் பாரிஸ் நகரத்தை விட்டுச் செல்ல வேண்டு மென்றும், அதற்குப் பிறகு கூடிய சீக்கிரத்தில், பிரெஞ்சு எல்லையை விட்டு வெளியேறிவிட வேண்டுமென்றும் 1845-ம் வருஷம் ஜனவரி மாதம் 11-ம் தேதி உத்திரவிட்டது.

இந்த நால்வரில் இருவர் - ரூஜூம் போர்ன்ஸ்ட்டைனும் ஏதேதோ சாக்குப் போக்குகள் சொல்லி, மேற்படி உத்திரவு, தங்களைப் பாதிக்காதபடி செய்து கொண்டார்கள்; பாரிஸிலிலேயே தங்கி விட்டார்கள். பெர்னேஸ், ஏற்கனவே வேறொரு குற்றத்திற்காகச் சிறைவாசம் செய்து கொண்டிருந்தான். மார்க்ஸ் ஒருவன்தான் அரசாங்க ஆணைக்குட்பட வேண்டியதாயிற்று. இவன் விரும்பி யிருந்தால், போலீஸாரின் கண்காணிப்பின் கீழ் பாரிஸிலேயே தங்கியிருக்கலாம். ஆனால் அப்படிச் செய்ய இவனுடைய தன் மதிப்பு உணர்ச்சி இடங்கொடுக்கவில்லை. எனவே அரசாங்க உத்திரவு கிடைத்த அன்றே, பாரிஸ் நகரத்தினின்று வெளியேறி விட்டான். தனது மனைவியையும் குழந்தையையும் கூட அழைத்துக் கொண்டு செல்ல முடியவில்லை. அவர்களைப் பின்னாடி வரும்படி ஏற்பாடு செய்துவிட்டு 1845-ம் வருஷம் பிப்ரவரி மாதம் 5-ம் தேதி பெல்ஜியத்தின் தலைநகரான ப்ரஸ்ஸெல்ஸ் போய்ச் சேர்ந்தான்.

அடிக்குறிப்புகள்:

1. Arnold Ruge 1802-1880
2. Julius Frobel
3. Lamennais 1782-1854. ஒரு சிறந்த பிரெஞ்சு அறிஞன். "ஓர் ஆஸ்திகனுடைய வார்த்தைகள்" என்ற இவனுடைய நூல், பல ஐரோப்பிய பாஷைகளிலும் மொழி பெயர்க்கப்பட்டிருக்கிறது. இத்தாலிய அறிஞனும் வீரனுமான மாஜினி இவனைத் தனது ஆசிரியன்போல் கருதிப் பேசியிருக்கிறான்.
4. Lamartine 1790-1869. ஒரு பிரெஞ்சுக் கவிஞன். நாவலன். 1848-ம் வருஷத்தில் நடைபெற்ற புரட்சியில் பங்கெடுத்துக் கொண்டவன். கடைசிக் காலத்தில் வறுமை காரணமாக அதிக கஷ்டப்பட்டான். அநேக வசன நூல்களும் எழுதியிருக்கிறான்.
5. Louis Blane 1811-1882. ஒரு பெரிய பிரெஞ்சு சரித்திரக்காரன் அபேத வாதத்தைத் தழுவி சில நூல்களும் பிரான்சிலே நடைபெற்ற புரட்சிகளைப் பற்றி சில சரித்திர நூல்களும் எழுதியிருக்கிறான்.
6. Heinrick Heine 1797-1856. மார்க்ஸைப் போலவே இவன் ஒர யூதனாகப் பிறந்து பின்னர் கிறிஸ்துவ மதத்தைத் தழுவிக் கொண்டான். ஜெர்மானியர்களால் பெரிதும் கொண்டாடப் படுகிற ஒரு கவி. 19-ம் நூற்றாண்டின் பிற்பகுதியில் ஜெர்மனியில் தோன்றிய புதுமலர்ச்சி இயக்கத்தில் பெரிதும் பங்கெடுத்துக் கொண்டவன்.

7. Montesquieu 1869-1775. பிரெஞ்சு அரசியல் பண்டிதன்.
8. Voltaire 1694 - 1778. பிரெஞ்சு தத்துவ ஞானி. சமுதாய ஊழல்களையும் சுயேச்சாதிகாரத்தையும் கண்டித்து அநேக நூல்கள் எழுதியிருக்கிறான்.
9. Rousseau 1712-1778. இவனுடைய சமுதாய ஒப்பந்தம் சிறந்ததோர் ஆராய்ச்சி நூல்.
10. St. Simon 1760-1825. அபேதவாதத்தைப்பற்றி ஒரு நூல் எழுதியுள்ள பிரெஞ்சு அறிஞன்.
11. Fourier 1772-1837. பொதுவுடைமையைத் தழுவி ஒரு திட்டம் வகுத்தவன்.
12. Proudhon 1809-1865. பிரெஞ்சு அபேதவாதி. இவனுடைய அபேத வாதம், பொருளாதாரத்தையே முக்கிய அடிப்படையாகக் கொண்டது.
13. Louie Blane
14. Engels.
15. Heinrich Bornstein
16. Vorwarts.
17. Bernays.
18. Frederick William IV 1795-1861

4. உற்ற நண்பன்

பாரிஸ் நகரத்தில் மொத்தம் பதினைந்து மாத காலம் வசித்தான் மார்க்ஸ். இந்தக் காலத்தில் இவன் முன்னே சொன்ன ப்ரூதோன் முதலிய அறிஞர்களோடும், சமதர்மத்தைப்பற்றி உரக்கக் கத்திக் கொண்டிருந்த ஜெர்மானியர்களோடும், ரகசியச் சங்கங்கள் ஸ்தாபித்து அவைகளின் மூலமாகச் சுயேச்சாதிகார சக்தியை வீழ்த்தி விட விரும்பியவர்களோடும் நெருங்கிப் பழகினான். இவர்களிற் சிலர் பிற்காலத்தில், இவனோடு சொற்போரிட்டுத் தோல்வியடைந்து விலகிக்கொண்டனர்; இன்னுஞ் சிலர், பொறாமையினால் இவனைக் கண்டபடி தூற்றி வந்தனர்; வேறு சிலர், எட்டினாற் போலிருந்து இவனிடம் அநுதாபங்காட்டினர். ஆனால், யாரும் இவனுடைய உள்ளத்தைத் திறந்து பார்க்கவில்லை; இவனுடைய வெற்றி தோல்விகளில், சுக துக்கங்களில் ஒரே நிதானமாகக் கலந்து கொள்ளவில்லை. அந்த உரிமை, அந்தப் பேறு, ப்ரீட்ரிக் எங்கெல்ஸ் ஒருவனுக்குத்தான் கிடைத்தது. 1844-ம் வருஷம் அக்டோபர் மாதத்திலிருந்து கடைசித் தடவையாகக் கண் மூடுகிறவரை, மார்க்ஸ், புரட்சி என்கிற சூறாவளியில் தான் அகப்பட்டுக் கொண்ட காலத்திலும், தேசப் பிரஷ்டனாகித் தனிமையில் ஏக்கப்பட்டுக் கொண்டிருந்த காலத்திலும், தனது ஆனந்த பாஷ்பத்திலும், துக்கக் கண்ணிரிலும், வாழ்விலும், தாழ்விலும், எப்பொழுதும் எங்கெல்ஸைத் துணைவனாகக் கொண்டிருந்தான்; எங்கெல்ஸூம் இவன் பக்கத்திலேயே, இவன் மலை மீது உற்சாகத்துடன் ஏறினாலும் அல்லது பள்ளத்தாக்கிலே விழுந்தாலும் கூடவே இருந்தான்; தன்னுடைய வாழ்வை இவனுடைய வாழ்வோடு ஐக்கியப்படுத்திக் கொண்டு விட்டான். மார்க்ஸ் இல்லாவிட்டால் எங்கெல்ஸ் இல்லை; எங்கெல்ஸ் இல்லாவிட்டால் மார்க்ஸ் இல்லை. இருவரும் இல்லாவிட்டால் சமதர்மம் இல்லை. சமதர்மம் இல்லாவிட்டால் உழைப்பாளிகள் உழைத்துக் கொண்டிருக்க வேண்டியதுதான்; சுரண்டுகிறவர்கள் சுரண்டிக் கொண்டிருக்க வேண்டியதுதான்.

மார்க்ஸ் இறந்த பிறகு, இவனுடைய வேலையைப் பூர்த்தி செய்தான் எங்கெல்ஸ். இவனை உலகத்திற்குச் சரியாக அறிமுகப்படுத்தினவன் எங்கெல்ஸ். மார்க்ஸ் இறந்துவிட்ட பிறகு சுமார் பன்னிரண்டு வருஷகாலம் உயிரோடிருந்தான் எங்கெல்ஸ். இந்தப் பன்னிரண்டு வருஷகாலமும் மார்க்ஸுக்காகவே வாழ்ந்தான். ஒரு சமயம் மார்க்ஸ் பீர்[1] என்ற ஓர் அறிஞன், எங்கெல்ஸிடம் பேசிக்கொண்டிருந்த போது, மார்க்ஸின் கட்டுரைகள் பல, நூல் வடிவாக வெளிவந்தால் நன்றாயிருக்கும் என்றும், இவைகள் கிடைப்பது அரிதாயிருக்கிறதென்றும் ஒரு குறையாகச் சொல்லிக்கொண்டான். எங்கெல்ஸுக்குக் கோபம் வந்துவிட்டது. "அப்படியானால் ஜெர்மனியிலுள்ள ஜனங்கள், நான் சோம்பேறித் தனமாயிருக்கிறேனென்றும், மார்க்ஸின் கருத்துக்களைப் பிரசாரம் செய்யாமல் சும்மாயிருக்கிறேனென்றும் நினைத்துக் கொண்டிருக்கிறார்களா?" என்று கடுமையாகப் பேசினான். அதாவது மார்க்ஸைப் பிரபலப்படுத்துகிற விஷயத்தில் தனக்கு யாரும் ஒன்றும் சொல்லத் தேவையில்லை யென்பதுதான் இந்தக் கோபத்திற்கு அர்த்தம்.

மார்க்ஸ் எந்த மாகாணத்தில் பிறந்தானோ அதே ரைன்லாந்து மாகாணத்தில்தான் எங்கெல்ஸ் பிறந்தான். இவன் பிறந்த ஊர் பார்மென்;[2] காலம், 1820-ம் வருஷம் நவம்பர் மாதம் 20-ம் தேதி.

இவனுடைய தகப்பன் திறமையுள்ள வியாபாரி, இங்கிலாந்தி லுள்ள மான்செஸ்டர் நகரத்தில் ஒரு பெரிய நூல் உற்பத்தித் தொழிற் சாலையை ஸ்தாபித்து அதனைச் சிறப்பாக விருத்தி செய்தான்; பார்மெனிலும் இதற்குக் கிளை ஸ்தாபனம் ஏற்படுத்தினான். இப்படி இவன் தொழில் திறமை எவ்வளவுக் கெவ்வளவு விசாலமாயிருந்ததோ அவ்வளவுக் கவ்வளவு இவன் மனம் குறுகி யிருந்தது. முரட்டு வைதிகன். வேடிக்கை, விளையாட்டு முதலிய வைகளெல்லாம் இவனுக்குப் பிடிக்காது. எப்பொழுதும் கடவுள் நினைவாயிருக்க வேண்டுமென்பது இவன் கட்டளை. கடவுளை நினைத்துக் கொண்டிருக்க வேண்டுமென்று சொன்னால் மனிதன் அப்படி நினைத்துக் கொண்டிருக்கிறானா? இல்லை; தன்னைப் பாவி என்று நினைத்துக் கொண்டுவிடுகிறான்; பாவ மன்னிப்புப் பெறுவதிலேயே பெரும் பொழுதைக் கழித்து விடுகிறான்.

இப்படிப்பட்ட வைதிகப் பித்து நிறைந்த சூழலியேயே எங்கெல்ஸ் வளர்ந்தான். இவனுக்கு, சிறு வயதிலிருந்தே தகப்பன் விஷயத்தில் ஒரு வெறுப்பு ஏற்பட்டுவிட்டது. தந்தையினுடைய அனுஷ்டானங்கள், ஆசாரசீலங்கள், பக்தியில் ஈடுபடுகிற மாதிரிகள்

முதலியவைகளெல்லாம் வெறும் போலி என்று இவன் கருதினான். தாயாரிடத்தில் இவன் அன்பு செலுத்தினான். அவளுடைய ஆதரவும் இவனுக்கு இருந்தது. சிறு வயதிலிருந்தே மார்க்ஸுக்குத் தாயின் எதிர்ப்பு இருந்தது; எங்கெல்ஸுக்குத் தந்தையின் வெறுப்பு இருந்தது.

எங்கெல்ஸ், ஒரு தொழிற்சாலை முதலாளியினுடைய மகனான படியால், பாலியத்திலிருந்து தொழிலாளர்களோடு நெருங்கிப் பழகச் சந்தர்ப்பம் கிடைத்தது. வறுமையை நேரில் கண்டான். ஏன், வறுமைக்கு மத்தியிலேயே இவன் வாழ்ந்தான் என்று சொல்ல வேண்டும். பால்மணம் மாறாத குழந்தைகளும், பலவீனப்பட்டுக் கிடக்கிற ஸ்திரீகளும், வயிற்றுக்கில்லாத கொடுமையினால் தினந் தோறும் பதினான்கு மணியிலிருந்து பதினாறு மணி நேரம் வரை தன் தந்தையினுடைய தொழிற்சாலையில் வேலை செய்து கொண்டிருந்ததை இவன் கண்திறந்து பார்த்தான். குழந்தைகள், பிராணவாயுவுக்குப் பதில் தொழிற்சாலையின் புகையைச் சுவாசித்துச் சுவாசித்து சீக்கிரத்தில் க்ஷயரோகிகளாகிவிட்டன. தாய்மார்கள், வயிறு நிரம்பச் சாப்பிடுவதற்கு வழியில்லாமல் பட்டினி கிடந்து கிடந்து, அந்தப் பட்டினியோடவே உழைத்து உழைத்து விரைவிலே உயிரை விட்டுவிட்டார்கள். தொழிலாளர் களின் குடும்ப வாழ்க்கை, வறுமை காரணமாக முட்புதர்கள் நிறைந்த காடாயிருந்தது. ஓயாத உழைப்பு, குறையாத வறுமை, கருணையில்லாத விதி இவைகளுக்கு மத்தியில் இவர்கள், பிராந்தி புட்டியிடம் தஞ்சம் புகுந்தார்கள். அஃதொன்றுதான் இவர்களுக்கு ஆறுதல் அளித்தது. இவையெல்லாம் பாலிய எங்கெல்ஸின் பசுமனதில் நன்றாகப் பதிந்தன. தொழிலாளர்கள் வசிக்கும் இடங்களுக்கு அடிக்கடி போவான்; அவர்களோடு ஏதாவது பேசுவான்; அவர்களுடைய குழந்தைகளோடு விளையாடுவான். வீட்டிற்கு வந்தால், தான் பார்த்தவைகளைப் பற்றிச் சிந்திப்பான். தவிர, கதைகள் சரித்திரங்கள் முதலியவைகளைப் படிப்பதில் இவன் அதிக அக்கறை செலுத்தினான்.

தகப்பனுக்கு இந்தப் போக்கெல்லாம் பிடிக்கவே இல்லை. பக்தியை யூட்டும் கிரந்தங்களைப் படிக்க வேண்டுமென்பதும், கடவுள் பெயரைச் சொல்லிக் கொண்டு நிறையப் பணம் சம்பாதிக்க வேண்டுமென்பதும் அவன் விருப்பம். தன் மகன் அப்படிச் செய்ய மாட்டானோ என்று பயந்தான். தன் மகனைப் பலவகையாகக் கண்டித்துப் பார்த்தான்; நல்லதனமாகச் சொல்லிப் பார்த்தான். பயனில்லை. ஓய்வு நேரங்களில், எங்கெல்ஸ், சுதந்திர உணர்ச்சி உண்டாகக்கூடிய கவிதைகள் பல புனைந்தான். தகப்பனுடைய தண்டனைக்கு இந்தப் பலன்தான் ஏற்பட்டது.

எல்லோரையும்போல் எங்கெல்ஸ் பள்ளிக்கூடத்திற்குச் சென்று படித்தான். பிற பாஷைகளைச் சுலபமாகக் கற்றுக் கொள்கிற திறமை இவனிடம் இருந்தது. இதனால் மற்றப் பிள்ளைகளைக் காட்டிலும் இவன் பள்ளிக்கூடத்தில் செல்வாக்குப் பெற்றவனாயிருந்தான். இருந்தாலும் தந்தை, இவனை மேல் படிப்புக்குக் கலாசாலை எதிலும் சேர்க்கவில்லை; தான் செய்துவந்த வியாபாரத்திலேயே ஈடுபடுத்தினான்; சிறிது காலம், தன்னுடைய காரியாலயத்திலேயே, தனது நேரான மேற்பார்வையில் வைத்துக்கொண்டிருந்து வியாபார முறைகளில் பயிற்சி அளித்தான். பிறகு ப்ரெமென்³ என்ற ஊரிலுள்ள தனது கிளை ஸ்தாபனத்திற்கு அனுப்பினான்.

தந்தையின் கட்டுப்பாடு இல்லாதிருந்தமையால், ப்ரெமெனில் எங்கெல்ஸ், சுயமாகச் சிந்தனை செய்யத் தொடங்கினான். அரசியல், பொருளாதாரம், சரித்திரம் முதலியவை சம்பந்தமாகப் பல நூல் களைப் படித்தான்; தீவிர எண்ணப் போக்குடைய பலருடன் பழகினான். இவை காரணமாகப் புதிய உலகம் ஒன்று இவன் கண் முன்னே புலப்பட்டது. இவனுடைய மதப்பற்று குறைய ஆரம்பித்தது. கடவுளின் உண்மை வடிவம் இன்னதென்று தெரியாமல் அவரை மூடிக் கொண்டிருக்கும் கருத்துக்கள், நம்பிக்கைகள், சடங்குகள் முதலியவற்றிலே சந்தேகங் கொண்டான். இவற்றினால் என்ன பயன் என்று இவனுடைய உள்மனம் கேட்கத் தொடங்கியது. ஆனால் இந்த மத நம்பிக்கை குறைந்துகொண்டு வந்ததற்குப் பதிலாக, தத்துவ ஆராய்ச்சியிலே இவன் அதிகமாக ஈடுபட்டான். ஹெகலின் சித்தாந்தங்களுக்கு அப்பொழுது ஜெர்மனியின் வாலிபர்களிடையே ஒருவித செல்வாக்கு இருந்த தல்லவா? எங்கெல்ஸும், இந்தச் சித்தாந்தங்களுக்குச் சிஷ்யனா னான். அப்பொழுது இவனுக்கு வயது இருபது.

இருபது வயதான ப்ருஷ்யப் பிரஜைகள் ராணுவத்தில் சேர்ந்து ஒரு வருஷகாலம் சேவை செய்ய வேண்டுமென்று ஒரு விதி அப்பொழுதைய ஜெர்மனியில் அமுலில் இருந்தது. எங்கெல்ஸ், ப்ருஷ்யப் பிரஜையானபடியால் இந்த விதியை அனுசரித்து, ராணுவ சேவைக்காக பெர்லின் நகரம் சென்றான். அங்குச் சென்று பீரங்கிப் படையில் சேர்ந்தான். ராணுவ சம்பந்தமான எல்லா விஷயங் களையும் சிரத்தையுடன் கற்றான்; தனக்கிடப்பட்ட வேலைகளை ஒழுங்காகச் செய்தான். அதே சமயத்தில், இளைய ஹெகலியர் கோஷ்டியின் பழக்கம் இவனுக்கு ஏற்பட்டது. இவர்களோடு சேர்ந்து அநேக தர்க்க வாதங்கள் செய்தான். தனது தத்துவ ஞானத்தை விருத்தி செய்து கொண்டான். எப்பொழுதுமே இவனுக்கு, தன் மனதில் தோன்றிய கருத்துக்களை அழகான பாஷையில் தெளிவுபட எடுத்துச்

சொல்லும் ஆற்றல் இருந்தது. சிறு வயதில் கவி பாடியவனல்லவா? இந்த ஆற்றலின் துணை கொண்டு, ஹெகலின் தத்துவங்களுக்குப் புதிய வியாக்கியானங்கள் கொடுத்துச் சில துண்டுப் பிரசுரங்களை எழுதி வெளியிட்டான். மார்க்ஸை ஆசிரியனாகக் கொண்டிருந்த "ரைன்லாந்து கெஜட்"டுக்கும் "பிரெஞ்சு-ஜெர்மன் மலரு"க்கும் கட்டுரைகள் எழுதினான். பெர்லினில் வசித்த ஒரு வருஷ காலத்தில் ராணுவ விஷயங்களில் பயிற்சி பெற்றதோடு, நல்ல எழுத்தாளன் என்ற பெயரையும் சம்பாதித்துக் கொண்டான்.

ராணுவ சேவை முடிந்த பிறகு, தந்தையின் கட்டளைக் கிணங்க, எங்கெல்ஸ், மான்செஸ்டர் நகரம் சென்றான். அங்கு, இவனுடைய குடும்பத்திற்குச் சொந்தமான தொழிற்சாலை இருந்ததல்லவா? அதில் சேர்ந்து ஒழுங்காக வேலை பார்த்து வரவேண்டுமென்றும், அப்படிச் செய்யாவிட்டால் தன்னுடைய உதவியை அணுவளவும் எதிர்பார்க்க வேண்டாமென்றும் தகப்பன் கண்டிப்பாகத் தெரிவித்து விட்டான். எனவே, எங்கெல்ஸ், அரைகுறையான மனதோடு மான்செஸ்டருக்குப் புறப்பட்டான். போகிற வழியில் கோலோன் நகரம் சென்று அங்கு மார்க்ஸையும் பார்த்துவிட்டுப் போக வேண்டுமென்று தீர்மானித்தான். ஒருவரைப் பற்றியொருவர் பரஸ்பரம் கேள்விப்பட்டிருக்கிறார்களே தவிர, இருவரும் சந்தித்த தில்லை. ஆனால் இவருடைய மனமும் ஒரே குரலில் பேசிக் கொண்டிருந்தது.

எங்கெல்ஸ், கோலோன் வந்து மார்க்ஸை சந்தித்தான். இந்தச் சந்திப்பு இருவருக்கும் அவ்வளவு திருப்திகரமாயில்லை. ஏனென்றால் இருவருக்கும் மத்தியிலே ஒருவித துவேஷத்தை உண்டு பண்ணிவிட்டிருந்தனர் சிலர். இதனால் இருவரும் முதலில் சந்தேகப் பார்வையுடனேயே பார்த்துக் கொண்டனர். ஆனால் எங்கெல்ஸ் எப்பொழுதும்போல் கட்டுரைகள் எழுதிக்கொண்டு வருவதென்றும் அவைகளை மார்க்ஸ், தனது பத்திரிகையில் வெளியிட்டுக்கொண்டு வருவதென்றும் இருவரும் ஏற்பாடு செய்து கொண்டனர். இந்த ஏற்பாட்டுடன் முதல் சந்திப்பு முற்றுப் பெற்றுவிட்டது.

1842-ம் வருஷக் கடைசியில் எங்கெல்ஸ் மான்செஸ்டர் வந்து சேர்ந்தான். தந்தையினுடைய தொழிற்சாலையில் ஓர் உத்தியோகஸ்த னாக அமர்ந்தான். புதிதாகப் போன ஓர் இடத்தில் சுலபமாகப் பழகிக்கொண்டுவிடும் சக்தி எங்கெல்ஸுக்கு இருந்தது. இதனால் ஆங்கில வாழ்க்கை, நாகரிகம், அரசியல் முதலியவற்றோடு தன்னைச் சீக்கிரத்தில் ஐக்கியப்படுத்திக் கொண்டுவிட்டான்.

அப்பொழுது இங்கிலாந்தில் "சார்டிஸ்ட் இயக்க"[4]த்திற்கு நல்ல செல்வாக்கு இருந்தது. யந்திரத்தொழிலுற்பத்தியில் இங்கிலாந்து வெகுவாக முன்னேற்றமடைந்திருந்த காலம் அது முன்னேற்றம் அடைந்திருந்தது என்று சொன்னால் என்ன அர்த்தம்? தொழிற் சாலைகளில் வேலை செய்துகொண்டிருந்த தொழிலாளர்கள் குறைந்த கூலிக்கு அதிக நேரம் உழைத்துக் கொண்டிருந்தார்கள். இவர்களுடைய நிலைமை மிகவும் பரிதபிக்கத்தக்கதாயிருந்தது. இவர்களுடைய குறைகளைச் சரிவர எடுத்துச் சொல்லிப் பரிகாரம் தேடிக்கொடுப்பார் பார்லி மெண்டுகளிலோ பிற இடங்களிலோ யாரும் இல்லை. ஏனென்றால் எங்கும் தொழில் முதலாளிகளின் கை ஓங்கி இருந்தது. இந்த நிலைமையில், தொழிலாளர்களுடைய அரசியல் அந்தஸ்து, பொருளாதார நிலைமை முதலியவைகளை உயர்த்திக் கொடுக்க வேண்டுமென்று ஓர் இயக்கம் தோன்றியது. இதுதான் "சார்டிஸ்ட் இயக்கம்." "ஜனங்களுக்கு நிலம், பிரதியொரு மனிதனுக்கும் ஒரு வீடு, ஓர் ஓட்டு, ஒரு துப்பாக்கி" ஆகிய இவைகளைச் சம்பாதித்துக் கொடுப்பதுதான். இந்த இயக்கத்தின் நோக்கமென்று ஓர் அறிஞன், இந்த இயக்கத்தைப் பற்றிச் சுருக்கமாக எடுத்துச் சொல்லியிருக்கிறான். இந்த இயக்கத்தின் முக்கியஸ்தர் களோடு நெருங்கிய தொடர்பு கொண்டான் எங்கெல்ஸ்.

தவிர, இந்தக் காலத்தில் ராபர்ட் ஓவன்[5] என்பவன், தொழிலாளர் களுடைய நிலைமையை உயர்த்துவதற்காகப் பல வழிகளிலும் பாடுபட்டு வந்தான். இவன், ஒரு தொழிற்சாலையின் முதலாளியாக இருந்தபோதிலும், தன் கீழ் வேலை செய்யும் தொழிலாளர்களுக்கு வீட்டு வசதிகள், சுகாதார வசதிகள் முதலியன செய்து கொடுத்து அவர்களுடைய வாழ்க்கைக்கு ஒரு சிறப்புக் கொடுத்தான். இவனுடைய கருத்துப்படி மானிட சமுதாயத்தை முன்னேற விடாமல் கட்டிப் பிணித்திருப்பன மூன்று. அவை விவாக பந்தம், மதம், தனிச் சொத்துரிமை என்பனவேயாம். இந்த மூன்று கட்டுகளினின்றும் மானிட சமுதாயத்தை விடுதலை செய்ய வேண்டும்; நியாய புத்தியையும், எல்லோரும் சம உரிமையும் சம அந்தஸ்துமுடைய சகோதரர்கள் என்ற எண்ணத்தையும் அஸ்திவாரமாகக் கொண்ட புதியதோர் உலக ஒழுங்கைச் சமைக்க வேண்டும். இதுதான் அவனுடைய கோட்பாடு. இவனுடைய கட்சியோடும் எங்கெல்ஸ் தொடர்பு வைத்துக்கொண்டான். தொழிலாளர் வசிக்கும் பல இடங்களையும் நேரில் சென்று பார்த்தான்; அவர்களுடைய குறைகளை விசாரித்தான்; யந்திர நாகரிகம் என்னென்ன கேடுகளை உண்டுபண்ணியிருக்கிறதென்பதை நன்கு தெரிந்து கொண்டான். இங்கிலாந்திலுள்ள தொழிலாளர்களின் பரிதாப நிலையைப் பற்றி அநேக ஆராய்ச்சிகளடங்கிய ஒரு நூலை

1844-ம் வருஷத்தில் எழுதி வெளியிட்டான். தவிர, இந்த மான்செஸ்டர் வாழ்க்கையின் போது, எங்கெல்ஸ், பொருளாதார ஆராய்ச்சியில் அதிகமாக ஈடுபட்டான். இந்த ஆராய்ச்சியின் முடிபுகளிற் சிலவற்றைக் கட்டுரைகளாகப் பத்திரிகைகளுக்கு எழுதினான். இவனுடைய இந்த ஆராய்ச்சி, மார்க்ஸுக்குப் பிற்காலத்தில் பெரிதும் உதவியாயிருந்தது.

1844-ம் வருஷம் ஆகஸ்ட் மாதம் எங்கெல்ஸ், ரைன்லாந்திலுள்ள தன் சொந்த ஊராகிய பார்மெனுக்குத் திரும்பிச் சென்றான். செல்கிற வழியில் பாரிஸில் மார்க்ஸோடு சுமார் பத்து நாட்கள் தங்கினான். இந்த இரண்டாவது சந்திப்பு, இருவருக்கும் இடைவிடாத ஒரு நேசப் பான்மையை உண்டு பண்ணியது. ஒருவரையொருவர் நன்றாகத் தெரிந்து கொண்டனர். இவருவருடைய லட்சியமும் ஒன்றாயிருந்தது. அதாவது, மானிட சமுதாயம் எந்த வழியைக் கடைப்பிடித்தால் நல்வாழ்வு பெறமுடியும் என்னும் விஷயத்தில் இருவரும் ஒரே மாதிரியான கருத்துகளைக் கொண்டிருந்தனர். இந்த இரண்டாவது சந்திப்பின் போதுதான், சமதர்ம வித்து ஊன்றப்பட்டதென்று சொல்லவேண்டும்.

உலகத்தில் எத்தனையோ சந்திப்புகள் ஏற்படுகின்றன; எத்தனையோ சிநேக ஒப்பந்தங்கள் அழியாத மையினால் எழுதப்படுகின்றன. இந்த ஒப்பந்தங்களில் கையெழுத்துப் போடுகிறவர்களும் 'பெரிய மனிதர்' களா யிருந்திருக்கிறார்கள். ஆனால் மார்க்ஸ்-எங்கெல்ஸ் சந்திப்பு, நட்பு, ஒப்பந்தம், உலக சரித்திரத்தை மாற்றியமைத்ததைப்போல் வேறு யாருடைய சந்திப்பும் நட்பும் ஒப்பந்தமும் மாற்றியமைக்கவில்லை. இருவருடைய சுபாவங்களும் அனுபவங்களும் வேறு வேறாயிருந்த போதிலும் ஒன்றுக்கொன்று துணை செய்வனவாயிருந்தன. எப்படி குடும்பமென்னும் கப்பலை, இயக்கிக் கொண்டு போவதற்கு மனமொத்த தம்பதிகள் அவசியமாயிருக்கிறதோ, அப்படியே சமதர்மமென்னும் கப்பலை உரிமைச் சக்திகளாகிற சுறாமீன்கள் நிறைந்த உலகமென்னும் கொந்தளிப்பான சமுத்திரத்தில் மிதக்க விடுவதற்கு ஒரே பார்வையுடைய இரண்டு பேர் அவசியமாயிருந்தது. அந்த இருவர்தான் மார்க்ஸ்-எங்கெல்ஸ்.

மார்க்ஸ், சுழன்று சுழன்று அடிக்கிற சூறாவளி மாதிரி. எதை அழிக்கிறோம், எதை நிர்மாணம் செய்கிறோம் என்பதைப்பற்றி அந்தக் காற்று பொருட்படுத்துவதேயில்லை. எங்கெல்ஸ், ஒரே வேகத்துடன் எப்பொழுதும் ஓடிக்கொண்டிருக்கும் மலையாறு மாதிரி. மார்க்ஸ், அறிவுத் துறையிலே மிக லாவகமாக நீந்தக் கூடியவன்; எங்கெல்ஸ், அனுபவத் துறையில் சாமர்த்தியமாக

நீந்துவதில் கெட்டிக்காரன். மார்க்ஸ், ஒவ்வொரு விஷயத்தையும் ஆராய்ந்து ஆராய்ந்து முடிவு காண்பான். எங்கெல்ஸ், சீக்கிரத்தில் சுலபமாகக்கூட முடிவைக் கண்டு விடுவான்; எப்படி அந்த முடிவுக்கு வந்தோம் என்பதைப் பற்றிக் கவலைகொள்ள மாட்டான். மார்க்ஸின் ஒவ்வோர் ஆராய்ச்சியும் அடி வண்டல் மாதிரி, அதாவது நல்ல சாகுபடிக்கு அவசியமான உரம். அவனுடைய வாழ்க்கை எப்படி போராட்ட மயமாயிருந்ததோ அப்படியே அவனுடைய ஆராய்ச்சியும் சிக்கலாயிருந்தது. எங்கெல்ஸின் ஒவ்வொரு கருத்தும் சுலபமாக ஏந்திக் குடிக்கக் கூடிய ஊற்று நீர். மார்க்ஸின் எழுத்து, சிந்தனையென்னும் உலைக்களத்தில் அடித்து நீட்டப்பட்ட இரும்புக் கம்பி; எங்கெல்ஸின் எழுத்து, பிரகாசமயமான தங்கக் கம்பி.

சுபாவத்தில் மார்க்ஸ் மகா முன்கோபி; எங்கெல்ஸ் வெகு நிதானஸ்தன். மார்க்ஸை நெருங்குகிறபோது ஓர் அச்சம் உண்டாகும்; எங்கெல்ஸை அணுகுகிறபோது ஓர் அன்பு உண்டாகும். எதிர்க் கட்சியினரை மார்க்ஸ் போராடி வெல்வான்; எங்கெல்ஸ் அன்பினால் அணைத்துக்கொண்டு விடுவான். மார்க்ஸ் பிறவித் தலைவன்; எங்கெல்ஸ் பிறவித் தோழன்.

இருவரிடத்திலும் மனோஉறுதி, விடாமுயற்சி இருந்தன. இருவரும் சலியாது உழைப்பர்; எவ்வளவு கஷ்டங்கள் வந்தாலும் எளிதிலே சமாளித்துக் கொள்வர். ஏழைகளுக்கு இரங்கும் விஷயத்தில் இருவரும் ஒரே மாதிரியான மனம் படைத்தவர். தங்களை மறந்து, தாங்கள் எடுத்துக் கொண்ட காரியத்தைச் சாதிக்க வேண்டுமென்பதில் ஆர்வமுடையவர். பொதுநல விஷயத்தில், சொந்த மதிப்பை லவலேசமும் பாராட்டாதவர். சம்பிரதாயங்கள், மரியாதைகள் முதலியவைகளை யெல்லாம் பாராட்டாமல் இருவரும் பழகுவர். உணர்ச்சி வசப்பட்டுத் தன்வசமிழந்து நிற்க மாட்டார்கள். பிறருடைய குற்றங்குறைகளைக் கண்டிப்பதில் எப்படி தயை தாட்சண்யம் பாராட்ட மாட்டார்களோ அப்படியே தங்களுடைய குற்றங் குறைகளை எடுத்துச் சொல்லிக் கொள்வதற்கும் தயங்க மாட்டார்கள்.

எங்கெல்ஸ், பாரிஸில் சுமார் பத்து நாட்கள் வரை மார்க்ஸோடு தங்கிவிட்டுப் பிறகு பார்மெனுக்குச் சென்றான். சென்று பார்க்கிற போது ஜெர்மனியின் நிலைமை பலவகையிலும் மாறியிருந்தது. தொழிலாளர்களின் மத்தியில் வறுமை அதிகரித்திருந்தது. எங்கும் முணுமுணுப்புச் சப்தம் கேட்டது. மத்திய வகுப்பாரும் பணக்காரர் களும், தங்களுடைய அசிரத்தையிலிருந்து சிறிது விழித்துக் கொண்டனர். ஏழைகளின் வறுமைத் தீயானது, தங்களுடைய உரிமை மாளிகையை எங்கு நெருங்குமோவென்று கவலைப்பட்டனர்;

இதற்காக அரை மனதுடன், தொழிலாளர்களின் முன்னேற்றத் திட்டங்கள் என்னும் தண்ணீரை மேற்படி தீயின்மீது வாரி இறைத்தனர். ஆயினும் சில சில இடங்களில் தொழிலாளர்கள் கலகத்திற்குக் கிளம்பினர். அரசாங்கத்தார் கடுமையாக அடக்கினர். இந்தக் குழப்பங்களுக்குப் பரிகாரம் தேடிக்கொடுக்கிற மாதிரியில் துண்டுப் பிரசுரங்களின் மூலமாக, ஏழைகளிடத்தில் அநுதாப முடைய, ஆனால் அதே சமயத்தில் முதலாளிகளின் அதிருப்தியைச் சம்பாதித்துக் கொள்ள விரும்பாத அறிஞர்கள், பல யோசனைகளைக் கூறினர். அபேதவாதம் என்ற பெயரைச் சொல்லிக்கொண்டு அநேக பத்திரிகைகள் எழுந்தன. அப்பொழுதைய அபேதவாதத்திற்கு அர்த்தமென்ன வென்றால், ஏழைகளின் துயரத்திற்கு இரங்குதல், அவர்களுக்கு இழைக்கப்படும் அநீதியைக் கண்டு ஆத்திரப்படுதல், மனிதனுடைய மேலான உணர்ச்சிகளுக்கு விண்ணப்பித்துக் கொள்ளுதல், எல்லோரும் நல்வாழ்வு நடத்தக்கூடிய மாதிரியான புதிய உலகம் ஒன்று அமைய வேண்டுமென்று விருப்பங் கொள்ளுதல் ஆகிய இவை சேர்ந்ததுதான். வெறும் நல்லெண்ணத் தினாலேயே ஒரு புதிய சமுதாயத்தைச் சிருஷ்டித்து விடலாமென்று அப்பொழுதைய அறிஞர்கள் கருதிக் கொண்டிருந்தார்கள்.

எங்கெல்ஸ், பார்மெனுக்குச் சென்றதும் தொழிலாளர்கள் மத்தியில் அபேதவாத தத்துவத்தை விளக்கிப் பிரசாரஞ்செய்ய முனைந்தான். ஆனால் அதிகாரிகள் இதற்கு இடங் கொடுக்க வில்லை. இதே சமயத்தில் இவனுடைய குடும்பத் தொல்லைகள் அதிகமாயின. ஏனென்றால் இவனுடைய உணர்ச்சிகள் ஒரு மாதிரியாக இருந்தன; குடும்பத்தினரின் விருப்பம் வேறு மாதிரியாயிருந்தது. தனக்கும் குடும்பத்திற்கும் இடையில் பெரிய பிளவு உண்டாகி வருவதைத் தினந்தோறும் உணர்ந்து கொண்டு வந்தான். 1845-ம் வருஷம் ஜனவரி மாதம் 20-ம் தேதியிட்டு மார்க்ஸுக்கு எழுதிய ஒரு கடிதத்தில் பின் வருமாறு குறிப்பிடு கிறான்:

“இந்தப் பணப் பிடுங்கல் இருக்கிறதே - அதாவது எப்படியேனும் பணத்தைச் சம்பாதித்துவிட வேண்டுமென்ற ஆசை - இது கொடிது; இந்த பார்மென் வாசம் மிகக்கொடிது; இந்த வீண் பொழுதுபோக்கு மகா கொடிது. இவையெல்லாவற்றைக் காட்டிலும் மேலான கொடுமை யென்னவென்றால் நான் இன்னமும் ஒரு முதலாளியாக - தொழிலாளர் நலனுக்கு முற்றிலும் விரோதமான முதலாளியாக - இருந்துகொண்டிருப்பதுதான். இந்தக் கொடுமைகளையெல்லாம், என்னுடைய கிழத் தகப்பனின் தொழிற்சாலைக்குச் சென்ற சில நாட்களிலேயே உணர்ந்து கொண்டேன். இதற்கு முந்திய தடவை,

இவைகளை நான் பாராட்டாமலிருந்தேன். எனக்குத் தேவையான காலம் வரையில், இந்தப் பணம் பறிக்கும் தொழிலில் ஒட்டிக் கொண்டிருந்து, பிறகு போலீஸார் தடுத்துவிடக்கூடிய மாதிரியான ஒரு துண்டுப் பிரசுரத்தை வெளியிட்டு, அதன் விளைவாக ஜெர்மனியின் எல்லைக்கு வெளியே வந்துவிடுவதென்று முதலில் தீர்மானித்திருந்தேன். ஆனால் அவ்வளவு காலம் என்னால் பொறுத்துக் கொண்டிருக்க முடியாது போலிருக்கிறது. அப்படி யிருந்தால் எனது எண்ணங்கள் அழுகியும் உணர்ச்சி மழுங்கியும் விடும் போலிருக்கிறது. ஒருவன் சமதர்மவாதியாகவும் இருந்து கொண்டு அதே சமயத்தில் பணம் பறிக்கிற முதலாளியாகவும் இருக்க வேண்டுமானால் அவன் ஒன்றையும் எழுதாதிருக்க வேண்டும். ஆனால் முதலாளித்துவம், பணம் பறித்தல், சமதர்மப் பிரசாரம் ஆகிய மூன்றும் ஒன்று சேர்ந்திருத்தல் என்பது அசாத்தியம்."

எங்கெல்ஸுக்கும் இவன் தந்தைக்கும் வரவர மனஸ்தாபம் முற்றிக் கொண்டு வந்தது. மேல் படிப்பு படிப்பதாயிருந்தாலும் அல்லது சுயமாக வேறெந்தத் தொழில் நடத்துவதாயிருந்தாலும் பண உதவி செய்யத் தயாராயிருப்பதாகவும் - ஆனால் அபேதவாதப் பிரசாரம் மட்டும் செய்யக்கூடாதென்றும் தகப்பன் கூறினான். இந்த நிபந்தனைக்கு உடன்பட எங்கெல்ஸ் மறுத்துவிட்டான். இதற்குப் பிறகு வீட்டிலே இருப்பதென்பது அசாத்தியமாகிவிட்டது. "என்னை ஒரு நாய் போல் நடத்துகிறார்கள்" என்று மார்க்ஸுக்கு எழுதிய ஒரு கடிதத்தில் கூறி வருத்தப்படுகிறான்.

இதே சமயத்தில், எங்கெல்ஸ் விஷயத்தில் போலீஸாரின் கண்காணிப்பு அதிகப்பட்டது. இவனைக் கைது செய்வார்கள் போலிருந்தது. அப்படிக் கைதியாக அகப்பட்டுக் கொண்டால் அது, தன் குடும்ப கௌரவத்திற்குக் குறைவென்று, தகப்பன் மனம் வருந்துவானென்று கருதி, தானே வலிய பார்மெனைவிட்டு வெளியேறிவிட்டான். எங்கெல்ஸ், நேரே ப்ரஸ்ஸெல்ஸ் வந்து சேர்ந்தான். அப்பொழுது மார்க்ஸும் அங்கிருந்தான். இங்ஙனம் இருவரும் ஒன்று சேர்ந்தது 1845-ம் வருஷம் ஏப்ரல் மாதம் முதல் வாரம். இது முதற்கொண்டு சுமார் முப்பத்தெட்டு வருஷகாலம் இருவரும் இணைபிரியாமல் ஒன்றாகவே இருந்தனர். இருவருடைய வாழ்க்கையும் ஒரு பின்னல் மாதிரி ஆகிவிட்டது.

1860-ம் வருஷம் மார்ச்சு மாதம் எங்கெல்ஸின் தந்தை இறந்து விட்டான். அவனுடைய பிள்ளைகளுக்குள் சொத்துப் பிரிவினை ஏற்பட்டது. எங்கெல்ஸுக்கு, மான் செஸ்டரிலிருந்த தொழில் ஸ்தாபனம் மட்டுமே கிடைத்தது. மற்றச் சொத்துக்களுக்கும் இவன்

போராடியிருக்கலாமாயினும் அப்படிச் செய்யவில்லை. தன் தாயாரின் மனம் எந்தவிதத்திலும் புண்படக் கூடாதென்பது இவனுடைய ஒரே நோக்கம். ஏனென்றால் தாயாரிடத்தில் இவன் பரம பக்தி வைத்திருந்தான். அவளுக்கு எழுதிய ஒரு கடிதத்தில் சொல்கிறான்:

"இந்தப் பாகப் பிரிவினை விஷயமாகத் தங்களுடைய மனம் எந்த விதத்திலும் புண்படக்கூடாது. இதற்காக நான் எதையும் தியாகம் செய்யச் சித்தமாயிருக்கிறேன். என் சகோதரர்களுக்குப் பாதகம் உண்டாகும்படி குடும்பச் சொத்துக்களை அனுபவிக்க நான் விரும்பவில்லை. இதைப்பற்றி நான் பிரஸ்தாபிக்கப் போவதுமில்லை. என் சகோதரர்களுக்கு, என் பாகத்திலிருந்து நான் அதிகமாகக் கொடுத்துவிட்டேன் என்பதைப் பற்றியும் நான் பெருமையடித்துக் கொள்ளப்போவதில்லை ...... நூற்றுக்கணக்கான தொழில்கள் எனக்கு கிடைக்கலாம். ஆனால் மற்றொரு தாயார் எனக்குக் கிடைக்க மாட்டாளல்லவா?"

எங்கெல்ஸ், உலக விவகாரங்களிலாகட்டும், போர்க் களத்திலா கட்டும் ஒரு சுத்த வீரன். நியாயத்திற்காகப் போராடுவதில் பின் வாங்கமாட்டான். வியாபாரத்திலும் யுத்த தந்திரத்திலும் இவனுக்கு ஒரே மாதிரியான புலமை இருந்தது.

மாறுபட்ட இந்த இரண்டு துறைகளைப் பற்றியும் அநேக நூல்களை இவன் எழுதியிருக்கிறான். இவனுடைய ராணுவ நிபுணத் துவத்தைப் பாராட்டுவதற்கடையாளமாக இவனுடைய நண்பர்கள் இவனைத் "தளபதி" என்று அழைப்பார்கள்.

மான்செஸ்டர் வியாபாரத்தைத் தன் சுவாதீனப் படுத்திக் கொண்டது முதல், எங்கெல்ஸ், மார்க்ஸின் அறிவு ஆராய்ச்சிக்கு மெய்க் காப்பாளனாக இருந்ததோடு, அவனுடைய குடும்பத்தின் போஷகனாகவும் இருந்தான். மார்க்ஸுக்காக எங்கெல்ஸ் வாழ்ந்தான் என்று சொல்வது எந்த விதத்திலும் மிகையாகாது.

எங்கெல்ஸ் நல்ல உயரம்; உயரத்திற்குத் தகுந்த பருமன்; மனோ உறுதியைப் புலப்படுத்துகிற பலகணிகள் மாதிரி இரண்டு கண்கள். இவன் வாக்கிலிருந்து வந்த ஒவ்வொரு வார்த்தையும், இவனுடைய விசால இருதயத்தின் ஓசையாயிருந்தது. உள்ளொன்று வைத்துப் புறமொன்று பேசுவதென்பது இவனுக்குப் புறம்பான விஷயம். சொல்லும் செயலும் இவனைப் பொறுத்தமட்டில் வேறு வேறானவையல்ல. அதேபோல் மற்றவர்களிடமிருந்தும் இவன் எதிர்பார்த்தான். அபேதவாதத்தைப்பற்றி ஆரவாரமாகப் பேசும்

ஆங்கில அறிஞர்களிடத்தில் இவனுக்கு அதிக மதிப்புக் கிடையாது. அவர்களும் இவனை அதிகமாக நெருங்கியதில்லை. ஆனால், "பிரும்ம ஞான சங்க"த் தலைவியாயிருந்தவளும், இந்தியாவின் அரசியல் வாழ்வில் அதிக பங்கெடுத்துக் கொண்டவளுமான டாக்டர் அன்னி பெசண்ட் அம்மாளிடத்தில் இவனுக்கு அதிக மதிப்பு இருந்தது. இந்த அம்மாள் ஒரு காலத்தில் அபேதவாதப் பிரசாரத்தில் தீவிரமாக ஈடுபட்டிருந்தவள்.

1869-ஆம் வருஷம் எங்கெல்ஸ், தனது வியாபாரத்திலிருந்து விலகிக் கொண்டுவிட்டான். மான்செஸ்டர் தொழிற்சாலையில் தனக்கிருந்த பங்கை தன்னுடைய கூட்டாளிக்கு விற்றுவிட்டு, அதில் கிடைத்த தொகையைக் கொண்டு, தன் மிகுதி வாழ்நாளையும் கழித்தான்; அதே சமயத்தில் மார்க்ஸின் குடும்பத்தையும் காப்பாற்றி வந்தான். தொழிலிலிருந்து விலகிக்கொண்ட அடுத்த வருஷமே, லண்டனுக்கு வந்து, மார்க்ஸ் வசித்துக் கொண்டிருந்த வீட்டுக்கு அருகில் வசிக்கத் தொடங்கினான். இதன் பிறகு சுமார் இருபத்தைந்து வருஷகாலம் இவன் உயிரோடிருந்தான். மார்க்ஸ் இருந்தவரையில் அவனோடு ஒத்துழைப்பதிலும், அவன் இறந்த பிறகு அவனுடைய வேலையைப் பூர்த்தி செய்வதிலும் இந்தக் காலத்தைக் கழித்தான். அபேதவாதம் என்பது, அனுஷ்டான சாத்தியமாக ஒரு தத்துவம் என்று நிர்ணயம் செய்து காட்டியது இந்தக் காலத்தில்தான். கடைசியில் இவன் - எங்கெல்ஸ் - 1895-ம் வருஷம் ஆகஸ்ட் மாதம் 5-ம் தேதி கண் மூடிக்கொண்டு விட்டான்.

எங்கெல்லின் தீர்க்க திருஷ்டியைப் பற்றிச் சில வார்த்தைகளாவது சொல்லி இந்த அத்தியாயத்தை முடிக்க விரும்புகிறோம், 'வருங்காலத்தைப் பற்றி உத்தேசமாகச் சொல்வது அநேகருக்குச் சாத்தியம். இவர்கள் ஊகித்துச் சொல்வது மெய்யாகவும் ஆகலாம்; பொய்யாகவும் போகலாம். ஆனால், இருக்கப்பட்ட நிலைமைகளை வைத்துக் கொண்டு சாஸ்திரரீதியாக ஆராய்ச்சி செய்து, இவற்றின் முடிவு இப்படித்தான் ஆகும். இன்னபடிதான் நடக்கவேண்டும் என்று அறுதியிட்டுச் சொல்வது எல்லா அறிஞர்களுக்கும் முடியாத காரியம். ஆனால் எங்கெல்ஸின் தீர்க்க திருஷ்டியானது, இந்த முடியாத காரியத்தைச் சாதித்திருக்கிறது. 1914-ம் வருஷம் ஆகஸ்ட் மாதம் மகத்தானதோர் ஐரோப்பிய யுத்தம் மூண்டதல்லவா? இப்படிப் பட்டதொரு பெரு நெருப்பு ஐரோப்பாவைப் பற்றிக் கொள்ளப் போகிறதென்று, சுமார் முப்பது வருஷங்களுக்கு முன்னாடியே - 1887-ம் வருஷத்தில் - எங்கெல்ஸ் சொல்லியிருக்கிறான். அந்த வாசகங்களை இங்கு எடுத்துக்காட்ட விரும்புகிறோம்:

"ஜெர்மனிக்கு உலக யுத்தத்தில் இறங்குவதைத் தவிர வேறு வழியில்லை. இந்த உலக யுத்தம், இதற்கு முன் நடந்திராத அவ்வளவு பெரிய யுத்தமாகவும் கோர யுத்தமாகவும் இருக்கும். சுமார் எண்பது லட்சத்திற்கு மேல் நூறு லட்சம் பேர்வரை யுத்த வீரர்கள் ஒருவர் குரல்வளையை ஒருவர் பற்றிக்கொண்டு போராடுவார்கள்: வெட்டுக் கிளிகள் கும்பலாக வந்து (பயிர்களை) அழித்துவிடுமே அதைவிட அதிகமாக இவர்கள் ஐரோப்பா முழுவதும் பரவி பூராவையும் சாப்பிட்டுவிடுவார்கள். சுமார் மூன்று நான்கு வருஷ காலம் இந்த யுத்தம் நடைபெறும். ஆனால் முப்பது வருஷ யுத்தத்தினால் ஏற்படுகிற அழிவு, இந்த மூன்று நான்கு வருஷத்தில் ஏற்பட்டுவிடும். ஜனங்கள் பட்டினியால் மாண்டுபோவார்கள். தொத்து வியாதிகள் எங்கும் பரவும். இல்லாமைக் குறையினால், யுத்த வீரர்களும் ஜனங்களும் மிருகத்தனமாக நடந்துகொள்வார்கள். வியாபாரம், தொழில், லேவாதேவி முதலியயாவும் சீர்குலையும்; பண முடை உண்டாகும். பழைய ராஜ்யங்கள் பல சிதறிப்போகும்; அவற்றின் அரசியல் ஞானம் சூனியமாகிவிடும். டஜன் கணக்கில் மணி மகுடங்கள் நடைபாதையில் உருளும். அவற்றைத் தொட்டு எடுப்பார் யாருமிருக்கமாட்டார். இவையெல்லாம் எப்படி முடியுமென்று இப்பொழுது ஊகித்துச் சொல்ல முடியாது. இந்தப் போராட்டத்தில் யார் வெற்றிபெறுவார் என்றும் சொல்ல முடியாது. ஆனால் ஒரு முடிவுமட்டும் நிச்சயம். எங்கும் ஒரே மாதிரியான சோர்வு ஏற்பட்டுவிடும். தொழிலாளர்கள், (நடத்திவரும் போராட்டத்தில், கடைசி முறையாக) வெற்றியடைவதற்கான நிலைமை உண்டாகும். ஆயுதப் போட்டியை அடிப்படையாகக் கொண்டு அமைக்கப் பட்டிருக்கிற அரசியல் அமைப்பு இந்த முடிவிலேதான் கொண்டு போய்விடும். அரசர்களே! ராஜதந்திரிகளே! உங்களுடைய ஞானம் பழைய ஐரோப்பாவை இந்த ஸ்திதிக்குக் கொண்டுவந்து விட்டிருக்கிறது.

எவ்வளவு உண்மையான வாசகங்கள்! எங்கெல்ஸ்! நீ உண்மையான தீர்க்கதரிசி!

அடிக்குறிப்புகள்:

1. Max Beer
2. Barmen
3. Bremen
4. The Chartist Movement
5. Robert Owen 1771 - 1858

5. கம்யூனிஸ்ட் அறிக்கை

மார்க்ஸ், ப்ரஸ்ஸெல்ஸ் வந்து சேர்ந்தும், தான் அங்கே நீடித்து நிலைத்திருக்க முடியாதென்றும், தனக்குச் சீக்கிரத்தில் தொந்திரவு ஏற்படக் கூடுமென்றும் உணர்ந்து கொண்டான். ஏனென்றால், இவனுடைய வரவை அறிந்த ப்ருஷ்ய அரசாங்கத்தார், இவனை பெல்ஜியத்தினின்று வெளியேற்றிவிடுமாறு பெல்ஜிய அரசாங்கத்தாரைத் தூண்டிவிட்டுக் கொண்டேயிருந்தனர். இதை ஊகித்துக் கொண்டோ என்னவோ, மார்க்ஸ், ப்ரஸ்ஸெல்ஸுக்கு வந்து சேர்ந்தும், தான் அங்கு வாசம் செய்வதற்கு அனுமதிச் சீட்டு வேண்டுமென்று பெல்ஜியம் அரசாங்கத்திற்கு விண்ணப்பம் செய்து கொண்டான். ஆனால் இது சீக்கிரத்தில் கிடைப்பதாயில்லை. அனுமதிச் சீட்டுக் கோரி விண்ணப்பித்துக் கொண்டால் மட்டும் போதாது, அரசியலைப் பற்றி எந்தவிதமான கட்டுரையோ, பத்திரிகையோ வெளியிடுவதில்லையென்று உறுதிமொழியும் கொடுக்க வேண்டும், அப்படிக் கொடுத்த பிறகுதான், போலீஸாரின் உபத்திரவமின்றி வசிக்க முடியுமென்று தெரிந்தது. அப்படியே உறுதிமொழிப் பத்திரத்தில் கையெழுத்துப் போட்டுக் கொடுத்தான். வசிப்பதற்கு அனுமதியும் கிடைத்தது. ஆனால், நிபந்தனையோடு கூடிய இந்த வாசம் இவன் மனதை அதிகமாக உறுத்தியது. தான் பிறந்த நாட்டிலே வசிப்பதற்கு இடங்கொடாவிட்டாலும், அந்நிய நாட்டில் வசிப்பதற்குக்கூட முடியாமல் தொந்தரவுகள் விளைவித்துக் கொண்டிருக்கிற ஜெர்மன் அரசாங்கத்தின் மீது இவனுக்கு ஒருவித அருவருப்பு உண்டாயிற்று. எனவே, 1845-ம் வருஷம் டிசம்பர் மாதம் - அதாவது ப்ரஸ்ஸெல்ஸுக்கு வந்த பத்தாவது மாதம் - தனது ப்ருஷ்யப் பிரஜா உரிமையைத் துறந்துவிட்டான். இதன் பிறகு, இவன் வேறெந்த நாட்டின் பிரஜையாகவும் தன்னைப் பதிவு செய்து கொள்ளவில்லை.

ஜெர்மனியிலிருந்து அரசியல் காரணங்களுக்காகப் பிரஷ்டம் செய்யப்பட்டிருந்த பலர் ஏற்கனவே ப்ரஸ்ஸெல்ஸில் வசித்துக்

கொண்டிருந்தனர். தாய்நாட்டிலிருந்து விரட்டப்பட்டவர்கள் எப்படி அந்நியநாட்டில் மதிப்போடு வாழ முடியும்? பெல்ஜியம் வாசிகள், இந்த அந்நிய நாட்டு வாசிகளை - ஜெர்மனியிலிருந்து பலராகவும், பிறநாடுகளிலிருந்து சிலராகவும் வந்து குவிந்ததிருந்த தேச பக்தர்களை - கேவலமாக நடத்தினார்கள். இவர்களும், தேசபக்தி காரணமாக, எல்லா அவமானங்களையும் மௌனமாகவும், சில சமயங்களில் முணுமுணுத்துக்கொண்டும் சகித்து வந்தனர். ஆனால் அப்பொழுது - பத்தொன்பதாவது நூற்றாண்டின் இடைப்பாகத்தில் - ஐரோப்பாவிலேயே, பெல்ஜியம் ஒன்றுதான் அந்நியநாட்டுத் தேச பக்தர்களுக்கு அடைக்கல ஸ்தானமாயிருந்தது - மற்ற நாடுகளில் இவர்கள் அதிகமாகத் துன்புறுத்தப்பட்டார்கள். பெல்ஜியத்தில் துன்பங்களே இல்லையென்று சொல்ல முடியாவிட்டாலும் மற்ற நாடுகளைக் காட்டிலும் இங்கே குறைவாக இருந்தன. மார்க்ஸ், ப்ரஸ்ஸெல்ஸ் வந்து சேர்ந்த சில நாட்களுக்குள் ஜெர்மனியிலிருந்து விரட்டப்பட்டு வந்திருக்கிற தேசபக்தர்களுடன் நெருங்கிய தொடர்பு கொண்டான். இந்தச் சமயத்தில் எங்கெல்ஸூம் இங்கு வந்து சேர்ந்தான். இருவரும் சேர்ந்து அப்பொழுதைய அரசியல் - பொருளாதார நிலைமையை அலசி ஆராய்ந்து ஒரு பெரிய நூல் எழுத வேண்டுமென்று திட்டம் போட்டனர். இதற்காக மார்க்ஸ் அநேக நாட்கள் வரை "புஸ்தகக் கடலிலே"யே மூழ்கியிருந்தான். அப்பொழுதுதான் மார்க்ஸின் உழைப்புச் சக்தி இவ்வளவென்று எங்கெல்ஸூக்கு நன்றாகத் தெரிந்தது. இந்த உழைப்பின் பயனாக இவர்கள் போட்ட திட்டப்படி நூல் வெளிவரவில்லை யென்றாலும், மானிட சமுதாயத்தின் சரித்திரத்தைப் பற்றி இவர்கள் செய்துவந்த ஆராய்ச்சியானது ஓர் உருவமடைந்து வந்தது. இன்னும் இரண்டு வருஷங்கள் கழித்து இவர்கள் வெளியிட்ட "கம்யூனிஸ்ட் அறிக்கை"க்கு, இந்தக்காலத்திலிருந்தே அஸ்திவாரம் போடப்பட்ட தென்று சொல்லவேண்டும். தவிர, இந்தக் காலத்தில், அபேதவாதத் தின் பெயரால் எழுந்த பல போலித் தத்துவங்களைக் கண்டித்தும், உண்மையான அபேதவாதம் இன்னதென்று, நிர்த்தாரணம் செய்தும் மார்க்ஸூம் எங்கெல்ஸூம் பல துண்டுப் பிரசுரங்களை வெளி யிட்டனர். மார்க்ஸின் பெயரால் இந்தக் காலத்தில் வெளியான துண்டுப் பிரசுரத்தின் பெயர் "தத்துவத்தின் வறுமை" என்பது. இஃது, அபேதவாதத்தை வேறொரு கோணத்திலிருந்து பார்த்த ப்ரூதோன் என்பவன் எழுதிய "வறுமையின் தத்துவம்" என்ற நூலுக்கு மறுப்பாக எழுந்தது.

இந்த ஆராய்ச்சி வேலைக்கு நடுவே, மார்க்ஸூம் எங்கெல்ஸூம், ஒரு மூன்றுவார காலம் இங்கிலாந்துக்குச் சென்று அங்குள்ள பொருளாதார நிலைமையைப் பரிசீலனை செய்தனர்; ஜெர்மனியி

லிருந்து பிரஷ்டம் செய்யப்பட்டு அங்குக் குடியேறியுள்ள அநேக அபேதவாதிகளைச் சந்தித்து அவர்களுடன் நேர்முகமான தொடர்பு கொண்டனர். திரும்பி ப்ரஸ்ஸெல்ஸுக்கு வருகிறபோது வழியில் எங்கெல்ஸ் மட்டும் சில ஊர்களுக்குச் சென்று அபேதவாதப் பிரசாரம் செய்துவிட்டு வந்தான்.

மார்க்ஸும் எங்கெல்ஸும் ப்ரஸ்ஸெல்ஸ் நகரத்தில் வசித்துக் கொண்டிருந்தபோதுதான் "பொதுவுடைமைச் சங்கம்" ஸ்தாபித மாயிற்று. இதன் வரலாற்றை இங்குச் சிறிது சுருக்கமாகக் கூறுவோம். வயிற்றுப் பிழைப்பு நிமித்தமாகவோ, அரசியல் காரணமாகவோ, ஜெர்மனியிலிருந்து வெளியேறிய பல தொழிலாளர்கள், பாரிஸ் முதலிய முக்கிய நகரங்களில் குடியேறி யிருந்தார்களல்லவா? இவர்கள் 1836-ம் வருஷத்திலிருந்து தங்கள் நலன்களைப் பாதுகாத்துக் கொள்ளும் பொருட்டுத் தனித்தனிச் சங்கங்களை ஆங்காங்கு ஏற்படுத்திக் கொண்டனர். "நியாயத்தைக் கோருவோர் சங்கம்"[1] என்ற தங்கள் சங்கங்களுக்குத் தொகுப்பான ஒரு பெயர் கொடுத்தனர். 1840-ம் வருஷத்தில் இந்தச் சங்கங்கள் ஒன்று சேர்ந்து, லண்டனில் தங்கள் தலைமைக் காரியாலயத்தை ஏற்படுத்திக் கொண்டன. இப்படி ஏற்படுத்திக் கொண்டாலும் ஒரு சங்கத்திற்கும் மற்றொரு சங்கத்திற்கும் கடிதப் போக்குவரத்தின் மூலம் நேரான தொடர்பு இருந்தது. ப்ரஸ்ஸெல்ஸிலும் இந்த மாதிரியான ஒரு சிறிய சங்கம் இருந்தது. இதில் மார்க்ஸ் சேர்ந்து கொண்டான். மற்றச் சங்கங்களோடு நடத்துகிற கடிதப் போக்கு வரத்தில் இவன் உழைப்பு அதிகமாயிருந்தது. அக்கடிதங்களின் மூலமாக இவன் அபேதவாதத்தின் முக்கியமான கோட்பாடுகளை விளக்கிக் காட்டினான். இப்படி ஒருவருக்கொருவர் அபிப்பிராயங் களை பரிமாறிக் கொள்வதனால் எவ்வித பயனும் உண்டாகா தென்றும், அங்கத்தினர்கள் அனைவரும் ஓரிடத்தில் கூடி திட்டம் வகுத்துக் கொண்டு, அதன் பிரகாரம் வேலைசெய்ய வேண்டு மென்றும், அபேதவாதம் என்பது ஏட்டளவோடு நிற்கக்கூடிய சித்தாந்தமல்லவென்றும், அப்படி நின்றால் தொழிலாளர்களுக்கு எவ்வித நன்மையும் உண்டாகாதென்றும், மார்க்ஸ், லண்டன் சங்கத்திற்கு எழுதிய கடிதங்களில் வலியுறுத்திவந்தான். லண்டன் சங்கத்தார், தங்களுடைய அங்கத்தினரில் ஒருவனை ப்ரஸ்ஸெல் ஸுக்கு அனுப்பி, மார்க்ஸைச் சந்தித்து வரும்படி கூறினர். மார்க்ஸ், வந்திருந்த அந்த லண்டன் பிரதிநிதியிடம் சில யோசனைகளைச் சொன்னான். இதன் விளைவாக, பல ஊர்ச் சங்கங்களின் பிரதிநிதிகள் அடங்கிய ஒரு மகாநாடு 1847-ம் வருஷம் ஜூன் மாதம் முதல் தேதி லண்டனில் கூடியது. இந்த மகாநாட்டுக்கு மார்க்ஸ் செல்லவில்லை; எங்கெல்ஸ் மட்டும் பாரிஸ் சங்கத்தின் பிரதி

நிதியாகச் சென்றிருந்தான். மகாநாடு செய்த முதல் வேலை, சங்கத்தின் பெயரை மாற்றி அமைத்தது, "நியாயத்தைக் கோருவோர் சங்கம்" என்றிருந்தது, "பொதுவுடைமைச் சங்க"[2] மாக மாறியது. சங்கத்தின் சட்டதிட்டங்கள் அடியோடு திருத்தியமைக்கப்பட்டன. சங்கத்தின் நோக்கம் பின்வரும் வாசகத்தினால் விளக்கப்பட்டது: "முதலாளி வர்க்கத்தின் வீழ்ச்சி, தொழிலாளர்களின் உயர்வு" வர்க்கப் போராட்டத்தின் மீது அமைக்கப்பட்ட சமுதாயத்தை அழித்தல், வர்க்கப் பிரிவினைகளும் தனிச் சொத்துரிமையும் இல்லாத ஒரு புதிய சமுதாயத்தை ஸ்தாபித்தல் ஆகிய இவைதான் சங்கத்தின் நோக்கம்." இது மார்க்ஸின் பாஷை. மார்க்ஸின் கருத்துப்படியும் நோக்கத்தின்படியும், ஸ்தாபனம் ஒழுங்கு படுத்தப்பட்டது. சம்பிரதாயம், அதிகாரம் முதலியவைகளை அடிப்படையாகக் கொண்டிருந்த பழைய விதிகள் யாவும் அகற்றப்பட்டு அவற்றின் ஸ்தானத்தில் ஜனநாயகத்தை அடிப்படையாகக் கொண்ட விதிகள் ஏற்படுத்தப்பட்டன. சங்கத்தின் உத்தியோகஸ்தர்கள், அங்கத்தினர் களால் தெரிந்தெடுக்கப்பட்ட பிரதிநிதிகளாக இருக்கவேண்டு மென்று வரையறுக்கப்பட்டது. இங்ஙனம் மகாநாட்டில் தயாரிக்கப்பட்ட விதிகள், எல்லாச் சங்கங்களின் அபிப்பிராயத்திற்கும் அனுப்பப்பட்டன.

இந்த அபிப்பிராயங்களை அனுசரித்து, சங்கத்தின் விதிகளை ஊர்ஜிதம் செய்துகொள்ளவும், பொதுவுடைமைக்கட்சியின் நோக்க மென்னவென்பதைத் திட்டமாக விளக்கிக் காட்டக்கூடிய ஓர் அறிக்கையைத் தயாரிக்கவும் இரண்டாவது மகாநாடு 1847-ம் வருஷம் நவம்பர் மாதம் கடைசி வாரத்திலும், டிசம்பர் மாதம் முதல் வாரத்திலும் லண்டனில் கூடியது. இதற்கு மார்க்ஸ் ஆஜராயிருந்தான். மகாநாட்டில் விதிகள் ஊர்ஜிதம் செய்து கொள்ளப்பட்டன. மேலே சொன்ன அறிக்கையைத் தயாரிக்குமாறு மார்க்ஸுக்கும் எங்கெல்ஸுக்கும் அதிகாரம் கொடுக்கப்பட்டது. இந்த அதிகாரத்தை ஆதாரமாகக் கொண்டு, எங்கெல்ஸ், வினாவிடை ரூபமாக ஓர் அறிக்கையைத் தயாரித்தான். ஆனால் இஃது அவ்வளவு உணர்ச்சியுடையதாக இல்லையென்று சொல்லி, மார்க்ஸ், வேறோர் அறிக்கையைத் தயாரித்தான். இதுதான் பிரபலமான "கம்யூனிஸ்ட் அறிக்கை."[3] இதில் எங்கெல்ஸினுடைய கைத்திறன் இடையிடையே அறிவுத்திறன் தான் முக்கியமாகப் பிரகாசித்தது. சுமார் நூறு வருஷங்களுக்குப் பிறகு இப்பொழுது படித்தால் கூட இந்த உண்மை விளங்கும். இதனைப் படிக்கிறபோது, மானிட சமுதாயத்தின் சரித்திரம், ஒரு தொகுப்பாக வாசகர்களின் கண்முன்னே வந்து நிற்கிறது; அதனுடைய சென்றகால நிலையையும், எதிர்கால வாழ்வையும் ஒருங்கே அவர்கள் பார்க்கிறார்கள்; பார்த்துச் சிலர்

பயப்படுகிறார்கள்; சிலர் நம்பிக்கை கொள்கிறார்கள். ஆனால் எல்லோருக்கும், இந்த அறிக்கையின் வன்மையைக் கண்டு, இதிலுள்ள உயிர்ச் சக்தியைக் கண்டு வியப்பு உண்டாகிறது.

"கம்யூனிஸ்ட் அறிக்கை" மூன்று பகுதிகளாகப் பிரிந்திருக்கிறது. முதற் பகுதியில், மானிட சமுதாயத்தின் சரித்திரம், வர்க்கப் போராட்டத்தை அடிப்படையாகக் கொண்ட சரித்திரமாகவே இருக்கிறதென்றும், ஒருவரையொருவர் அடக்கியாள்கிற முயற்சி யாகவே இந்த சரித்திரம் இருக்கிறதென்றும் சொல்லிவிட்டு, பிறகு தற்காலத்துத் தொழில் முதலாளித்துவம் எப்படி வளர்ச்சியடைந்தது என்பதை விஸ்தரித்துக் கூறுகிறது. இந்தத் தொழில் முதலாளித்துவத் தினால் "புராதனமாக நடைபெற்றுக் கொண்டுவரும் எல்லாத் தேசீயக் கைத்தொழில்களும் அழிக்கப்பட்டு விடுகின்றன; அல்லது தினந்தோறும் அழிந்துபட்டு வருகின்றன. புதிய தொழில்கள் தோன்றி பழைய கைத்தொழில்களை அப்புறப்படுத்தி விடுகின்றன. இதனால், இந்தப் புதிய தொழில்களைப் புகுத்துவதனால் - எல்லா நாகரிக நாடுகளுக்கும், இருப்பதா இறப்பதா என்ற கேள்வி உண்டாகிறது. இந்தப் புதிய தொழில்கள், அந்தந்த நாட்டு மூலப் பொருள்களை உபயோகிப்பதில்லை; தொலைவிலிருந்து வர வழைத்து உபயோகிக்கின்றன. அப்படியே இந்தத் தொழிலுற்பத்திப் பொருள்கள், அந்தந்த நாட்டில் உற்பத்தியாகி அந்தந்த நாட்டிலேயே விநியோகம் ஆகாமல் தூரநாடுகளுக்குச் செல்கின்றன. இதனால் ஒரு நாடு மற்றொரு நாட்டை நம்பி வாழ வேண்டியிருக்கிறது...." முதலாளித்துவ உற்பத்தி முறையினால், காட்டுமிராண்டி நிலையி லிருந்த ஜாதியினர் எல்லாரும் நாகரிக நிலை அடைகிறார்கள். அதாவது மேற்படி உற்பத்தி முறையையே இவர்கள் அனுசரிக் கிறார்கள். அப்படி அனுசரியாவிட்டால் அழிந்து போகக்கூடிய நிலைமை உண்டாகிவிடுகிறது. இன்னும், மேற்படி முதலாளித்துவ உற்பத்தி முறையினால், நகர வாழ்க்கை சிறப்படைகிறது; கிராம நாகரிகம் என்பது நாளாவட்டத்தில் ஒடுங்கி விடுகிறது.... உற்பத்திப் பொருள்கள், உற்பத்திச் சாதனங்கள் யாவும் ஒரு சிலர் கையில் வந்து சேர்கின்றன. அவர்கள் உற்பத்திச் சக்தியைச் சுயநலத்திற்காகப் பெருக்குகிறார்கள், இதனால் தேவைக்கதிகமான பொருள்கள் உண்டாகின்றன. போட்டி ஏற்படுகிறது. முதலாளித்துவத்திற்கு அழிவு காலமும் ஆரம்பிக்கிறது.... இந்த முதலாளித்துவ முறையினால், தொழிலாளர் சமுதாயம் என்ற தனிச் சமுதாயம் ஒன்று உண்டாகிறது. பல இடங்களில் பல தரத்தினராகப் பிரிந்து கிடந்த இவர்கள் மெதுவாக ஒன்றுபடுகிறார்கள்; தங்கள் உரிமையைக் கோருகிறார்கள். முதலாளித்துவம் மறுக்கிறது. இதனால் அடிக்கடி போராட்டங்கள் நிகழ்கின்றன. இதன் முடிவாக முதலாளித்துவத்தின்

முடிவு தொடங்குகிறது. சுருக்கமாக, முதலாளித்துவத்தின் தோற்றமும் ஒடுக்கமும் இந்த முதற்பகுதியில் விவரிக்கப்படுகின்றன.

இரண்டாவது பகுதியில், பொதுவுடைமைவாதிகளுக்கும் மற்றத் தொழிலாளர்களுக்கும் உள்ள சம்பந்தா சம்பந்தங்கள், பொதுவுடைமையின் நோக்கங்கள், பொதுவுடைமையைப்பற்றிக் கூறப்படும் ஆட்சேபங்களுக்குச் சமாதானங்கள் முதலியன விவரிக்கப்படுகின்றன. தொழிலாளர்கள் கைக்கு அரசியல் அதிகாரம் வருகிறபோது, அவர்கள் என்னென்ன சட்டதிட்டங்கள் செய்வார்கள் என்பதும் இதில் கூறப்படுகின்றன.

மூன்றாவது பகுதியில் அபேதவாதம் என்றும் பொதுவுடைமை என்று சொல்லிக் கொண்டு தோன்றியுள்ள பல போலி இயக்கங்களுக்கும் நூல்களுக்கும் மறுப்பு கூறப்படுகிறது. பொதுவாக, ஒரு சமுதாயத்தின் பொருளுற்பத்தி முறையை அனுசரித்தே அந்தச் சமுதாயத்தின் அரசியல் அமைப்பு முதலியன இருக்கின்றன; முரண்பட்ட பல சக்திகளின் மோதலினால் உண்டாகிற பரஸ்பர அழிவு-ஆக்கம் ஆகிய இவைகளைக் கொண்டே மானிட ஜாதி வளர்ச்சியடைந்து வந்திருக்கிறது; முதலாளித்துவம், தன்னையே அழித்துக் கொள்ளும் சக்தியைத் தன்னிடத்தில் கொண்டுவந்துள்ளது; தொழிலாளர் ஆதிக்கத்தின் கீழ்தான் வர்க்கப் பிரிவினைகள் இல்லாத சமுதாயம் அமையும். இவை போன்ற மார்க்ஸீயத்தின் அடிப்படையான தத்துவங்கள் இந்த "கம்யூனிஸ்ட் அறிக்கை"யில் தர்க்க ரீதியாக வரையறுத்துச் சொல்லப்பட்டிருக்கின்றன. "பொதுவுடைமை என்கிற அருவமான சக்தியொன்று ஐரோப்பாவில் நடமாடுகின்றது" என்று தொடங்குகிற இந்த அறிக்கை, "சர்வதேசத் தொழிலாளர்களே, ஒன்று சேருங்கள்" என்ற வாசகத்துடன் முடிகிறது.

• • •

"கம்யூனிஸ்ட் அறிக்கை" வெளியான சில நாட்களுக்குள் அதாவது 1848-ம் வருஷம் பிப்ரவரி மாதம் - பாரிஸ் நகரத்தில் ஒரு பெரிய புரட்சி உண்டாயிற்று. இதற்குக்காரணம் என்னவென்பதைச் சுருக்கமாகத் தெரிந்து கொள்வோம். பிரான்ஸ் அப்பொழுது முடியாட்சிக்கு உட்பட்டிருந்தது. லூயி பிலிப்[4] என்பவன் அரசனாயிருந்தான். அவனுடைய ஆட்சியில், தொழிலாளர்களுடைய நிலைமை மிகவும் மோசமாயிருந்தது. நான்கு பேர் ஒன்றுகூடித் தங்களுடைய குறைகளை தெரிவித்துக் கொள்வதற்கோ, வேலை நிறுத்தம் செய்து தங்கள் அதிருப்தியைத் தெரிவித்துக் கொள்வதற்கோ இவர்களுக்கு உரிமை இல்லாமலிருந்தது. இவர்களுடைய வேலை

நேரம் அதிகம்; குறைந்த கூலி. இவர்கள் வேலை செய்து கொண்டிருந்த தொழிற்சாலைகளில் சுகாதாரக்கேடு சொல்லி முடியாது. அநேகர் மாண்டனர். வேலையில்லாத் திண்டாட்டம் வேறே. இவையெல்லாம் சேர்ந்து நாட்டில் ஒரு குழப்பத்தை உண்டுபண்ணின. அரசாங்கத்தின்மீது ஏற்கனவே அதிருப்தி கொண்டிருந்த பல பிரிவினரும் - அதாவது சமுதாயத்தின் கீழ்ப் படியிலிருந்த பலரும் - தொழிலாளர்களுடன் சேர்ந்து கொண்டனர். அரசாங்க நிருவாகத்தில் தங்களுக்குப் பங்கு வேண்டுமென்றும், இதற்கு முதற்படியாக வாக்குரிமையை (ஓட்டு) விசாலிக்க வேண்டுமென்றும் கிளர்ச்சி செய்தார்கள். முதலில் அரசியல் உரிமையைப் பெற்றுப் பிறகு அதன் மூலமாகத் தங்களுடைய பொருளாதார நிலைமையை உயர்த்திக் கொள்ளலாமென்பது தொழிலாளர்களின் எண்ணம். 1847-ம் வருஷம் இடைக் காலத்திலிருந்து பிரான்ஸ் முழுவதும் தொடங்கிய இந்தக் கிளர்ச்சியானது 1848-ம் வருஷம் பிப்ரவரி மாதம், தலைநகரான பாரிஸில் வலுத்தது. அரசாங்கத்தார் இந்தக் கிளர்ச்சியை அடக்கிவிடப் பார்த்தனர். ஆனால் கலகங்கள் கிளம்பின. 24-ம் தேதி பாரிஸில் ஏற்பட்ட கலகத்தில் தொழிலாளர்களும் மாணாக்கர்களும் முக்கிய பங்கெடுத்துக் கொண்டனர். கலகத்தை அடக்குவதற்கு அரசாங்கத்தார் அனுப்பிய துருப்புகள், கலகக்காரர்களோடு சேர்ந்து கொண்டன. அரசாங்கம் நிலை குலைந்து விட்டது; லூயி பிலிப் ஓடிவிட்டான்; போர் வீரர்கள், நகரத்தைக் காலி செய்துவிட்டனர். ஜனங்களின் கட்சி வெற்றியடைந்தது. குடியரசு ஸ்தாபிதமாயிற்று.

பாரிஸில் நடைபெற்ற இந்தப் புரட்சியின் எதிரொலி, ஐரோப்பாவின் முக்கிய தலை நகரங்களில் கேட்டது. ஆங்காங்கு ஜன சமுதாயத்தில் ஒருவித சலசலப்பு உண்டாயிற்று. இந்தச் சலசலப்பு ஏற்படுவதற்கு அனுசரணையாகவே அப்பொழுதைய ஐரோப்பாவின் நிலைமை இருந்தது. தொழிற்சாலைகள் பெருகப் பெருக, பொருளுற்பத்தி அதிகமாக அதிகமாக, தொழிலாளர்களின் நிலைமை மோசமாகிக் கொண்டு வந்தது. பஞ்சம், பிணி வேலையில்லாத் திண்டாட்டம் முதலியன சர்வசாதாரண விஷயங்களாகி விட்டன. அப்பொழுது மார்க்ஸ், பெல்ஜியத்தில் வசித்துக் கொண்டிருந்தனால்லவா அங்கும் இதே காட்சிதான். "1847-48ம் வருஷத்துக் குளிர் காலத்தில், நெசவுத் தொழிலாளர்களின் மத்தியில்," வேலையில்லாதவர்களின் எண்ணிக்கை வாரத்திற்கு வாரம் அதிகப்பட்டுக் கொண்டு வந்தது. ஏற்கனவே பட்டினி, கிடப்பதற்குத் தங்களைப் பழக்கப்படுத்திக் கொண்டிருக்கிற தொழிலாளர்கள் எங்கெங்கு வாசம் செய்து கொண்டிருந்தார்களோ அங்கெல்லாம் பஞ்சமானது உறுத்து உறுத்துப் பார்த்துப்

கொண்டிருந்தது. பட்டினி கிடக்கிற தொழிலாளி, கடையின் ஜன்னலை உடைத்துத் தன் பசியை ஆற்றிக்கொள்ள முயன்று, அதற்காகச் சிறை செல்வதென்பது தினசரி சம்பவமாயிருந்தது" என்று அப்பொழுதைய பெல்ஜியத்தின் நிலைமையை - சிறப்பாக அதன் தலைநகரமான ப்ரஸ்ஸெல்ஸின் நிலைமையை - ஒரு சரித்திராசிரியன் வருணிக்கிறான்.

பாரிஸ் புரட்சி வெற்றி பெற்றுவிட்டதையும், அதன் பயனாக அங்குக் குடியரசு ஸ்தாபிதமாகியதையும் பார்த்த பெல்ஜியம் அரசாங்கம் மருண்டுவிட்டது; தனது எல்லைக்குள் புரட்சி நுழைந்து விடுமோவென்று அஞ்சியது. இது சகஜந்தானே? அப்பொழுது அரசனாயிருந்தவன், ஜனங்கள் குடியரசை விரும்புவார்களானால், தான் முடிதுறந்துவிடுவதற்குத் தயாராயிருப்பதாகக் கூறினான். இஃதொரு ராஜதந்திரம். ஜனங்கள் எந்தவிதமான மாற்றத்தை விரும்பிய போதிலும், அது ரத்தச் சிந்துதலில்லாமல் அமைதியாக நிகழவேண்டுமென்பது தனது விருப்பம் என்று தெரிவித்தான். தனக்கு ஏதாவது ஒரு சொற்பத் தொகை, உபகாரச் சம்பளமாகக் கொடுத்தால் அதைக்கொண்டு தான் திருப்தியடைந்து விடுவதாகக் கூட, தனது எதிர்கால வாழ்வை சூசகப்படுத்திக் காட்டினான். பதவிமோகங் கொண்டிருந்த அரசியல்வாதிகள், எவ்வித சிரமமுமில்லாமல் தங்களுடைய லட்சியம் கைகூடிவிட்டதாக மனப்பால் குடிக்க லானார்கள். தன்னைத் தயாரித்துக் கொள்வதற்குத் தேவையான அவகாசம் பெற வேண்டியே அரசன் இந்தத் தந்திரத்தைக் கையாண்டிருக்கிறானென்பது இவர்களுக்குத் தெரியவில்லை. எப்படித் தெரியும்? தெரிய முடியும்? ஜனங்கள் வேறே, தாங்கள் வேறேயென்று யார் நினைக்கிறார்களோ, அரசியல் சதுரங்க ஆட்டத்தில் ஜனங்களைக் காய்களாக உபயோகப்படுத்தித் தாங்கள் வெற்றிபெற வேண்டுமென்று யார் கருதுகிறார்களோ, தியாகம் செய்யாமல் பலனை மட்டும் அனுபவிக்க வேண்டுமென்று யார் ஆசைப்படுகிறார்களோ அவர்கள் எப்பொழுதுமே எந்த ஒரு பிரச்னையையும் ஆழ்ந்து பார்க்கமாட்டார்கள்; இதற்காகப் பின்னாடி வருந்தவும் மாட்டார்கள். இந்தப் பொதுவான உண்மைக்கு பெல்ஜியம் அரசியல்வாதிகள் புறம்பாகவில்லை.

பெல்ஜியம் அரசாங்கம், இப்படி ஆசை வார்த்தைகள் சொல்லிக் கொண்டே, தன்னைத் தயாரித்துக் கொண்டது; தனது ராணுவ பலத்தையும் ஆயுத பலத்தையும் ஒருமுகப்படுத்திக் கொண்டது. எல்லாம் ரகசியமாகவே நடைபெற்றன. புரட்சி மயக்கம் கொண்டிருந்த ஜனங்களோ, ஆங்காங்குப் பொதுக் கூட்டங்கள் கூடித் தங்கள் உற்சாகத்தைத் தெரிவித்துக் கொண்டார்கள். பாரிஸிலிருந்து

ஊர்வலமாகப் புறப்பட்டிருக்கிற புரட்சிக்கு நல்வரவு கூறினார்கள். ஒவ்வொரு பிரஜையும், ஆயுதந்தரித்த ஒரு போர் வீரனாகத் தன்னைக் கருதிக் கொள்ள வேண்டுமென்று மேற்படி கூட்டங்களில் பேசப் பட்டது. இந்தக் கிளர்ச்சிகளிலே, இந்த ஆரவாரங்களிலே, ஜெர்மானிய தேசபக்த பிரஷ்டர்கள்தான் முன்னணியில் நின்றார்கள். ஜனங்களுக்கு இப்படித் தங்களையே தாங்கள் ஏமாற்றிக் கொள்கிற ஒரு சந்தர்ப்பத்தைக் கொடுத்துவிட்டு, பிறகு தன்னுடைய கை மேலோங்கியிருக்கிறதென்பதைத் திடமாகத் தெரிந்து கொண்டதும் அடக்கு முறையைப் பிரயோகிக்கத் தொடங்கிவிட்டது பெல்ஜியம் அரசாங்கம். மேற்படி கிளர்ச்சிகளின் முன்னணியில் யார் யார் நின்றார்களோ அவர்களெல்லோரையும் சிறைக்கூடத்திற்கு அனுப்பியது; ஜெர்மானிய தேசபக்தப் பிரஷ்டர்கள் அனைவரையும் நாடு கடத்தியது. இவர்களில் மார்க்ஸுூம் ஒருவன்.

ஏற்கனவே, மார்க்ஸுக்கு பெல்ஜியத்தில் வசித்துக் கொண்டிருப்பது அவ்வளவு பிடித்தமில்லாதிருந்தது. ஏனென்றால், அப்பொழுது ஐரோப்பாவின் புரட்சி ஸ்தானம் பாரிஸ் மாநகரம். இந்த நகரத்திலிருந்து கொண்டு, தனது வேலைகளைச் செய்ய வேண்டுமென்பது இவனுடைய ஆசை. இதற்கேற்றாற் போல், பிரான்ஸிலிருந்து இவனுக்கு இந்தச் சந்தர்ப்பத்தில் ஓர் அழைப்பு வந்தது. அங்குத் தற்காலிகமாக நிறுவப்பட்டிருந்த குடியரசு அரசாங்கத்தில் ஒரு மந்திரி ஸ்தானத்தை வகித்துக் கொண்டிருந்த ப்ளோக்கோன்[5] என்பவன், இவனை - இவன் பெல்ஜியத்திலிருந்து பிரஷ்டம் செய்யப்பட்டுவிட்டான் என்ற செய்தியைக் கேட்டதும் - உடனே பாரிஸுக்கு வந்துவிடும்படி கடிதம் எழுதினான்.

பாரிஸ், 1.3.1848

வீரமுள்ள, உண்மையான மார்க்ஸ்,

சுதந்திரத்தின் நண்பர்களாயுள்ள அனைவருக்கும் பிரெஞ்சுக் குடியரசின் பூமியானது அடைக்கல ஸ்தானமாயிருக்கிறது. கொடுங்கோன்மை உன்னைப் பிரஷ்டம் செய்துவிட்டது. பிரான்ஸ் - சுதந்திர பிரான்ஸ் - உனக்குத் தன் வாசலைத் திறந்துவிடுகிறது. உனக்கு மட்டுமல்ல, புனிதமான அந்த லட்சியம் இருக்கிறதே, சகல ஜனங்களோடும் தோழமை பூண்ட அந்த லட்சியம், அதற்காக, அந்தச் சுதந்திரத்திற்காகப் போராடுகிறவர்கள் யாராரோ அவர்களெல்லோருக்கும் அது, தன் நுழைவாயிலைத் திறந்துவிடுகிறது. இது

விஷயமாக, பிரெஞ்சு அரசாங்கத்தின் ஒவ்வோர் உத்தியோகஸ்தனும் தனது கடமையைத் தெரிந்து கொண்டிருக்கிறான்.

பெர்டினாந்து ப்ளோக்கோன்
தற்காலிக அரசாங்கத்தின் அங்கத்தினன்.

மார்க்ஸுக்கு வந்த அழைப்பு இது. ப்ளோக்கோன் என்பவன் இவனுடைய நீண்டகால சிநேகிதன்.

பாரிஸில் புரட்சி ஏற்பட்ட செய்தி லண்டனுக்கு எட்டியதும், அங்கிருந்த "பொதுவுடைமைச் சங்க"த்தின் அங்கத்தினர்கள், தங்கள் சங்கத்தின் பொறுப்புகளை ப்ரெஸ்ஸெல்ஸ் சங்கத்திற்குக் கடித மூலமாக மாற்றிவிட்டு, புரட்சிக் கோலத்தை நேரில் கண்டுகளிக்க பாரிஸுக்குப் புறப்பட்டுவிட்டார்கள். ப்ரெஸ்ஸெல்ஸ் சங்கமென்றால் யார்? மார்க்ஸ்தான். பெயரளவுக்கு ஐந்துபேர் அங்கத்தினராயிருந்தார்கள். இந்த ஐந்துபேரும், மார்க்ஸ் தங்கியிருந்த இடத்தில் 1848-ம் வருஷம் மார்ச்சு மாதம் 3-ம் தேதி அதாவது என்று மார்க்ஸுக்கு பெல்ஜியம் அரசாங்கத்திடமிருந்து தேசப் பிரஷ்ட உத்திரவு கிடைத்ததோ அன்று - ஒரு கூட்டமாகக் கூடினார்கள். பெல்ஜியம் சங்கத்தைக் கலைத்து விட்டதாகத் தீர்மானம் நிறைவேற்றப்பட்டது. சங்கத்தின் சகல பொறுப்புகளும் மார்க்ஸிடம் ஒப்படைக்கப்பட்டன; பாரிஸுக்குச் சென்று ஒரு புதிய காரியாலயம் அமைப்பதற்கும் மார்க்ஸுக்கு அதிகாரம் அளிக்கப் பட்டது. இங்ஙனம் இவர்கள் பேசித் தீர்மானித்துக் கொண்டிருக் கையிலேயே, பெல்ஜிய போலீஸ் அதிகாரிகள் சிலர், இவர்கள் கூடியிருந்த இடத்திற்குத் திடீரென்று வந்தனர்: இடத்தைப் பரிசோதனை செய்தனர்; அங்குக் கிடந்த (ப்ரெஸ்ஸெல்ஸ் பொதுவுடைமைச் சங்க சம்பந்தமான) தஸ்தவேஜுகள் அனைத்தையும் கைப்பற்றினர்; மார்க்ஸையும் கைது செய்தனர். போலீஸார் இப்படிப் பரிசோதனை செய்கிற வேலையில் ஈடுபட்டிருந்த போது, கூடியிருந்த அங்கத்தினர் அனைவரும் தப்பித்துக் கொண்டு வெளியேறிவிட்டனர். மார்க்ஸ் ஒருவன்தான் அகப்பட்டுக் கொண்டான். இந்தச் சம்பவம் பற்றி மார்க்ஸே, ஒரு பத்திரிகையில் பின்வருமாறு வருணிக்கிறான்:

"பெல்ஜியத்தைவிட்டு இருபத்துநான்கு மணி நேரத்திற்குள் வெளியேறிவிட வேண்டுமென்ற உத்திரவு, மார்ச்சு மாதம் மூன்றாந் தேதி மாலை ஐந்து மணிக்கு எனக்குக் கிடைத்தது. உட்னே புறப்படுவதற்கு வேண்டிய ஏற்பாடுகளைச் செய்து கொண்டிருந்தேன். அப்பொழுது, ஒரு போலீஸ் அதிகாரி, நகரசபையைச் சேர்ந்த பத்து

காவல் சேவகர்களுடன் எனது வீட்டிற்குள் நுழைந்தார். வீடு முழுவதையும் பரிசோதனை செய்தார். என்னிடத்தில் சரியான தஸ்தவேஜுகள் இல்லையென்று சொல்லி என்னைக் கைதியாக்கினார். பிரான்ஸை விட்டு என்னை வெளியேற்றிய காலத்தில் (பிரெஞ்சு அரசாங்கத்தின் உள்நாட்டு மந்திரியான) ஸ்ரீ டூஷாதெல் எனக்கு அளித்திருந்த அனுமதிச் சீட்டு முதலியன என்னிடமிருந்தன. இவை தவிர, சில மணி நேரத்திற்கு முன்பு, பெல்ஜியம் அரசாங்கத்தார் எனக்குக் கொடுத்த வெளியேற்ற அனுமதிச் சீட்டும் இருந்தது.

ஆஸ்திரியாவிலே கூட நடந்திருக்க முடியாத ஒரு சம்பவம் இங்கே என் விஷயத்தில் நடந்தது. அது நடந்திராவிட்டால் என்னைக் கைதியாக்கியதைப் பற்றியோ, இன்னும் பல கொடுமைகளுக்கு என்னை உட்படுத்தியதைப்பற்றியோ நான் பிரஸ்தாபித்தே இருக்க மாட்டேன்.

என்னைக் கைதியாக்கிக் கொண்டுபோன பிறகு என் மனைவி "பெல்ஜியம் ஜனநாயக சங்"[1]த்தின் தலைவரான ஸ்ரீ ஜோத்ராந்த் என்பவரை (என் கைது சம்பந்தமாக) தக்க நடவடிக்கைகள் எடுத்துக்கொள்ளச் சொல்ல வேண்டுமென்று அவர் வீட்டுக்குச் சென்றாள். திரும்பி வந்து பார்க்கிறபோது, வீட்டு வாசலில் ஒரு போலீஸ்காரன் நின்று கொண்டிருந்தான். அவன் மிகுந்த மரியாதையோடு "ஸ்ரீ மார்க்ஸோடு நீங்கள் பேசவேண்டுமானால் என்னைப் பின்தொடர்ந்து வரலாம்" என்று என் மனைவியிடம் கூறினான். அவளும் உடனே ஆவலோடு அவனைப் பின் தொடர்ந்து போலீஸ் ஸ்டேஷனுக்குள் வந்தாள். கூடவே, "பெல்ஜியம் ஜனநாயகக் கட்சி"யைச் சேர்ந்த ஸ்ரீ கிகாட் என்பவரும் வந்தார். இருவரும் ஸ்டேஷனுக்குள் நுழைந்ததும், அங்கிருந்த போலீஸ் அதிகாரி, "மார்க்ஸ் இங்கு இல்லை"யென்று கூறினார். பிறகு சிறிது கடூரமாக "நீ யார்? ஸ்ரீ ஜோத்ராந்தினிடம் உனக்கு என்ன வேலை? உன்னுடைய தஸ்தவேஜுகள் எல்லாம் இருக்கின்றனவா?" என்று என்னென்ன வெல்லாமோ என் மனைவியைப் பார்த்துக் கேட்டார். இதைக் கேட்டு, ஸ்ரீ கிகாட்டுக்கு ஆத்திரம் உண்டாயிற்று. உடனே அங்கிருந்த காவல் சேவகர்கள் அவரை வாயடக்கிச் சிறையிலே கொண்டுபோய்த் தள்ளி விட்டார்கள். பிறகு என் மனைவி ஒரு நாடோடி என்று சொல்லி ஹோட்டல்-டி-வில்லே சிறைக்கு அழைத்துச் செல்லப்பட்டாள்; அங்கே, வேறு பல விபசாரிகளுடன் சேர்த்து ஓர் இருட்டறையில் அடைக்கப்பட்டாள். மறுநாள் பகல் பதினோரு மணிக்கு பலத்த காவலுடன் மாஜிஸ்ட்ரேட்டினிடம் விசாரணைக்காக அவளை அழைத்துக் கொண்டு போனார்கள். அங்கே, தனியான ஒரு

கொட்டடியில் சுமார் இரண்டு மணிநேரம் வைத்திருந்தார்கள். இதை அங்கிருந்தவர் பலரும் கண்டித்தனர்; அதிகாரிகள் லட்சியம் செய்யவேயில்லை. சேவகர்களின் கீழ்த்தரமான பேச்சுகள் முதலிய வற்றையும், கொட்டடியின் வெப்பத்தையும் சகித்துக் கொண்டு அவள் இரண்டுமணி நேரம் அப்படியே இருந்தாள்.

பிறகு அவளை, விசாரணை மாஜிஸ்ட்ரேட் முன்னர் ஆஜர் படுத்தினார்கள். அந்த மாஜிஸ்ட்ரேட், என்னுடைய குழந்தைகளையும் சேர்த்துக் கைது செய்யாதிருந்த போலீஸாரின் தயாள குணத்தை வியந்து பாராட்டினார். இந்த நிலைமையில் அவளை விசாரணை செய்ததானது, வெறும் தமாஷாகவே இருந்தது. அவள் செய்த குற்றமெல்லாம் என்ன? அவளுடைய கணவன் கொண்டிருந்த அபிப்பிராயத்தை அவளும் கொண்டிருந்ததுதான். அவளோ, ப்ருஷ்ய உயர் குடும்பத்தைச் சேர்ந்தவள்!

வெறுப்புத் தரத்தக்க இந்த விஷயத்தைப்பற்றி இன்னமும் நான் பன்னிப் பன்னிப் பேச விரும்பவில்லை. ஆனால் ஒரே ஒரு விஷயத்தை மட்டும் சொல்லிக் கொண்டு இந்தக் கடிதத்தை முடித்து விடுகிறேன். மேலே சொன்ன விசாரணை முதலியவெல்லாம் முடிந்த சில மணி நேரம் கழித்து நாங்கள் விடுதலை செய்யப்பட்டோம். அப்படி விடுதலையடைந்தபோது, எங்களுக்கு பெல்ஜியத்தின் எல்லையை விட்டுப்போக இருபத்துநான்கு மணி நேரக் கெடுவு கொடுத்திருந்தார்களே அந்தக் கெடுவு முடிந்துவிட்டிருந்தது. எனவே, எங்களுடைய சொந்த உபயோகத்திற்குத் தேவையான சாமான்களைக் கூட எடுத்துக்கொள்ள முடியாமல் அந்த நாட்டைவிட்டு வெளியேற வேண்டியிருந்தது."

மார்க்ஸ், போலீஸ் பாதுகாவலுடன் ப்ரெஸ்ஸெல்ஸிலிருந்து பெல்ஜியத்தின் எல்லைப்புறம் வரை அழைத்துச் செல்லப்பட்டு அங்கு விடுதலை செய்யப்பட்டான். வழிநெடுக பெல்ஜிய அரசாங்கத் துருப்புகள் இருந்தன. எதற்காக? பாரிஸிலிருந்து வந்து கொண்டிருக்கிற புரட்சிப் பேயை விரட்டியடிப்பதற்காக! 1848-ம் வருஷம் மார்ச்சு மாதம் 4-ம் தேதி மார்க்ஸ், பாரிஸ் வந்து சேர்ந்தான்.

அடிக்குறிப்புகள்:

1. League of the Just
2. Communist League
3. The Communist Manifesto
4. Louis Philippe I 1830 – H 1850
5. Flocon

6. அதிகாரத்தின் உறுமல்

பாரிஸ் மாநகரம் அப்பொழுது புரட்சி உற்சாகத்திலே மூழ்கியிருந்தது. சுதந்திரக் கொடிகள் எங்கும் பறந்தன; தேசீய கீதங்கள் முழங்கின. "தொழிலாளர்கள், பகல் வேளைகளில் ரொட்டியையும் உருளைக் கிழங்கையும் சாப்பிட்டார்கள்; மாலை நேரங்களில் நகரத்தின் பல பாகங்களிலுமுள்ள தோட்டங்களில் 'சுதந்திர விருட்சங்க'ளை நட்டுக் கொண்டிருப்பதிலே பொழுது போக்கினார்கள். உற்சாக மேலீட்டால் சிலர் தேசீய கீதத்தைப் பாடிக்கொண்டு அங்குமிங்குமாக ஓடிக்கொண்டிருந்தார்கள். பணக்கார வகுப்பினரோ, பகல் வேளைகளில் வீட்டுக்குள்ளேயே பதுங்கியிருந்தனர்." .... "தாய் நாட்டிற்காக மரிப்பதென்பது மிகவும் அழகானது; பொறாமைப் படத்தக்கது" என்ற தொடக்கத்து கீதத்தை எல்லோரும் பாடினர். புரட்சிச் சங்கங்கள், அபேதவாதச் சங்கங்கள் முதலியன காளான்கள் மாதிரி முளைத்தன. புதிய புதிய பத்திரிகைகள் தினமொன்றாகத் தோன்றிக் கொண்டிருந்தன. வெளிநாடுகளிலிருந்து வெளியேற்றப்பட்டதன் காரணமாக இங்குக் குடிபுகுந்திருந்த தேசபக்தர்கள் பலரும், ஐரோப்பா முழுவதும் புரட்சித் தீ பரவிவிடப் போகிறதென்றும், தங்களுடைய கனவு களெல்லாம் நனவாகப் போகின்றனவென்றும் என்னென்னவோ கற்பனைகளெல்லாம் செய்து கொண்டிருந்தார்கள். ஆனால் இந்தப் புரட்சித் தீ பிரெஞ்சு எல்லையைக் கடப்பதற்கு முந்தியே அணைந்துவிடப் போகிறதென்று ஒருவருக்கும் தெரியவில்லை.

மார்க்ஸ், பாரிஸுக்கு வருவதற்கு முன்னரே, அங்கிருந்த ஜெர்மானியர்கள் சிலர், தாங்கள் ஒரு படையினராகத் திரண்டு, ஜெர்மனியின் எல்லைக்குள் சென்று அங்குப் புரட்சியைக் கிளப்பி விடுவதென்று தீர்மானித்திருந்தார்கள். மார்க்ஸ் வந்ததும், இந்த ஏற்பாட்டை நிறுத்திவிட முயன்றான். முன்னேற்பாடுகள் ஒன்றும் செய்து கொள்ளாமல், போதிய பாதுகாப்பு இல்லாமல் புரட்சி முயற்சிகள் வெற்றி பெறாவென்பது இவன் கருத்து. ஆனால் புரட்சி

உற்சாகிகள் இவன் வார்த்தைகளைக் கேட்கவில்லை. 1848-ம் வருஷம் ஏப்ரல் மாதம் முதல் தேதி ஒரு சிறுபடை ஜெர்மனியின் எல்லைப் புறத்தை நோக்கிச் சென்றது. மார்க்ஸ் எதிர்பார்த்தபடி சிறிது தூரம் சென்றவுடனேயே இந்தப் படையை, ஜெர்மானிய அரசாங்கத் துருப்புகள் விரட்டியடித்துவிட்டன.

இந்தப் படையெடுப்பு முயற்சியை, ஆரம்பத்தில் மார்க்ஸ் எதிர்த்தபோது, இவனைப் பலரும் பரிகசித்தார்கள்; கோழையென்று கூறினார்கள். உண்மையான புரட்சித் தலைவர்கள், தொழிலாளர் களுக்கு ஆயுதப் பயிற்சி அளிக்க வேண்டுமென்பது அவர்கள் கருத்து. ஆனால் மார்க்ஸ், தொழிலாளர்களுக்கு அரசியலைப் பற்றியும் பொருளாதார தத்துவங்களைப்பற்றியும் போதனைகள் செய்து வந்தான். தொழிலாளர்களின் உற்சாகத்தை மார்க்ஸ் கெடுத்து விடுகிறான் என்று அவர்கள் சொல்லிக் கொண்டிருந்தார்கள். ஆனால் மார்க்ஸ், தொழிலாளர்களைப் பெரியதோர் உலக மாற்றத்திற்குத் தயார்படுத்திக் கொண்டிருந்தான் என்பதை அவர்கள் அறியவில்லை.

1815-ம் வருஷத்து வியன்னா காங்கிரஸுக்குப் பிறகே, மத்திய ஐரோப்பா, சுயேச்சாதிகாரத்திற்குத் தாயகமாயிருந்தது. ஜெர்மனியும் ஆஸ்திரியாவும் இந்தச் சுயேச்சாதிகார சக்திக்கு இரண்டு கண்கள் மாதிரி இருந்தன. இவைகளின் கண் சிமிட்டலுக்கு இசைந்தாற் போலவே, மற்ற ஐரோப்பிய வல்லரசுகள் அசைந்து கொடுத்தன. சிறப்பாக ஜெர்மனிதான், புரட்சித் தீயின் புகைச்சல்கூட எங்கும் தோன்றாதபடி ஒவ்வொரு நாட்டையும் ஜாக்கிரதைப் படுத்திக் கொண்டு வருகிற வேலையை மிகவும் சிரத்தையுடன் செய்து வந்தது. ஆகையால் மற்ற நாடுகளில் சுயேச்சாதிகாரம் வீழ வேண்டுமானால், புரட்சி எண்ணங்கள் பரவ வேண்டுமானால், முதலில் ஜெர்மனியில் தான் வேலை செய்ய வேண்டும். இந்தக் கருத்து, நீண்டகாலமாகவே மார்க்ஸுக்கு, இருந்தது. இதனை ஒழுங்காக அனுஷ்டானத்திற்குக் கொண்டு வரக்கூடிய ஒரு சந்தர்ப்பம் இப்பொழுது ஏற்பட்டிருக்கிற தென்று இவன் கருதினான். எப்படியென்றால், பிரான்சில் புரட்சி நடைபெற்று, அதன் விளைவாக ஒரு தற்காலிகக் குடியரசு அரசாங்கம் ஏற்பட்டிருப்பது, மற்ற நாடுகளைப் போலவே ஜெர்மனியிலும் ஓர் அதிர்ச்சியை உண்டுபண்ணியது. ஆங்காங்குக் கூட்டங்கள் நடைபெறு வதும், உரிமைகளைக் கோரி மனுக்கள் தயாரித்து அரசாங்கத்திற்கு அனுப்புவதும் அன்றாட சம்பவங்களாயின. புரட்சியில் பற்றுள்ளம் கொண்ட பலர், அரசாங்கத்திற்கு விரோதமாக ஆங்காங்கு ஜனங் களைத் தூண்டிவிட்டுக் கொண்டிருந்தார்கள். அரசாங்கம் திகைத்துப் போய்விட்டது; சில சீர்திருத்தங்களை வழங்குவதாகக் கூறியது. இப்படிப்பட்டதொரு குழப்ப நிலைமையை, அந்நிய நாடுகளில்

பிரஷ்டர்களாக வசித்துக் கொண்டிருக்கும் ஜெர்மானியர்கள் உபயோகப் படுத்திக்கொள்ள வேண்டுமென்பதும், அவரவரும் தனித்தனியாக ஜெர்மனிக்குள் சென்று ஒழுங்கான முறையில் பிரசாரம் செய்து ஜனங்களைப் பக்குவப்படுத்த வேண்டும் மென்பதும் மார்க்ஸின் கருத்து. இதையே, இவன் பிரான்ஸிலிருந்து புறப்பட்ட உற்சாகப் படையினருக்குக் கூறினான். அவர்கள் கேட்கவில்லை; பயனை அனுபவித்தார்கள். இனியாவது சந்தர்ப்பத்தை கை நழுவவிடாமல் சீக்கிரமாக அவரவரும் ஜெர்மனிக்குள் சென்று வேலையைத் தொடங்கவேண்டுமென மார்க்ஸ் கூறினான். அப்படியே, "பொதுவுடைமைச் சங்க" அங்கத்தினர்கள்.' 'தனித்தனியாக உலக விடுதலையைத் தங்கள் தங்கள் சட்டைப் பையிலே போட்டுக்கொண்டு, யாத்திரிகர்கள் போல் பாரிஸிலிருந்து புறப்பட்டு, ஜெர்மனியின் எல்லைக்குள் நுழைந்தார்கள்; பல இடங்களிலும் பரவினார்கள்.

மார்க்ஸ், கோலோன் நகரத்திற்குச் சென்றான். ஏனென்றால் ஏற்கனவே இஃது இவனுக்குப் பழக்கமான ஊர். ப்ரஸ்ஸெல்ஸிலும் பாரிஸிலும் வசித்துக் கொண்டிருந்த காலத்திலும், இந்த நகரத்துடன் தொடர்பு வைத்துக்கொண்டிருந்தான். தவிர தொழில் பெருக்கம் நிறைந்த ஊர் கோலோன். இங்குத் தொழிற்சாலைகளும் தொழிலாளர்களும் அதிகம். இந்த மாதிரியான ஓர் இடந்தான். "பொதுவுடைமைச் சங்க"த்தின் தலைமை ஸ்தானமாக இருப்பதற்குத் தகுதியுடையதென்றும் பிரசார வேலைக்கு ஏற்றதென்றும் மார்க்ஸ் கருதினான். 1848-ம் வருஷம் ஏப்ரல் மாதம் 10-ம் தேதி மார்க்ஸ் இந்த ஊருக்குப் போய்ச் சேர்ந்தான்.

ஏற்கனவே இந்த ஊரில் 1847-ம் வருஷத்திலிருந்து - அதாவது மார்க்ஸ் செல்வதற்குச் சில மாதங்களுக்கு முந்தியிருந்தது - பொதுவுடைமைச் சங்க"த்தின் கிளை ஸ்தாபனம் ஒன்று இருந்து கொண்டிருந்தது. இதன் முக்கியத் தலைவர்களாயிருந்தவர்கள் இருவர். ஒருவன் ஆந்திரியே கோட்ஸ்சாக்[1]; மற்றொருவன் ஆகஸ்ட் வான் வில்லிக்[2] முதல்வன், கோலோன் தொழிலாளர் மத்தியில் நிரம்பச் செல்வாக்குடையவன்; அவர்களின் தலைவனாகவு மிருந்தான். இரண்டாமவன் ராணுவத்தில் உத்தியோகம் பார்த்தவன்; பொதுஜன சேவையில் ஈடுபடவேண்டுமென்பதற்காக ராஜீநாமா செய்துவிட்டு தச்சுத்தொழில் செய்து பிழைத்துக்கொண்டிருந்தான். இந்த இருவர் தவிர, மேற்படி கோலோன் சங்கத்தில் சுமார் பதினேழு, பதினெட்டு பேர் அங்கத்தினர்களாகயிருந்தார்கள். இவர்கள் வாரத்திற்கிருமுறை கூடி பொதுவுடைமையைப் பற்றிப் பேசிக் கொண்டிருப்பார்கள்; அவ்வப்பொழுது 'சில்லரைப்

பிரசாரம்' செய்வார்கள். பாரிஸில் புரட்சி ஏற்பட்டது தெரிந்ததும் இவர்கள் கோலோனில் ஒரு கூட்டம் கூட்டி ஆர்ப்பாட்டம் செய்யப் பார்த்தார்கள்; ஆனால் துருப்புகளைக் கண்டதும் கலைந்து விட்டார்கள். கோட்ஸ்சாக் ஒருவன்தான் உறுதியாக நின்றான்.

மார்க்ஸ், கோலோனுக்கு வந்த இரண்டு மூன்று நாட்களுக் குள்ளாகவே, கோட்ஸ்சாக்கின் முயற்சியின்பேரில் ஒரு தொழிலாளர் சங்கம் ஸ்தாபிக்கப்பட்டது. இதில் மார்க்ஸ் கலந்து கொண்டான். ஆனால் வெகு சீக்கிரத்தில் கோட்ஸ்சாக்குக்கும் இவனுக்கும் அபிப்பிராய வேற்றுமைகள் ஏற்பட்டுவிட்டன. மார்க்ஸ் எப்பொழுதுமே, ஒரு திட்டம் வகுத்துக்கொண்டு அதன்படி வேலை செய்ய வேண்டுமென்று வற்புறுத்துகிறவன். பாரிஸிலிருந்து புறப்பட்டபோதே, பொதுவுடைமைவாதிகள் ஜெர்மனிக்குள் சென்று என்னென்ன மாதிரியான வேலைகளைச் செய்ய வேண்டு மென்பதற்குப் பதினேழு பிரிவுகள் அடங்கிய ஒரு திட்டம் போட்டு ஒவ்வொருவர் கையிலும் ஒவ்வொரு பிரதியைக் கொடுத்தான். இப்படி ஒழுங்காக வேலை செய்துகொண்டு போகிறவர்களுக்கும், வெறும் வாய்ப் பேச்சிலும் உற்சாகத்திலும் மிதந்து செல்ல விரும்புகிறவர்களுக்கும் கருத்து வேற்றுமைகள் உண்டாவது சகஜந்தானே?

பாரிஸ் புரட்சி, ஏற்பட்டவுடனே "பொதுவுடைமைச் சங்க"த்தின் சர்வாதிகாரங்களும் மார்க்ஸினிடம் ஒப்படைக்கப்பட்டன வல்லவா? தனக்குள்ள இந்த விசேஷ அதிகாரத்தைக் கொண்டு, இவன், கோலோன் வந்த பிறகு, கோலோன் கிளைச் சங்கத்தைக் கலைத்துவிட்டான். ஏனென்றால் சங்கத்தின் அங்கத்தினர்கள் பல இடங்களிலும் சிதறிக் கிடந்தார்கள். ஒன்றுகூடி உருப்படியான வேலையொன்றையும் செய்ய இவர்களால் முடியவில்லை. அப்படியிருக்க, பெயருக்கு மட்டும் ஒரு ஸ்தாபனத்தை வைத்துக் கொண்டிருப்பானேன்? உயிரில்லாத உருவத்திலே மார்க்ஸுக்கு எப்பொழுதுமே நம்பிக்கையில்லை.

சங்கத்திற்குப் பதிலாக ஒரு பத்திரிகையைத் தொடங்கி அதன்மூலம் தன் கருத்துக்களைத் தெரிவிக்க வேண்டுமென்று மார்க்ஸ் ஆவல் கொண்டான். இந்த ஆவல் இவனுக்கு விரைவில் பூர்த்தியாயிற்று. கோலோனிலிருந்த பணமும் மனமும் படைத்த சிலர், ஜனநாயகக் கொள்கையைப் பரப்புவதற்காக ஒரு பத்திரிகையைத் தொடங்க வேண்டுமென்று, மார்க்ஸின் வருகைக்கு முன்னாடியிருந்தே யோசித்துக் கொண்டிருந்தார்கள். இவர்களுடைய உத்தேசம், உள்ளூர் விஷயங்களையும், வாழ்க்கைக்கு உதவாத சில

வறட்டுத் தத்துவங்களையும் போட்டுப் பத்திரிகையை நிரப்பி, அதன் மூலமாகச் செல்வத்தையும் செல்வாக்கையும் சம்பாதித்துக் கொண்டுவிட வேண்டுமென்பதுதான். ஆனால், மார்க்ஸ், இந்த எண்ணம் பூர்த்தியாகாமல் செய்துவிட்டான். சில நண்பர்களுடைய ஆதரவைப் பெற்று தானே, மேற்படியாருடைய பத்திரிகையை ஆரம்பித்துவிட்டான். இதற்காக, தன் கையில் வைத்திருந்த அற்ப சொற்பப் பணத்தையும் போட்டான். பத்திரிகையைத் தொடங்க வேண்டுமென்று ஏற்கனவே உத்தேசித்திருந்த சிலரையும், சம்பிரதாயத்திற்காகவும், அவர்களுடைய விரோதத்தை ஆரம்பத்திலேயே சம்பாதித்துக் கொள்ளக் கூடாதென்பதற்காகவும், ஆசிரியக் குழுவில் சேர்த்துக் கொண்டான். இப்படிப்பட்ட முன்னேற்பாட்டுடன், மார்க்ஸைத் தலைமை ஆசிரியனாகக்கொண்டு 1848-ம் வருஷம் ஜூன் மாதம் முதல் தேதி "புதிய ரைன்லாந்து கெஜட்"[3] வெளிவந்தது.

இந்தப் பத்திரிகையில் மார்க்ஸ், புரியாத தத்துவங்களைப் பற்றியோ, இறந்தகாலச் சம்பவங்களைப் பற்றியோ, எதிர் காலத்தைப் பற்றி ஊகித்தோ ஒன்றும் எழுதவில்லை. இதில் வெளியான ஒவ்வொரு கட்டுரையும் ஆதாரபூர்வமாக இருந்தது; புள்ளி விவரங்களோடு கூடியிருந்தது. நிகழ்காலத்தில், தங்களைச் சுற்றி என்ன நடைபெறுகிறதென்பதை ஜனங்கள் தெரிந்து கொள்ள வேண்டுமென்ற ஒரே கருத்துடன் இவன் கட்டுரைகள் எழுதினான். பத்திரிகையின் தலையங்கங்கள், ஜன நன்மைக்கு விரோதமாயுள்ள ராணுவ ஆதிக்கம், அரசாங்கத்தின் சுயேச்சாதிகாரம் முதலியவற்றை நிர்த்தாட்சண்யமாகத் தாக்கின; சமரஸ மனப்பான்மையுடையவர் களைத் துச்சமாகக் கருதிப் பேசின. இவை தவிர, "புதிய ரைன்லாந்து கெஜட்" ஒன்றுதான், அந்நிய நாட்டு விஷயங்களுக்கு அதிக முக்கியத் துவம் கொடுத்து வந்தது. ஐரோப்பாவின் சுயேச்சாதிகார சக்தியை அடிக்கடி தூபம் போட்டு வளர்த்துவருவது ருஷ்யாதான் என்றும், இதனால் ருஷ்யாவும் ஜெர்மனியும் ஒன்றுக்கொன்று போரிட்டுக் கொள்ளுமானால் இரண்டு நாடுகளிலும் சுயேச்சாதிகாரம் வீழ்ந்து பட்டு, சுதந்திர சக்தி உதயமாகுமென்றும், மார்க்ஸ், அடிக்கடி தன் தலையங்கங்களில் வலியுறுத்தி வந்தான்.

இங்ஙனம் துணிச்சலாகப் பத்திரிகையில் எழுதிவந்ததோடு, மார்க்ஸ் அடிக்கடி கோலோன் தொழிலாளர் கூட்டங்களில் பிரசங்கங்கள் செய்து வந்தான். "புதிய ரைன்லாந்து கெஜட்" தொழிலாளர் மத்தியில் அதிகமாகப் பரவ ஆரம்பித்தது. இதனால் அவர்களுடைய எண்ணத்திலும் உணர்ச்சியிலும் ஒரு மாறுதல் உண்டாயிற்று. ஆனால் பத்திரிகை முதலாளிகளிடையே ஒரு

பரபரப்பு ஏற்பட்டது. இதுகாறும் யாரார் பத்திரிகைக்கு உதவி செய்து வந்தார்களோ அவர்களெல்லோரும் விலகிக் கொண்டார்கள்; சந்தாதாரர்கள் குறையலானார்கள். பணமுடை உண்டாயிற்று. எந்த அச்சுக் கூடத்தில் பத்திரிகை அச்சிடப்பட்டு வந்ததோ அந்த அச்சுக்கூடத்துச் சொந்தக்காரன் இனி, கடனுக்குப் பத்திரிகையை அச்சிட்டுக் கொடுக்க முடியாதென்று சொல்லிவிட்டான். இதனால் ஒருநாள் பத்திரிகை வெளிவர முடியாமற்போயிற்று. நல்ல வேளையாக வேறோர் அச்சுக்கூடச் சொந்தக்காரன், தன் அச்சுக் கூடத்தில் அச்சிட்டுத் தருவதற்கு ஒப்புக் கொண்டான். மார்க்ஸ், வெளியூர்களுக்குச்சென்று, பத்திரிகையைத் தொடர்ந்து நடத்து வதற்குப் பணம் தண்டிக் கொண்டுவர வேண்டியதாயிற்று. அதற்கும் இவன் பின் வாங்கவில்லை. ஜெர்மனியிலும் ஆஸ்திரியாவிலும் சுற்றுப் பிரயாணம் செய்து பணம் சேகரித்து வந்தான்.

கோலோன் தொழிலாளர்களுடைய எண்ணத்திலும் உணர்ச்சி யிலும் ஒரு மாறுதல் உண்டாகிக் கொண்டுவந்ததென்று மேலே சொன்னோமல்லவா? அரசாங்க அதிகாரிகளும் தொழில் முதலாளி களும், தொழிலாளர்கள் இங்ஙனம் தன் மதிப்பு உணர்ச்சிபெற்று வருவதை விரும்பவில்லை. இதனால் அதிகாரிகள் - முதலாளிகளின் கைக் கருவியான துருப்பினருக்கும் தொழிலாளர்களுக்கும் அடிக்கடி பூசல்கள் நிகழ்ந்தன. இப்படி கோலோன் மட்டிலுமல்ல, ஜெர்மனியின் முக்கியமான எல்லா நகரங்களிலும் நடைபெற்றன. இந்த அக்கிரமச் செயல்களைக் கண்டிக்கும் பொருட்டும், இனி இம்மாதிரியான சம்பவங்கள் நிகழாமலிருக்கப் போதிய பாதுகாப்பு ஏற்பாடுகளைச் செய்யும் பொருட்டும் கோலோனில் ஒரு பெரிய பொதுக் கூட்டம் நடைபெற்றது. கண்டனத் தீர்மானம் நிறைவேறிய பிறகு, பாதுகாப்பு ஏற்பாடுகளைச் செய்ய முப்பது பேரடங்கிய ஒரு கமிட்டி நியமிக்கப்பட்டது. இதில் மார்க்ஸ் ஒருவன்.

தவிர, இந்தக் காலத்தில் பல மாகாணங்களாகச் சிதறுண்டு கிடக்கிற ஜெர்மனியை ஐக்கியப்பட்ட ஒரு ராஜ்யமாகச் செய்ய வேண்டுமென்ற எண்ணம், எல்லா ஜெர்மானியர்களிடையிலும் வலுத்து வந்தது. ஆனால், ப்ருஷ்ய மாகாண அரசாங்கம் மட்டும் இந்த ஐக்கியத்திற்கு விரோதமாயிருந்தது. இதற்குக் காரணம், தன்னுடைய பரம்பரைப் பெருமையும் உரிமையும் போய்விடு மென்பதுதான். இந்தச் சந்தர்ப்பத்தில், டென்மார்க்கு தேசத்துடன் ப்ருஷ்யா, தனியான ஒரு சமாதான உடன்படிக்கை செய்து கொண்டது. டென்மார்க் எல்லையும், ஜெர்மனியின் எல்லையும் சந்திக்கிற இடத்தில் ஷ்லெஸ்விக், ஹோல்ஸ்டீன் என்ற இரண்டு சிறிய பிரதேசங்கள் உண்டு. இவை யாருக்குச் சொந்தம் என்பதைப் பற்றி

டென்மார்க்குக்கும் ஜெர்மனிக்கும் நீண்ட காலமாகவே சச்சரவு நடைபெற்று வந்தது. ஜெர்மனிக்குத்தான் சேர வேண்டுமென்னும் விஷயத்தில் ஜெர்மனியிலுள்ள எல்லா மாகாண அரசாங்கங்களும் ஒரு முகப்பட்டு, டென்மார்க்கை எதிர்த்தன. ஜனங்களும் இதற்குச் சாதகமாயிருந்தார்கள். ஆனால் திடீரென்று ப்ருஷ்யா, மேற்படி ஷ்லெஸ்விக் ஹோல்ஸ்டீன் பிரதேச விஷயமாக டென்மார்க்குடன் தனியான ஓர் ஒப்பந்தம் செய்து கொண்டது. மேற்படி பிரதேசங்களில் டென்மார்க்குக்கு உள்ள உரிமையை அங்கீகரித்தது இந்த ஒப்பந்தம். இப்படி ப்ருஷ்யா செய்தது, ஜெர்மானிய ஐக்கியத்தைக் கொலை செய்வது போலிருந்தது. ஜனங்கள் ஆத்திரப் பட்டார்கள். ஆங்காங்குக் கண்டனக் கூட்டங்கள் நடைபெற்றன; குழப்பங்கள் விளைந்தன.

இங்ஙனம் பல காரணங்களால், ப்ருஷ்ய அரசாங்கத்திற்கும் ஜனங்களுக்கும் மத்தியில் ஏற்கனவே இருந்த பிளவு அகன்று கொண்டு வந்தது. நாட்டின் பல பாகங்களிலும் நடைபெறுகிற கண்டனங்கள், குழப்பங்கள் முதலியவற்றைக் கண்டு அரசாங்கம் மருட்சியடைந்துவிட்டது. ஆயுத பலத்தின் துணையை நாடியது. கோலோனில் ராணுவச் சட்டம் அமுலுக்குக் கொண்டுவரப்பட்டது. ஏனென்றால் இதுதான் எல்லாக் கிளர்ச்சிகளுக்கும் மையமாயிருந்தது. இங்கிருந்த அரசியல் ஸ்தாபனங்கள் யாவும் கலைக்கப்பட்டன. "புதிய ரைன்லாந்து கெஜட்" உள்பட பல தீவிரவாதப் பத்திரிகைகள் வெளிவராமல் நின்றன. மார்க்ஸின் சகாக்கள் பலர், கைது செய்யப் படாமல் தப்பித்துக் கொண்டார்கள். மார்க்ஸ், எந்தப் பொதுக் கூட்டத்திலும் பேசவில்லையாதலினால், அரசாங்கத்தார் இவன்மீது எந்தவிதமான நடவடிக்கையும் எடுத்துக் கொள்ளவில்லை.

ஆனால் இந்த ராணுவ ஆதிக்கம் நீடித்திருக்கவில்லை. இதன் கீழ் எடுத்துக்கொள்ளப்பட்ட நடவடிக்கைகள், அரசாங்க பக்தர் களுக்குக் கூட வெறுப்பை ஊட்டின. எனவே ஒரு வாரங்கழித்து இது நின்றுவிட்டது. இந்த ஒரு வாரகாலமும் நின்று போயிருந்த "புதிய ரைன்லாந்து கெஜட்" மீண்டும் வெளிவரலாயிற்று. ராணுவச் சட்டத்திற்கு முன்னர், இதற்கு ஆறாயிரும் சந்தாதாரர்கள் இருந்தார்கள். இப்பொழுது இந்த எண்ணிக்கை இன்னும் அதிகரித்தது. இதே சமயத்தில் தொழிலாளர்கள் மத்தியில் மார்க்ஸின் செல்வாக்கு மேலோங்கி நின்றது. கோலோன் தொழிலாளர் சங்கத்தின் தலைவனாக - கோட்ஸ்சாக்கின் ஸ்தானத்தில் -தெரிந் தெடுக்கப்பட்டான். மார்க்ஸ், தனக்கேற்பட்ட ஒரு கௌரவமாக இதனைக் கருதவில்லை; தொழிலாளார்களுக்காகத்தான் நடத்திவந்த போராட்டத்தில் கிடைத்த ஒரு வெற்றியாகவே கொண்டான்.

பிரான்ஸிலே நடைபெற்ற புரட்சியை அனுசரித்து ஐரோப்பாவின் தலைநகரங்களில் ஓர் அதிர்ச்சி உண்டாயிற்றென்று சொன்னோமல்லவா? இந்த அதிர்ச்சி ஆஸ்திரியாவின் தலைநகரான வியன்னாவிலும் ஏற்பட்டது. *1848*-ம் வருஷம் அக்டோபர் மாதம் ஹங்கேரியர்களுடன் சேர்ந்துகொண்டு, ஆஸ்திரியர்கள் ஒரு பெரிய புரட்சியை நடத்த ஏற்பாடு செய்தார்கள். இதற்கு ஜெர்மனியிலுள்ள தீவிரவாதிகள் நேர்முகமான உதவி செய்யாமல், வாய்ச் சொல்லால் அநுதாபம் காட்டினார்கள். புரட்சிக்கு அதிகமான பலம் இல்லையென்று தெரிந்ததும் ப்ருஷ்ய அரசாங்கமும் ஆஸ்திரிய அரசாங்கமும் ஒன்றுசேர்ந்து, கடுமையான நடவடிக்கைகள் எடுத்துக்கொண்டன. ப்ருஷ்ய அரசாங்கம், தனது சட்டசபையைக் கூடத் கலைத்துவிட்டது. இதன் அங்கத்தினர்கள், வேறெவ்வித எதிர்ப்புக் காட்டவும் வகையில்லாமல், அரசாங்கத்திற்கு யாரும் வரி செலுத்த வேண்டாமென்ற ஒரு விண்ணப்பத்தை வெளியிட்டு விட்டுக் கலைந்து விட்டார்கள்.

இந்த வரி கொடா இயக்கத்திற்கு மார்க்ஸ் ஆதரவு காட்டினான். *1848*-ம் வருஷம் நவம்பர் மாதம் *18*-ம் தேதி ரைன்லாந்து வாசிகளுக்கு, இந்த வரி கொடாமையைப் பற்றி விஸ்தரித்து ஓர் அறிக்கை வெளியிட்டான். இதில் இவனுடைய சகாக்கள் சிலரும் கையெழுத்திட்டிருந்தார்கள். ஆனால் ப்ருஷ்ய அரசாங்கம், கொஞ்சம்கூடத் தயை காட்டாமல் ஜனங்களை ஹிம்ஸை செய்யத் தொடங்கியது. பெர்லின், கோலோன் முதலிய முக்கிய நகரங்கள் துருப்புகள் மயமாகவே இருந்தன. அடிக்கடி கைகலந்த சண்டைகள் நிகழ்ந்தன. சமுதாய வாழ்க்கையென்பது நிலைகுலையத் தொடங்கியது.

மார்க்ஸ், தன்னுடைய பத்திரிகையில் இவைகளையெல்லாம் எடுத்துக் காட்டினான். அரசாங்கத்தின் போக்கைக் கண்டித்தான். இவை, அதிகாரிகளுக்குப் பிடிக்குமா? சில்லரைத் தொந்திரவுகள் கொடுக்க ஆரம்பித்தார்கள். ஒரு சமயம், பத்திரிகையில், சட்ட விரோதமான விஷயமொன்றை வெளிப்படுத்தினதாகக் குற்றஞ் சாட்டி அதற்காக மார்க்ஸை மாஜிஸ்ட்ரேட் முன் அழைத்துக் கொண்டு போனார்கள். சட்டத்தையும் அமைதியையும் பாதுகாக்கிற இலாகா அதிகாரிகள். இது தெரிந்த கோலோன் தொழிலாளர்கள் அத்தனை பேரும் கோர்ட் வாசலில் திரண்டுவிட்டார்கள்; கலைந்து போகுமாறு போலீஸார் எவ்வளவு சொல்லியும் கேட்கவில்லை; அங்கேயே இருந்தார்கள். இதனால் போலீஸார், மார்க்ஸை வெளியே அழைத்துக் கொண்டு வந்து ஜனங்களின் முன்னிலையில் நிறுத்தவேண்டியதாயிற்று. அப்பொழுது, ஜனங்கள் செய்த சந்தோஷ

ஆரவாரத்தைப் பார்த்த அதிகாரிகள், மார்க்ஸுக்குத் தொழிலாளர் மத்தியில் எவ்வளவு செல்வாக்கு இருக்கிறதென்பதைத் தெரிந்து கொண்டார்கள்; பிரமித்தும் போனார்கள். மார்க்ஸ், ஒரு சிறிய சொற் பொழிவு நிகழ்த்தி, கூட்டத்தைக் கலைந்து போகுமாறு கூறினான். இவன்மீது சாற்றப்பட்ட குற்றம் ருஜுவாகாமல் போகவே, கோர்ட்டிலிருந்தும் விடுதலை செய்யப்பட்டான். ஆனால் அதிகாரிகள் சும்மா விடுவார்களா? மீண்டும் மார்க்ஸை வேறு பல குற்றங்கள் சாட்டிக் கைது செய்தார்கள்.

இப்படி அரசாங்க அதிகாரிகள் ஒருபுறம் தொந்திரவு விளை வித்துக் கொண்டிருக்க, மற்றொரு புறத்தில் ராணுவ அதிகாரிகள் தொந்திரவு கொடுக்க ஆரம்பித்தார்கள். ஏனென்றால், ராணுவத்தைச் சேர்ந்தவர்கள் அப்பொழுது ஜனங்கள் மீது புரிந்துவந்த அட்டூழியத்தைக் கண்டித்து, மார்க்ஸ், தன் பத்திரிகையில் கடுமையாக எழுதிவந்தான். இதன் விளைவாக, மார்க்ஸின் உயிருக்கு ஆபத்து ஏற்படுமென்று பயமுறுத்தி அநேக கடிதங்கள் வந்தன. "நாசமாய்ப் போன இந்த பத்திரிகைக் கூளத்தை" நிறுத்துவதற்கு ஏற்பாடு செய்யக் கூடாதாவென்று ராணுவ அதிகாரிகள், யுத்த மந்திரிக்கு விண்ண பித்துக் கொண்டார்கள். ஒருநாள் மார்க்ஸின் வாசஸ்தலத்திற்கு இரண்டு ராணுவ உத்தியோகஸ்தர்கள் வந்து தங்களிலே ஒருவரை அவமானப்படுத்தி பத்திரிகையில் எழுதியிருப்பதாகவும், இதற்காக, ஆசிரியர் குழுவில் சேர்ந்தவர் யார் யாரோ அவர்கள் அத்தனை பேரையும் அடித்து நொறுக்கப்போவதாகவும் கூறினார்கள். மார்க்ஸ், இவர்களை அமைதியாக வரவேற்றான். அப்பொழுது இவன் சட்டைப்பையில் ஒரு கைத்துப்பாக்கியின் பின்புறம் தலை நீட்டிக் கொண்டிருந்தது. வேண்டுமென்றே மார்க்ஸ் இப்படி அவர்களுக்குக் காட்சியளித்தான். இதைப் பார்த்தும், அவர்கள் ஒன்றும் பேசாமல் மெதுவாக நழுவிவிட்டார்கள்.

மார்க்ஸ், அரசாங்க அதிகாரிகளால் மீண்டும் கைது செய்யப் பட்டான் என்று மேலே சொன்னோமல்லவா? உத்தியோகஸ்தர்களை அவமானப்படுத்தியது ஒரு குற்றம். வரி கொடா இயக்கத்தைத் தூண்டியது இரண்டாவது குற்றம். இப்படி இரண்டு குற்றங்கள் சாட்டி 1849-ம் வருஷம் பிப்ரவரி மாதம் மார்க்ஸ் மீது வழக்குத் தொடரப்பட்டது. முதல் குற்றத்தில் சுலபமாக விடுதலை செய்யப்பட்டான். இரண்டாவது குற்ற சம்பந்தமாக விசாரணை நடக்கிறபோது, மார்க்ஸ், தன்னுடைய செயல் நியாயமானது என்று நிரூபித்து நீண்டதொரு சொற்பொழிவு நிகழ்த்தினான். "அரசாங்கம் புரட்சியைத் தூண்டி விடுமானால், ஜனங்கள், அந்தப் புரட்சியின் மூலமாகத்தானே பதில் சொல்லவேண்டும்?" என்று கோர்ட்டாரைப்

பார்த்துக் கேட்டான். குற்றம் ருஜுவாகவில்லையென்று சொல்லி கோர்ட்டார் இவனை விடுதலை செய்துவிட்டனர். அது மட்டுமின்றி, ஜூரிகளின் தலைவன், இவனுடைய, "அருமையான பல விஷயங்கள் பொதிந்த நீண்ட பிரசங்கத்திற்கு" வந்தனமளித்தான்!

அதிகாரிகள் விளைவித்த தொந்திரவுகள் ஒருவாறு விலகிய போதிலும், மார்க்ஸுக்குப் பத்திரிகை சம்பந்தமான கஷ்டங்கள் வரவர அதிகரித்துக்கொண்டு வந்தன. படிப்பவர்களின் எண்ணிக்கையைப் பொறுத்தமட்டில், வாசகர்களின் மத்தியில் அதற்கேற்பட்டிருந்த செல்வாக்கைப் பொறுத்தமட்டில், பத்திரிகை வெற்றியடைந்து கொண்டு வந்ததென்றுதான் சொல்ல வேண்டும். ஆனால் இந்த வெற்றியே, பொருளாதார விஷயத்தில் அவனுடைய தோல்வியாக முடிந்தது. பத்திரிகைக் காரியாலயம் சம்பந்தமாக தினந்தோறும் ரொக்கச் செலவு ஏற்படுமல்லவா? இதற்குச் சரியாக ரொக்க வருமானம் இருந்தால்தானே செலவைச் சரிகட்ட முடியும்? பத்திரிகையின் கொள்கை காரணமாக, அதற்கு ஆரம்பத்தில் பணம் கொடுத்து உதவி வந்தவர்கள் பலரும் இப்பொழுது விலகிக் கொண்டுவிட்டார்கள். மார்க்ஸ், தன் கையிலிருந்த அற்பசொற்பப் பணத்தையும் பத்திரிகையில் போட்டான். தன் மனைவி ஜென்னியின் பணத்தையும் உபயோகித்துக் கொண்டான். இவை எல்லாம் எந்த மூலைக்கு? தினந்தோறும், பத்திரிகையானது, பணத்தை விழுங்கி விட்டு அதற்குப் பதிலாகப் புதிய கருத்துக்களை வெளியிட்டுக் கொண்ட வந்ததே தவிர பணத்தை வெளியே கொண்டு வரவில்லை. பத்திரிகா தர்மத்துக்கும் பண வருவாய்க்கும் மத்தியில் எப்பொழுதுமே ஓர் இடைவெளி இருந்துகொண்டுதான் இருக்கும் போலும்! மார்க்ஸ் என்ன செய்வதென்று தெரியாமல் திகைத்துக் கொண்டிருந்தான். நல்ல வேளையாக அரசாங்கத்தாரே இவனுக்கு உதவியாக வந்தனர்.

பத்திரிகையை நிறுத்திவிட அரசாங்கத்தாருக்குத் தைரியமில்லை. அப்படி நிறுத்தினால், கோலோன் நகரத்தில் மட்டுமல்ல, ஜெர்மனி முழுவதிலும் ஒரு பெரிய கிளர்ச்சி ஏற்படுமென்று பயந்தார்கள். இதற்காக, மார்க்ஸை தேசப் பிரஷ்டம் செய்துவிட்டார்கள். மார்க்ஸ், ஒரு ப்ருஷ்யப் பிரஜையல்ல; பொதுஜன அமைதிக்கு விரோதி; இந்த மாதிரியான சில காரணங்களைச் சொல்லி 1849-ம் வருஷம் மே மாதம் 16-ம் தேதி ஜெர்மனியின் எல்லையிலிருந்து வெளியேறி விடும்படி இவனுக்கு உத்திரவு கொடுத்தனர். 18-ம் தேதி, "புதிய ரைன்லாந்து கெஜட்"டின் கடைசி இதழ் சிவப்பு மையினால் அச்சிடப்பட்டு வெளிவந்தது; "வாசகர்களே, விடைபெற்றுக் கொள்ளுகிறோம்; ஆனால் கடைசி முறையாக அல்ல. ஏனென்றால்

எங்களுடைய ஆத்மாவை யாரும் அழிக்க முடியாது. மீண்டும் நாம் தலை நிமிர்ந்து நிற்போம்; விரைவில் ஒரு போர்க் குதிரையின் மீது ஏறி வருவோம்" என்ற வாசகங்களுடன் சந்தா நேயர்களிடமிருந்து விடை பெற்றுக் கொண்டது.

இந்தக் கடைசி இதழ் கோலோன் வாசிகளிடையே அதிக பரபரப்பை உண்டு பண்ணியது. இது வெளியான நாளன்று, ஒவ்வொருவரும் தத்தமக்கென்று ஒரு பிரதியைச் சொந்தமாக வாங்கி வைத்துக்கொள்ள வேண்டுமென்பதற்காக, ஆயிரக்கணக்கான பேர் பத்திரிகாலயத்தின் வாயிலில் திரண்டுவிட்டார்கள். சுமார் இருபதினாயிரம் பிரதிகளுக்கு மேல் அன்று அச்சிடப்பட்டன. ஒரு பிரதியின் விலை ஒரு டாலர். அநேகர், பத்திரிகையின் ஒவ்வொரு பக்கத்தையும் படம் போட்டு வீட்டிலேயே மாட்டிக் கொண்டார்கள்.

நாட்டைவிட்டு வெளியேற வேண்டிய அவசியம் ஏற்பட்டு விட்டபடியால், மார்க்ஸ், பத்திரிகை சம்பந்தமான சகல விவகாரங்களையும் விரைவில் ஒழுங்குபடுத்தினான். அச்சுக்கூடம் இவனுக்குச் சொந்தமாயிருந்தது. அதனைவிற்று முதலாக்கி, பத்திரிகை சம்பந்தமாக ஏற்பட்டிருந்த கடனைத் தீர்த்தான். போதாதற்குத் தன் கையிலிருந்த ரொக்கத்தையும் சுரண்டிச் சேர்த்துக் கொடுத்தான். இங்ஙனம் பொது விவகாரங்களின் சிக்கலிலிருந்து விடுதலை செய்துகொண்ட போதிலும் குடும்ப விவகாரம் நடக்க வேண்டுமே? இதற்காக ஜென்னி மார்க்ஸ், தன்னிடத்திலிருந்த வெள்ளிச் சாமான்களையெல்லாம் அடகு வைத்தாள். இந்தத் தொகையை வைத்துக் கொண்டுதான், இவள் குடும்ப காலட்சேபம் செய்து வந்தாள்; பிரயாணத்திற்காக வேண்டிய ஏற்பாடுகளையும் செய்தாள்.

கோலோனில் வசித்துக் கொண்டிருந்த போது மார்க்ஸ், எவ்வாறு இருந்தான்? எங்ஙனம் தோற்றமளித்தான்? இவனுடைய நண்பர்களில் சிலர் வருணிப்பதைக் கேளுங்கள்:

அப்பொழுது (கோலோன் வாசத்தின் போது) மார்க்ஸுக்கு முப்பது வயது இருக்கும். அபேதவாதக் கட்சியின் ஒரு சார்பினர். இவனைத் தங்கள் தலைவனாக ஏற்றுக் கொண்டிருந்தார்கள். இவனுடைய அகன்ற நெற்றி கறுத்த விழிகளும் கூர்மையான பார்வையுமுடைய கண்கள், இருண்ட தலைமயிர், நீண்ட தாடி ஆகிய இவை, பலரையும் வசீகரித்தன. இவன், தன்னுடைய துறையில் நிரம்பிய புலமை யுடையவன். இவன் சொல்கிற ஒவ்வொரு வார்த்தையும் ஆதார பூர்வமாகவும், தெள்ளத் தெளிவாகவும் இருக்கிறது. இவன், தன்

கருத்துக்கு மாறுபட்டவர்களை அலட்சியமாகத் தூக்கியெறிந்தாற் போல் பேசுகிறான்; தான் கொண்ட கொள்கையில் மிகவும் பிடிவாத முள்ளவனாயிருக்கிறான். இந்த மாதிரியான ஒரு மனிதனை நான் என் வாழ்நாளில் பார்த்ததே கிடையாது."

"மார்க்ஸ், தன்னுடைய புருஷத்துவத்தினாலும் பெருந்தன்மையினாலும் என்னைத் தன்னிடம் வசியப்படுத்திக் கொண்டுவிட்டான். இவனுடைய அறிவைப் போலவே, இவனுடைய இருதயமும் விசாலமானது. இவனுடைய அன்பைப் போலவே இவனுடைய துவேஷகமும் அதிகமானது. இவனுக்கு என்னைப்பற்றி ஒரு தாழ்வான அபிப்பிராயம் உண்டு. இதை என்னிடம் நேரிலும் தெரிவித்திருக்கிறான். ஆனாலும் இவனுக்காக நான் நெருப்பிலே குதிக்கவும் தயார். நம் பலரிலே இவன் ஒருவனுக்குத்தான், தலைமைக்குரிய தகுதிகள்யாவும் இருக்கின்றன; சிக்கலான நிலைமையைச் சமாளிக்கக்கூடிய சக்தி இருக்கிறது."

"ஜனக் கட்சியின் தலைவனான கார்ல் மார்க்ஸை நான் பார்த்தேன். அப்பொழுது இவனுடைய கிரகம் உச்ச நிலையிலிருந்தது. சுமார் முப்பது வயதிருக்கும். நல்ல கட்டுமஸ்தான தேகம்; அழகிய முகம்; அடர்ந்த, கறுத்த மயிர். ஓயாமல் உழைக்கிற சக்தியும், உறுதியான மனப்பான்மையும் இவனிடத்தில் சேர்ந்து குடிகொண்டிருந்தன. நிதானஸ்தன். நான்கு பேரோடு கலந்து பழகுகிற சுபாவமில்லாதவன். ஆனால் இவைகளுக்குப் பின்னாடி, ஒரு துணிச்சலான தன்மை, இவனிடம் ஒளி வீசிக் கொண்டிருந்தது."

மார்க்ஸ், பாரிஸ் வந்தபோது, அங்குப் புரட்சியின் உற்சாகம் குறைந்திருந்தது. குடியரசு அரசாங்கத்தின் சேனைகள் எங்குப் பார்த்தாலும் தோல்வியடைந்து கொண்டு வந்தன. ஜனங்கள் சோர்வுற்றுக் கிடந்தார்கள்; தொத்து நோய் காரணமாக நூற்றுக்கணக்கில் மாண்டு வந்தார்கள். சுயேச்சாதிகாரம் மறுபடியும் தலைகாட்டியது. அரசியல்வாதிகள், பரஸ்பரப் பொறாமையிலும் சச்சரவிலும் மூழ்கிக் கிடந்தார்கள். ஒரு வருஷத்திற்குள் எவ்வளவு மாறுதல்.

இப்படிப்பட்ட பாரிஸ்மா நகரத்திற்கு மார்க்ஸ், 1849-ம் வருஷம் ஜூன் மாதம் முதலில் வந்து சேர்ந்தான். ஒரு மாதம் கழித்து ஜூலை மாதம் முதலில் - இவனுடைய மனைவி தன் மூன்று குழந்தை களுடன் வந்து சேர்ந்தாள். மார்க்ஸ், கோலோனில் வசித்துக் கொண்டிருந்தபோது, இவனுடைய சந்ததி விருத்தியாயிற்று என்பது

இங்கு ஞாபகத்தில் வைத்துக்கொள்ளவேண்டிய விஷயம். பாரிஸில் நீண்டகாலம் வசிக்கவேண்டுமென்ற உத்தேசத்தைக்கொண்டு, மார்க்ஸ், ஒரு சிறிய இடத்தை வாடகைக்குப் பிடித்து, அதில் தன் குடும்பத்தினரை இருக்க ஏற்பாடு செய்தான். ஆனால் எதிர்பார்த்தபடி நீண்டநாள் வசிக்க முடியவில்லை. வந்த ஒரு மாதத்திற்குள்ளாகவே, தேசப் பிரஷ்ட உத்திரவு கிடைத்தது. ஜென்னி மார்க்ஸ் எழுதுகிறாள்:

"பாரிஸில் ஒரு மாத காலம் தங்கியிருப்போமோ என்னவோ அதற்கு மேல் அதிகாரிகள் எங்களை அங்கே இருக்கவிடவில்லை. ஒருநாள் காலை, ஒரு போலீஸ் சார்ஜண்ட் எங்கள் வீட்டுக்கு வந்தான். இருபத்து நான்கு மணி. நேரத்திற்குள் பாரிஸைவிட்டு வெளியேறிவிட வேண்டு மென்று சொன்னான். எங்களுக்கு விருப்பமிருந்தால் (பாரிஸுக்குச் சிறிது தொலைவிலுள்ள) வான்னெஸ் என்ற இடத்தில் தங்கியிருக்கலா மென்று" அன்புடன் கூறினான்.

மார்க்ஸ், வெளியேற்ற உத்திரவை ரத்து செய்து கொள்ள எவ்வளவோ முயன்றான். ஆராய்ச்சி நிமித்தமாகவே தான் பாரிஸுக்கு வந்திருப்பதாகவும், அரசியல் முதலிய வேறு துறைகளில் தனக்குச் சிரத்தை இல்லையென்றும் சொல்லிப் பார்த்தான். ஒன்றும் பலிக்கவில்லை. கட்டாயம் வெளியேற வேண்டியதுதான் என்று சொல்லிவிட்டார்கள் அதிகாரிகள். என்ன செய்வது? மனைவியோ பூரண கர்ப்பம். சின்னஞ் சிறு குழந்தைகள். பணக் கஷ்டமோ சொல்லி முடியாது. திகைத்துப் போய்விட்டான். கலங்காத இவனுடைய உள்ளங்கூடக் கலங்கிவிட்டது. மறுபடியும் அதிகாரிகளிடம் மன்றாடினான். மனைவியும் குழந்தைகளும் மட்டும், வேண்டுமானால் சிறிதுகாலம் தங்கிவிட்டுப் போகலாம் என்று கருணைகாட்டினார்கள். அதிகாரிகள் கூறிய வான்னெஸ் என்ற இடத்திற்குப் போக இவன் மனம் ஒப்பவில்லை. ஏனென்றால் அஃது ஒரே சதுப்பான பூமி, "அங்குச் செல்வதைக் காட்டிலும் தற்கொலை செய்து கொண்டுவிடுவது நல்லது" என்று இவன் கருதினான். எனவே, வேறு வழியின்றி, மனைவி மக்களைப் பாரிஸிலேயே சிறிது காலம் இருக்கும்படி ஏற்பாடு செய்துவிட்டு, 1849-ம் வருஷம் ஆகஸ்டு மாதம் 24-ம் தேதி இங்கிலாந்தை அடைந்தான். செப்டம்பர் மாதம் 15-ம் தேதி ஜென்னி மார்க்ஸ் குழந்தைகள் சகிதம் பின் தொடர்ந்தாள்.

இதற்கு முந்திய இரண்டு முறை மார்க்ஸ் இங்கிலாந்து சென்றிருக்கிறான். அப்பொழுது சில சில காலமே தங்கிவிட்டுத் திரும்பினான். அதுபோலவே இந்த மூன்றாவது முறை வாசமும்

சில மாத காலமே இருக்குமென்று கருதினான். ஆனால் இம்முறை நிரந்தர வாசமாகிவிட்டது. இவனுடைய வாழ்நாளின் பிற்பகுதி இங்கேயே கழிந்தது.

அடிக்குறிப்புகள்:
1. Andreas Gottschalk
2. August Von Willick
3. Neue Rheinische Zeitung

7. லண்டன் வாசம்

1848-ம் வருஷத் தொடக்கத்தில் ஐரோப்பா வெங்கணும் தோன்றிய புரட்சித் தீயானது, வெகு சீக்கிரத்தில் அணைந்து புகைந்துவிட்டது. பழைய மாதிரி ஏகபோக உரிமைச்சக்தியும் சுயேச்சாதிகார சக்தியும் கைகோத்துக் கொண்டு ஐரோப்பிய அரசியல் அரங்கத்தில், தன்னம்பிக்கையுடனும் சந்தோஷ ஆரவாரத்துடனும் நாட்டியம் செய்யத் தொடங்கிவிட்டன. ஏழை மக்கள் ஒருவித திகைப்போடு அந்த நாட்டியத்தைப் பார்த்துக் கொண்டிருந்தார்கள். சுதந்திர சக்தியானது தன் உயிரை வைத்துக் கொண்டிருப்பதற்காக ஒளிந்து ஒளிந்து வாழவேண்டியிருந்தது. பிரான்ஸிலே மட்டுமல்ல, இங்கிலாந்து உள்பட எல்லா ஐரோப்பிய நாடுகளிலும் இதே நிலைமைதான். சிறப்பாக, ஜெர்மனி, ஆஸ்திரியா, இத்தாலி முதலிய ஐரோப்பிய நாடுகளில் இந்த நிலைமை மகாமோசமாயிருந்தது. இந்த நாடுகளிலிருந்த தேசபக்தர்கள் பலர், இங்கிலாந்தில் வந்து தஞ்சம் புகுந்தனர். இவர்களில் ஒருவனாகவே மார்க்ஸும் இங்கிலாந்தை வந்தடைந்தான்.

இப்படி இவன் இங்கிலாந்துக்கு வந்தது இது மூன்றாவது முறை. இதற்கு முந்திய இரண்டு முறைகளிலும் காணாத அநேக மாறுதல்களை இப்பொழுது இங்கே கண்டான். தொழில் முதலாளிகளின் ஆதிக்கம் வளர்ந்திருந்தது. தொழிலாளர் நலனுக்காகப் பாடுபட்டு வந்த "சார்டிஸ்ட் இயக்கம்" முதலியன வலுக்குன்றியும் செல்வாக்கிழந்தும் கிடந்தன. ஆயினும் ஒரு சிலருக்கு மறுபடியும் கூடிய விரைவில் ஐரோப்பா முழுவதும் ஒரு பெரிய புரட்சி ஏற்படப்போகிறதென்ற நம்பிக்கை கொஞ்சம் இருந்தது. மார்க்ஸுக்குக்கூட இந்த நம்பிக்கை உண்டு. ஆனால் லண்டன் வந்து சேர்ந்த சிறிது காலத்திற்குள், இந்த நம்பிக்கை, தன்னை ஏமாற்றிவிட்டதென்பதை அறிந்து கொண்டான்.

வெளிநாடுகளிலிருந்து வந்து தஞ்சம் புகுந்தவர்களிற் பெரும் பாலோர் ஜெர்மானியர்கள். தொழில் திறமை வாய்ந்தவர்கள்.

ஆனால் உண்ண உணவும், உடுக்கத் துணியும் போதிய அளவு இல்லாத பரிதாப நிலையிலே இருந்தார்கள். இவர்களுக்கு வேண்டிய உதவிகள் செய்து தக்க வேலைகள் சம்பாதித்துக் கொடுப்பதற்கென்று மார்க்ஸ் சில நண்பர்களுடைய கூட்டுறவின்பேரில் ஒரு சங்கத்தை ஸ்தாபித்தான். ஜெர்மானியத் தொழிலாளர்கள் எந்தெந்த ஊரில் இருந்தார்களோ அந்தந்த ஊர்களில், இந்தச் சங்கத்தின் கிளை ஸ்தாபனங்கள் அமைந்தன. மார்க்ஸ் லண்டன் வந்து சேர்ந்ததி லிருந்து, இந்தக் கஷ்ட நிவாரண வேலையில் ஈடுபட்டான். பணமும் மனமும் உடைய பலரைத் தினந்தோறும் சந்திப்பான்; அவர்களிட மிருந்து நன்கொடை வசூலிப்பான்; அப்படிக் கிடைத்த தொகையை, உரியவர்க்கு உரிய முறையில் பிரித்துக்கொடுப்பான்; எல்லா வற்றிற்கும் வரவு செலவுக் கணக்கு வைத்துக் கொள்வான்; இப்படி ஓயாமல் உழைத்து அநேகருடைய கஷ்டங்களுக்குப் பரிகாரம் தேடிக் கொடுத்தான். ஆனால் இவனுடைய கஷ்டங்கள் வளர்ந்து வந்தன. இவற்றிற்குப் பரிகாரம் தேடிக் கொடுப்பார் யாருமில்லை. ஆனால் இவனே இவைகளைப் பொருட்படுத்தவில்லையே. சரித்திரத்தைச் சிருஷ்டிக்கிறவர்கள் என்று யாராரை நம் பிற்காலத்தில் கொண்டாடு கிறோமோ அவர்களெல்லோருமே இப்படித்தான். இவர்கள் மற்றவர்களுடைய துன்பங்களைப் போக்குகிற முயற்சியிலே ஈடு பட்டுத் தங்களுடைய சொந்த அல்லல்களை மறந்து விடுகிறார்கள்.

1848-ம் வருஷத்துப் புரட்சிக்குப் பிறகு ஏற்பட்ட அடக்குமுறைச் சூறாவளியில், ஐரோப்பாவின் பல பாகங்களிலும் தங்கள் தங்கள் சக்திக்கியன்ற மட்டில் வேலை செய்து கொண்டிருந்த பொது வுடைமைச் சங்கங்கள் சாய்ந்து வீழ்ந்துபட்டன. லண்டன் சங்கம் ஒன்று மட்டும் சாகாமல் உயிரோடிருந்தது. இதனுடன் மார்க்ஸ் தொடர்பு ஏற்படுத்திக் கொண்டு, இதற்குப் புத்துயிர் கொடுத்தான். தான் எதிர் பார்த்திருந்த புரட்சிக்கு இஃதொரு கருவியாக இருக்கும் என்று இவன் கருதினான். இவன் இந்தச் சங்கத்திலே சம்பந்தப் பட்டிருக்கிறானென்று தெரிந்ததும், ஏற்கனவே இதில் அங்கத்தின ராகச் சேர்ந்திருந்து இடையிலே விலகியிருந்த பலர் மறுபடியும் சேர்ந்து கொண்டார்கள். இவர்கள் தவிர, வயிற்றுப் பிழைப்பு நிமித்தம் இங்கிலாந்தின் பல பாகங்களிலும் குடியேறியிருந்த ஜெர்மானியத் தொழிலாளர்களில் அநேகர் இதில் அங்கத்தினராகப் பதிவு செய்து கொண்டார்கள். அங்கத்தினர்களிலே பெரும்பாலோர், இந்தத் தொழிலாளர்களாகவே இருந்தார்கள். இவர்களுக்கும் மார்க்ஸுக்கும் வெகு சீக்கிரத்தில் அபிப்பிராய பேதம் ஏற்பட்டு விட்டது.

மார்க்ஸ், தொழிலாளர் இயக்கத்தைச் சர்வதேசக் கண்கொண்டு பார்த்தான்.

"உலகத்திலே ஜனநாயக சக்திகளைத் தூண்டிவிட்டு, அவற்றிற்கு ஒரு ஜீவகளையை உண்டு பண்ண வேண்டுமானால் அது தொழிலாளர்களும் சேர்ந்து புரட்சி செய்ய வேண்டும். இந்தப் புரட்சியை வெற்றிகரமாகக் கொணருகிற விஷயத்தில், அந்தந்தத் தேசத்துத் தொழிலாளர்களும் சமய சந்தர்ப்பத்திற் கேற்றாற்போல், எந்த ஒரு கட்சியுடன் சேரவோ, அல்லது எந்த ஒரு கட்சியிலிருந்தும் விலகவோ செய்யலாம். ஒவ்வொரு தேசத்துத் தொழிலாளர்களும், தங்களுடைய சொந்த நாட்டின் தேவைகளை கவனித்துக்கொள்வதோடு மட்டுமல்லாமல் மற்ற நாடுகளிலுள்ள தொழிலாளர்களின் தேவைகளையும் கவனிக்க வேண்டும். ஏனென்றால், உலகத்திலுள்ள எல்லாத் தேசத்துத் தொழிலாளர்களின் தேவைகளும் ஒன்றுதானல்லவா, இங்ஙனம் சகல தேசத் தொழிலாளர்களும் சேர்ந்து செய்கிற புரட்சி வெற்றியடைந்த பிறகு, உலகத்திலேயே ஒரு புதிய சமுதாயம் நிர்மாணிக்கப்பட வேண்டும்."

மார்க்ஸின் இந்தமாதிரியான கருத்துக்கள், சாதாரண தொழிலாளர்களுக்குப் புரியவேயில்லை. அவர்கள், தங்களுடைய அன்றாடத் தேவைகள் பூர்த்தியடைய வேண்டுமென்பதிலேயே கருத்துடையவர்களாக இருந்தார்கள். மார்க்ஸ் சொல்வதெல்லாம் அவர்களுக்கு மணலைக் கொண்டு கயிறு திரிக்கிறமாதிரி இருந்தது. சர்வதேசப் புரட்சி என்ற உயரிய நிலைக்கு அவர்கள் மனம் பக்குவம் அடையவில்லை. ஆனால் மார்க்ஸோ, அவர்களைப் பக்குவப்படுத்த வேண்டுமென்றும், இதற்காக அவர்களுக்கு நீண்ட காலப்பயிற்சி அளிக்கவேண்டுமென்றும், இந்தப் பயிற்சிக் காலத்தில் அவர்கள் - அந்தத் தொழிலாளர்கள் -, தலைவர்கள் காட்டுகிற வழியை அனுசரித்து நடக்க வேண்டுமென்றும் கருதினான். இது விஷயத்தில் - அதாவது தொழிலாளர்கள் என்னென்ன மாதிரி நடந்து கொள்ள வேண்டுமென்கிற விஷயத்தில் - மார்க்ஸும், அப்பொழுது லண்டனுக்கு வந்து மார்க்ஸுடன் சேர்ந்து கொண்ட எங்கெல்ஸும் சர்வாதிகாரிகள் மாதிரி நடந்து கொண்டார்கள். தங்களுக்கு மாறுபட்டு யாரேனும் அபிப்பிராயம் கூறினால் அந்த அபிப்பிராயத்துக்கு இவர்கள் செவி சாய்ப்பதில்லை; அலட்சியப்படுத்தியும் வந்தார்கள். இவர்களுடைய அபிப்பிராயம் தொழிலாளர்கள், முதலில் தங்களைப் பக்குவப்படுத்திக் கொள்ள வேண்டுமென்பது; 1848-ம் வருஷத்துப் புரட்சி, தோல்வியுற்றதிலிருந்து தொழிலாளர்கள் ஒரு நல்ல பாடம் கற்றுக் கொள்ள வேண்டு

மென்பது. ஆனால், எதிர்காலத்தைப்பற்றி அதிகமாகச் சிந்தனை செய்யாத தொழிலாளர்கள், இந்தத் தோல்வியைப் பொருட் படுத்தாமலே புரட்சி மார்க்கத்தில் முன்னேறிச் செல்ல வேண்டு மென்று கருதினார்கள். இந்தக் கருத்து வேற்றுமைகள் வரவர விரிந்து வந்தன. தொழிலாளர்களின் மத்தியில் மார்க்ஸுக்கு இருந்த செல்வாக்கு குறைந்தது. பெரும்பாலோர் இவன் கட்சியிலிருந்து விலகிக் கொண்டு விட்டார்கள். மார்க்ஸின் அரசியல் வாழ்வு அஸ்தமித்து விடுமோ என்று கூடச் சிலர் அஞ்சினர்.

ஆனால், மார்க்ஸ் இதைப்பற்றிக் கவலை கொள்ளவில்லை. ஒதுங்கியிருந்து, அரசியல் பொருளாதார ஆராய்ச்சியில் ஈடுபடு வதற்கு இதனை ஒரு நல்ல சந்தர்ப்பமாக உபயோகப்படுத்திக் கொண்டான். பிரிட்டிஷ் பொருட்காட்சி சாலையைச் சேர்ந்த பெரிய புஸ்தகசாலையில் தினந்தோறும் சென்று, அரசியல் சம்பந்தமாகவும், பொருளாதார சம்பந்தமாகவும் உள்ள அநேக நூல்களைப் படித்தான்; குறிப்புகள் எடுத்துக்கொண்டான். பிற்காலத்தில் இவன் எழுதிய "காபிடல்" என்ற நூலுக்கு இந்தக் காலத்திலிருந்து இவன் செய்துவந்த ஆராய்ச்சியே பெரிதும் துணையாயிருந்தது.

1850-ம் வருஷத் தொடக்கத்தில், மார்க்ஸ், சில நண்பர்களின் உதவி பெற்று, ஒரு மாதப் பத்திரிகையை ஆரம்பித்தான். இது ஜெர்மனியிலுள்ள ஹாம்பர்க் என்னும் நகரத்திலிருந்து வெளிவர வேண்டியதாயிற்று. மார்க்ஸ், லண்டனிலிருந்துகொண்டே இதனை நடத்திவந்தான். சுமார் பத்து மாதகால வாழ்வோடு இது நின்று விட்டது. இந்தப் பத்திரிகைத் தொண்டோடு, மார்க்ஸ் அரசியல் - பொருளாதாரத்தைப் பற்றி, லண்டன் "பொதுவுடைமைத் தொழிலாளர் கல்விச் சங்க"க் கட்டிடத்தில் தொடர்ச்சியாகச் சில சொற்பொழிவுகள் நிகழ்த்தினான். அரசியலையும் பொருளாதாரத் தையும் சாஸ்திர ரீதியாக ஆராய்ச்சி செய்து, அந்த ஆராய்ச்சியிலிருந்து இதுகாறும் யாரும் காணாத சில முடிபுகளைக் கண்டு அவற்றை, எல்லோருக்கும் புரிகிற பாஷையில் எடுத்துச் சொல்லும் ஆற்றல் இவனுக்கு இருந்தபடியால் இவனுடைய பிரசங்கங்களைக் கேட்பதற்கு அறிஞர் கூட்டம் திரண்டது. தொழிலாளர் மத்தியில் தேய்ந்து கொண்டு வந்த செல்வாக்கு, வேறொருபுறமாக அறிஞர்கள் மத்தியில் வளர்ந்து வந்தது. ஆனால் மார்க்ஸ், இந்தத் தேய்வையும் வளர்ச்சியையும் பொருட்படுத்துகிறவனல்ல.

லண்டன் பொதுவுடைமைச் சங்கத்திலிருந்து தொழிலாளர் களடங்கிய பெரும்பாலோர் விலகிக்கொண்டு விட்டபோதிலும், மார்க்ஸ், இந்தச் சங்கத்தை விடாப்பிடியாக நடத்திவந்தான்.

வாரந்தோறும் கூட்டம் போட்டு அதில் தன் கருத்துக்களை எடுத்துச் சொன்னான். ஆரம்பத்தில் இவன் கட்சியைச் சேர்ந்த எல்லாரும் ஒழுங்காக வந்து கொண்டிருந்தார்கள். நாளாவட்டத்தில் ஒருவர் பின்னொருவராக நின்றுவிட்டார்கள்.

> "பொது வாழ்விலிருந்த நானும் நீயும் ஒதுக்கப்பட்டிருப்பது, எனக்கு நிரம்பத் திருப்தியாயிருக்கிறது. நம்முடைய நிலைமைக்கும் கொள்கைக்கும் பொருத்தமாகவே இஃது இருக்கிறது"

என்று பின்னொரு சமயம் மார்க்ஸ், எங்கெல்ஸுக்கு எழுதிய ஒரு கடிதத்தில் குறிப்பிடுகிறான்.

தான் எதிர்பார்க்கிற புரட்சிக்கு ஒரு தூண்டுகோலாக, லண்டன் பொதுவுடைமைச் சங்கத்தை உபயோகித்துக்கொள்ள வேண்டுமென்பதற்காகவே இதனை விடாப்பிடியாக நடத்திவந்தான் மார்க்ஸ். இந்த எண்ணத்துடனேயே, இந்தச் சங்கத்திற்குப் பல கிளை ஸ்தாபனங்களை, ஐரோப்பாவின் பல முக்கிய நகரங்களில் ஏற்படுத்தியும், ஆங்காங்குப் பிரசாரகர்களை அனுப்பியும் தீவிரமாக வேலை செய்தான். ஆனால் எதிர்பார்த்தபடி புரட்சி ஏற்படவில்லை. ஆங்காங்குப் புரட்சிகளைத் தூண்டிவிட முயற்சி செய்த மற்றவர்களுடைய முயற்சியும் பலிக்கவில்லை. எனவே, பொதுவுடைமைச் சங்கம் என்ற பெயரால் ஒரு ஸ்தாபனம் இருப்பது அனாவசியம் என்று இவன் கருதினான்.

இந்தக் கருத்துடன் இவன் சங்கத்தின் சம்பந்தமான எந்த வேலையையும் மேற்போட்டுக் கொண்டு செய்யாமல் ஒதுங்கியிருக்கையில், கோலோன் நகரத்திலிருந்த பொதுவுடைமைச் சங்கத்தின் அங்கத்தினர் சிலர் மீது ப்ருஷ்ய அரசாங்கம் நடவடிக்கை எடுத்துக் கொண்டது. இந்தக் கோலோன் சங்கத்தினர், எந்த வேலைகளை எப்படிச் செய்யவேண்டுமோ அப்படிச் செய்யாமல் - அதாவது ரகசியமாகச் செய்ய வேண்டியவற்றை ரகசியமாகவும், பகிரங்கமாகச் செய்ய வேண்டியவற்றைப் பகிரங்கமாகவும் செய்யாமல் - அஜாக்கிரதையாக நடந்து வந்தார்கள். ப்ருஷ்ய போலீஸார், இவர்களைக் கைது செய்து விசாரணைக்குக் கொண்டு வந்தனர். விசாரணைக்கு வேண்டிய தகவல்களைச் சேகரிப்பதற்குப் பதினெட்டு மாத காலம் பிடித்தது போலீஸாருக்கு. இந்தப் பதினெட்டு மாத காலமும், இந்தப் பொதுவுடைமைவாதிகள் - இவர்கள் மொத்தம் பதினோரு பேர் - சிறையிலே உழன்று கொண்டிருக்க வேண்டியிருந்தது. பின்னர் சுமார் ஒரு மாதத்திற்கு மேலாக விசாரணை நடைபெற்றது. ஏழு பேர் குற்றவாளிகளாகக் கருதப்பட்டு மூன்று வருஷம் முதல் ஆறு வருஷம் வரை

பலவிதமாகத் தண்டிக்கப்பட்டனர். நான்கு பேர் விடுதலை செய்யப்பட்டனர். இந்த வழக்கில் குற்றவாளிகளின் சார்பாக மார்க்ஸ் அதிகமாக உழைத்தான். இவர்கள் மீது சுமத்தப்பட்ட குற்றத்திற்கு ஆதாரமில்லையென்று நிரூபிப்பதற்கு அநேக முயற்சிகள் எடுத்துக் கொண்டான். சுமார் இருபது மாத காலம் இதன் பொருட்டு ஓயாமல் உழைத்தான். கடைசியில், விசாரணை முடிந்து தீர்ப்புக் கூறப்பட்டதும், ஏற்கனவே தான் கொண்டிருந்த அபிப்பிராயத்திற்கிணங்க, பொதுவுடைமைச் சங்கத்தின் மத்திய ஸ்தாபனத்தைக் கலைத்து விட்டான். இப்படிக் கலைக்கப்பட்டது 1852-ம் வருஷம் நவம்பர் மாதம் 12-ம் தேதி. இதற்குப் பிறகு இவன், மேற்படி வழக்குச் சம்பந்தமான விவரங்களையெல்லாம் திரட்டி ஒரு சிறு புஸ்தகமாக வெளியிட்டான். இதில் போலீஸார் கையாண்ட முறைகளையெல்லாம் பகிரங்கப் படுத்தியிருந்தான். ஸ்விட்ஜர் லாந்தில், இரண்டாயிரம் பிரதிகளுக்கு மேலாக அச்சான இந்தத் துண்டுப் பிரசுரம், ஜெர்மனிக்குள் நுழையவேயில்லை. ப்ருஷ்ய அரசாங்கத்தார் இதனைப் பறிமுதல் செய்து விட்டனர்.

மார்க்ஸ் பொதுவுடைமைச் சங்கத்தின் மத்திய ஸ்தாபனத்தை கலைத்துவிட்ட பிறகு, "ஜெர்மன் தொழிலாளர் கல்விச் சங்கம்", "கஷ்ட நிவாரணச் சங்கம்" முதலிய சங்கங்களில் ஏற்கனவே தனக்கிருந்த தொடர்பினின்று விலகிக் கொண்டான். ஆனால் இவன் சும்மாயிருக்கவில்லை. முன்னிலும் அதிகமாக நூலாராய்ச்சியில் ஈடுபட்டான். இந்தக் காலத்தில் இவன் மீது பொறாமை கொண்ட சிலர், இவனுக்கு விரோதமாக அநேக வதந்திகளைக் கிளப்பி விட்டனர்; இவனை ஒரு கர்வியென்றும், நான்கு பேரோடு சேர்ந்து பழகாதவன் என்றும், மகா பிடிவாதக்காரன் என்றும் பலவிதமாகக் குறை கூறினர். ப்ருஷ்ய அரசாங்கத்தின் உளவாளி என்று இவனைப் பழித்தனர். ஆனால் இவன் ஒன்றையும் லட்சியம் செய்யாமல், எதிர் காலத்தில் தன் திருஷ்டியைச் செலுத்தத் தொடங்கினான்.

இப்படி இவன் ஆராய்ச்சியில் ஈடுபட்டிருக்கிற காலத்தில், சில பத்திரிகைகளுக்கு விஷயதானம் செய்துகொண்டு வந்தான். அநேக பத்திரிகைகளுக்கு எழுதிக்கொண்டு வந்தானாயினும், அமெரிக்கா வில் வெளியாகிக்கொண்டு வந்த "நியூயார்க் ட்ரிப்யூன்" என்ற தினசரிப் பத்திரிகை ஒன்றுதான் இவனுடைய கட்டுரைகளுக்குச் சன்மானமாக ஒரு தொகையை அளித்துக் கொண்டு வந்தது. ஆரம்பத்தில் ஒரு கட்டுரைக்கு ஒரு பவுன் விகிதம் கிடைத்தது. பிறகு, மேற்படி பத்திரிகை நிருவாகஸ்தர்கள், ஒரு கட்டுரைக்கு இரண்டு பவுன் விகிதம் சன்மானத் தொகையை அதிகப்படுத்திக் கொடுத்தார்கள். இவன் எழுதுகிற கட்டுரைகள், விஷய

ஆராய்ச்சியோடு கூடியனவாய், எதிர்காலத்தில் நடைபெறக் கூடிய சம்பவங்களை ஆதார பூர்வத்துடன் வகுத்துக்காட்டும் தெளிவுடையனவாய் இருந்தன. அவ்வப்பொழுது ஏற்படும் ஐரோப்பாவின் அரசியல் நிலைமைகளை அலசி ஆராய்ந்து, சரியான முடிபுகள் கூறுவதில் மார்க்ஸ் வெகு நிபுணனாயிருந்தான். ஐரோப்பிய அரசியலைப் பற்றி அமெரிக்கப் பத்திரிகையாகிய "நியூயார்க் ட்ரிப்யூனு"க்கு எத்தனையோ பேர் கட்டுரைகள் எழுதிக் கொண்டு வந்தார்களாயினும், மார்க்ஸின் கட்டுரைகளுக்குத்தான் அமெரிக்கர்கள் அதிக மதிப்புக் கொடுத்துப் படித்தார்கள். பத்திரிகை அதிகாரிகளும் இவன் ஒருவனையே சிறிது காலத்திற்குப் பிறகு - அதாவது இவன் பத்திரிகைக்கு விஷயதானம் செய்யத் தொடங்கியதிலிருந்து ஏறக்குறைய மூன்று வருஷம் கழித்து - ஐரோப்பிய அரசியலைப் பற்றி எழுதக் கூடிய நிபுணனாக அமர்த்திக் கொண்டார்கள். இங்ஙனம், ஐரோப்பிய விஷயங்களைப்பற்றி இவன் கட்டுரைகள் எழுதி வந்ததோடல்லாமல், இந்தியாவைப் பற்றியும், மற்றக் கீழ்நாடுகளைப் பற்றியும் மேற்படி பத்திரிகைக்கு எழுதி வந்தான். இந்தியாவைப்பற்றி இவன் எழுதிய எட்டு கட்டுரைகள், சுமார் தொண்ணூறு வருஷங்களுக்குப் பிறகு இப்பொழுது படித்தால்கூட மிகவும் பொருத்தமாயிருக்கின்றன. பிரிட்டிஷ் ஆட்சியினால் இந்திய சமுதாயத்தில் என்னென்ன மாறுதல்கள் ஏற்படக் கூடுமென்பதை இவன், மேற்படி கட்டுரைகளில் விஸ்தரித்துக் கூறியிருக்கிறான். அப்படிக் கூறுகிறபோது, பழைய காலத்து இந்தியாவையும் வருணிக்கிறான்; நாளா வட்டத்தில் இந்திய சமுதாய வாழ்வு, எப்படி ஒவ்வொரு படியாகச் சீர்குலைந்து கொண்டுவரும் என்பதையும் அழகாக, ஒரு தீர்க்கதரிசி போல் சுட்டிக் காட்டுகிறான்.

மார்க்ஸுக்கு இந்தக் கட்டுரைகளின் மூலம் கிடைத்துக் கொண்டிருந்த வருமானம் ஒரே மாதிரியாக இருக்கவில்லை. ஒரு மாதம் கூடியது; மற்றொரு மாதம் குறைந்தது. இப்படிக் கூடுதல் குறைச்சலாகக் கிடைத்துக் கொண்டிருந்த தொகையும், ஏதோ பத்திரிகை நிருவாகஸ்தர்களுடைய தயவைப் பொறுத்த விஷயமாயிருந்ததே தவிர, இவனுடைய கட்டுரைகளிலுள்ள சிறப்புக்களைப் பாராட்டிக் கொடுத்த தொகையாயில்லை. இது மார்க்ஸுக்கு மிகவும் வெறுப்பாயிருந்தது. என்ன செய்வது? வேறு வழியில்லை. குடும்ப காலட்சேபம் நடக்க வேண்டுமே. 1857-ம் வருஷம் ஜனவரி மாதம், எங்கெல்ஸுக்கு எழுதிய ஒரு கடிதத்தில் குறிப்பிடுகிறான்:

"இந்தப் பீற்றல் பத்திரிகை, என்னுடைய கட்டுரைகளுக்கு இடங் கொடுத்து விட்டதன் மூலம் எனக்கு ஏதோ ஒரு தயவைக் காட்டி விட்டதாக நினைக்கிறதே அதைக் கண்டு, அந்த மாதிரியான நிலைமை எனக்கு ஏற்பட்டிருப்பதைக் கண்டு, உண்மையில் நான் வெறுப்படை கிறேன். உலர்ந்த எலும்புகளை உடைத்து மாவாக அரைத்து அதிலிருந்து சாறு பிழிவதும், அரசியல் சம்பந்தமாகக் கட்டுரைகள் எழுதுவதும் ஒன்றுதான். நான் ஒரு கழுதையாயிருக்கலாம். ஆனால், இந்தப் போக்கிரிப்பயல்களுக்கு - பத்திரிகை நிருவாகஸ்தர்களுக்கு - சமீப வருஷங்களில் இல்லாவிட்டாலும், முந்திய வருஷங்களில், அவர்கள் கொடுத்த பணத்திற்கு அதிகமாகவே கட்டுரைகள் எழுதிக் கொடுத்திருக்கிறேன் என்பதை மட்டும் உணர்கிறேன்.

மார்க்ஸ், லண்டனில் வந்து குடியேறின காலத்தில் இவன் கையிலிருந்த பணமெல்லாம் மிகச் சொற்பமே. இதுவும் சீக்கிரத்தில் கரைந்துவிட்டது. அதே சமயத்தில் இவனுடைய குடும்பமும் பெருகியது. நான்கு குழந்தைகள். என்னதான் சிக்கனமாக இருந்தாலும், கட்டுரைகளின் மூலமாகக் கிடைத்த வருமானமும் கொஞ்சங்கூடப் போதவில்லை. ஜென்னி மார்க்ஸ் மகா பொறுமைசாலி. ஆனால் பொறுமையைக் கொண்டு வறுமையைக் கடந்து விடமுடியுமா? இந்தப் பத்து வருஷ காலமும் மார்க்ஸின் குடும்பத்தினர் பட்டபாடு சொல்லி முடியாது. உடலோடு ஒட்டிய வியாதிகள் உறுமின; உற்றார் ஏசினர்; எதிரிகள் கொக்கரித்தார்கள். ஐயோ, இந்தக் காலத்தில் மார்க்ஸ் தம்பதிகள் நடத்தின ஒரு நாள் வாழ்க்கையை ஜென்னி மார்க்ஸே, தன் நண்பன் ஒருவனுக்கு எழுதிய கடிதத்தின் மூலம் வருணிக்கட்டும்:

"தினந்தோறும் நாங்கள் எந்தமாதிரியான வாழ்க்கையை நடத்தி வந்தோம் என்பதற்கு உதாரணமாக எங்களுடைய ஒரு நாள் வாழ்க்கையை மட்டும் இங்கு வருணித்துக் காட்டுகிறேன். அப்பொழுது தெரியும் உங்களுக்கு, அந்நிய நாடுகளிலிருந்து வந்து தஞ்சம் புகுந்திருப்போரில் ஒரு சிலர்தான் எங்களைப்போல் கஷ்டப்பட்டிருக்க முடியுமென்று. என் குழந்தைக்குப் பால் கொடுக்க ஒரு தாதியை அமர்த்திக்கொள்வோமென்றால் அதற்கு இங்கு அபாரமான செலவு ஆகும் என்று கருதி, பொறுக்க முடியாத எனது மார்பு நோயையும் முதுகு வலியையும் பொறுத்துக் கொண்டு, என் குழந்தைக்கு நானே பால் கொடுத்துக் கொண்டு வந்தேன். ஆனால் அழகும் துரதிருஷ்டமும் வாய்ந்த அந்தக் குழந்தை, என்னிடத்தி லிருந்து எவ்வளவு பால் குடித்ததோ அவ்வளவு என்னுடைய துக்கத்தையும் சேர்த்துக் குடித்தது. இதனால் அது சதா அலட்டிக்

கொண்டே இருந்தது. இரவும் பகலும் எப்பொழுதும் இசிவு மாதிரி அதற்கு வந்து கொண்டே இருந்தது. அது பிறந்தது முதல், ஒரு நாளாவது இரவு பூராவும் தூங்கினதே கிடையாது. ஏகதேசமாக இரண்டு அல்லது மூன்று மணி நேரம் என்றைக்காவது ஒருநாள் தூங்குகிறது. சமீபத்தில் அதற்கு ஒரு வலிப்பு ஏற்பட்டது. அது முதற்கொண்டு அது தன், உயிரோடு மன்றாடிக் கொண்டிருக்கிறது. இப்படி வலிப்பு ஏற்பட்டிருந்த ஒரு சமயத்தில் அது பால் குடித்துக் கொண்டிருந்தது. அதனால் என் மார்பு புண்ணாகி ரத்தம் கசிய ஆரம்பித்தது. அடிக்கடி இந்த ரத்தமும் பாலும் சேர்ந்து அதன் சிறிய வாய்க்குள்ளே சென்றுவிடும்.

ஒருநாள் நான் இப்படி அவஸ்தைப் பட்டுக்கொண்டு உட்கார்ந்திருக் கையில், எங்கள் வீட்டின் சொந்தக்காரி திடீரென்று பிரசன்னமானாள். ஏற்கனவே அவளுக்கு நாங்கள் இருநூற்றைம்பது பவுன் கொடுத்திருந் தோம். அப்படிக் கொடுத்த போது என்ன ஏற்பாடென்றால், இனி அவள் எங்களைப் பணம் கேட்கக் கூடாதென்பதும், வீட்டுச் சொந்தக் காரனுக்குத்தான் நாங்கள் வாடகையைக் கொடுத்து வரவேண்டு மென்பதுமாகும். ஏனென்றால் அவன், தனக்கே வாடகை சேர வேண்டுமென்று கோர்ட்டு உத்திரவு வாங்கியிருந்தான்.

ஆனால் அந்த எஜமானி அம்மாள் இவைகளையெல்லாம் லட்சியம் செய்யவில்லை. அவளுக்கு நாங்கள் கொடுக்கவேண்டியிருந்த ஐந்து பவுனை உடனே கொடுத்தாக வேண்டுமென்று கேட்டாள். உடனே, நாங்கள் எப்படிக் கொடுக்கமுடியும் சாமான்களை ஏலம் போடுகிற தரகர்கள் இரண்டுபேர் உள் நுழைந்தார்கள்; எங்கள் துணிமணிகள் யாவற்றையும் ஒன்று சேகரித்தார்கள்; கைக் குழந்தையின் தொட்டில், பெண் குழந்தைகளின் பொம்மைச் சாமான்கள் முதலியவற்றைக்கூட எடுத்துக் கொண்டார்கள். இதனைப் பார்த்துக் குழந்தைகள் உரத்து அழுதுகொண்டிருந்தன. இன்னும் இரண்டு மணி நேரத்தில் பணம் கொடுக்காவிட்டால் எல்லாவற்றையும் சுருட்டிக் கொண்டு போய் விடுவோம் என்று அவர்கள் பயமுறுத்தினார்கள். அப்படிச் செய்து விட்டால், தாங்கமுடியாத மார்பு வலியோடு ஈரத் தரையில், நடுக்குகிற குளிரில் என் குழந்தைகளை விட்டுக்கொண்டு நான் எப்படிப் படுத்திருப்பது என்று கவலைகொண்ட எங்கள் நண்பர் ஷ்ராம் என்பவர், வெளியே போய் ஏதாவது உதவி பெற்றுவரலாமென்று வேகமாகச் சென்றார். ஒரு குதிரை வண்டியைப் பிடித்துக்கொண்டு அதில் ஏறி உட்கார்ந்தார். ஆனால் குதிரை, கட்டவிழ்த்துக்கொண்டு ஓடிவிட்டது. அவர் வண்டியிலிருந்து குதித்தார். உடம்பெல்லாம் ரத்த

காயம். அதனோடு வீடு வந்து சேர்ந்தார். நடுங்கிக்கொண்டிருக்கிற என் குழந்தைகளுடன் நான் என்ன செய்வதென்று தெரியாமல் திகைத்துக் கொண்டிருந்தேன்.

மறுநாள் அந்த வீட்டைவிட்டுக் கிளம்பிவிட்டோம். அப்பொழுது நல்ல குளிர்; மழை வேறே; ஜன நடமாட்டமேயில்லை. எனது கணவர், வாடகைக்கு வீடு பிடிக்க எங்கெங்கேயோ அலைந்தார். நான்கு குழந்தைகள் என்று சொன்னபோது, யாரும் எங்களுக்கு இடங் கொடுக்க இஷ்டப்படவில்லை. கடைசியில் ஒரு நண்பர் எங்களுக்கு உதவி செய்ய முன்வந்தார். கொடுக்க வேண்டியவற்றையெல்லாம் கொடுத்தோம். எங்கள் வீட்டுக்குள், ஏலம் போடுகிற தரகர்கள் நுழைந்துவிட்டார்கள் என்ற செய்தியைக் கேட்டு, சாமான்கள் கொடுத்து வந்த எல்லோரும் பயந்துபோய், தங்களுடைய பாக்கிக்காக எங்களை நெருக்கினார்கள்.

எனவே, எங்கள் படுக்கைகளனைத்தையும் விற்று, வைத்தியன், ரொட்டிக்காரன், கசாப்புக்காரன், பால்காரன் முதலியவர்களுடைய பாக்கிகளையெல்லாம் தீர்த்துவிடுவதென்று தீர்மானித்தோம். அப்படியே படுக்கைகளைத் தெருவிலே கொண்டுபோய் ஒரு கைவண்டியிலேற்றினாம். அப்பொழுது என்ன நடந்தது தெரியுமா? அந்தச் சமயம் சூரியன் அஸ்தமித்துவிட்ட சமயம். இருட்டாகிவிட்டது. இருட்டு வேளையில், சாமான்களை ஓரிடத்திலிருந்து மற்றோரிடத் திற்கு எடுத்துச் செல்வது (இங்கிலீஷ் சட்டப்படி) சட்ட விரோதம். உடனே வீட்டுச் சொந்தக்காரன், சில போலீஸ்காரர்களுடன் வந்து விட்டான். தன்னுடைய சாமான்களும் அந்தக் கைவண்டியில் இருக்கக்கூடுமென்றும், நாங்கள் தப்பித்துக்கொண்டு வெளிநாடு செல்ல முயல்வதாகவும் எங்களைத் தாறுமாறாகப் பேசினான். அவ்வளவுதான்; ஐந்து நிமிஷத்திற்குள் இருநூறு அல்லது முந்நூறு பேருக்கு மேற்பட்ட ஒரு கூட்டம் எங்கள் வீட்டு முகப்பில் கூடி விட்டது. படுக்கைகள் திரும்பவும் வீட்டுக்குள் கொண்டுவரப்பட்டன. மறுநாள் பொழுதுவிடிந்த பிறகுதான் அவைகளை நாங்கள் விற்பனைக்கு அனுப்ப முடிந்தது. இங்ஙனம் எங்கள் தட்டுமுட்டுச் சாமான்களை விற்று எல்லாக் கடன்களையும் பாக்கியில்லாமல் தீர்த்து விட்டோம். பிறகுதான், எனது அருமைக் குழந்தைகளுடன் இரண்டு சிறிய அறைகளுள்ள தற்போதைய இடத்தில் வந்து குடியேறினோம். இதன் விலாசம் "ஜெர்மன் ஹோட்டல், நெ.1. லீசெஸ்டர் தெரு, லீசெஸ்டர் சதுக்கம்" என்பது. வாரத்திற்கு ஐந்தரை பவுன் வாடகை. இந்த இடத்தில் நாங்கள் அன்போடு உபசரிக்கப்பட்டோம்.

ஆனால் இந்தச் சில்லரைத் தொந்திரவுகள் என் மனோ உறுதியைக் குலைத்துவிட்டனவென்று நீங்கள் கருத வேண்டாம். நான் மட்டும் தனித்து நின்று இந்தப் போராட்டத்தை நடத்தவில்லை என்பதை நன்கு அறிவேன். ஒரு சில பாக்கியசாலிகளிலே நான் ஒருத்தி. நான் அதிர்ஷ்டசாலி. ஏனென்றால் எனது கணவர், எனது வாழ்க்கையின் மூலாதாரம், என் பக்கத்தில் இன்னமும் இருக்கிறார். ஒரே ஒரு விஷயந்தான் என்னை வாட்டியெடுக்கிறது; என் இருதயத்திலிருந்து ரத்தம் பீறிட்டுக் கொண்டு வரும்படி செய்கிறது. அஃதென்ன வென்பீர்களோ, அவர் என் கணவர், சில்லரைத் தொந்திரவுக்கெல்லாம் உடன்படவேண்டியிருக்கிறதே என்பதுதான்; அவருக்கு உதவியாக ஒருசிலர் மட்டுமே முன்வந்திருக்கிறார்களே என்பதுதான். எத்தனையோ பேருக்கு அவர் மனப்பூர்வமாகவும் சந்தோஷத் துடனும் தாமே வலிந்து உதவி செய்திருக்கிறார். ஆனால் அவர் இங்கே உதவியற்றுக் கிடக்கிறார். இதனால், என் அன்புள்ள வெய்டே மேயர், மற்றவர்கள் எங்களுக்கு உதவிசெய்ய வேண்டுமென்று நாங்கள் எதிர்பார்ப்பதாக நீங்கள் கருதவேகூடாது. ஆனால், என் கணவரிடமிருந்து யாரார் அநேக புதிய எண்ணங்களைச் சம்பாதித்துக் கொண்டார்களோ, யாரார் ஊக்கமும் உதவியும் பெற்று வந்தார்களோ அவர்கள், அவர் (என் கணவர்) நடத்துகிற பத்திரிகையின் விஷயத்தில் இன்னும் கொஞ்சம் சிரத்தை எடுத்துக் கொள்ள வேண்டும். அதன் முன்னேற்றத்திற்கு இன்னும் கொஞ்சம் அதிகமாகப் பாடுபட வேண்டும் என்று என் கணவர் எதிர்பார்ப்பாரானால் அது நியாயமேயாகும். இதனை நான் பெருமையோடு சொல்கிறேன்; தைரியத்தோடு தெரிவிக்கிறேன். இந்த அளவுக்கு அவர்கள் என் கணவர் விஷயத்தில் கடமைப் பட்டிருக்கிறார்கள் என்று நினைக்கிறேன். ஆனால் என் கணவர் வேறுவிதமாக நினைக்கிறார். அவர் எப்பொழுதும், எப்படிப்பட்ட கஷ்டம் வந்துற்ற காலத்திலும் எதிர்காலத்தைப் பற்றிய நம்பிக்கையை இழந்ததே கிடையாது; தமது நகைச்சுவையையும் விட்டதே கிடையாது."

மேலே சொன்ன லீசெஸ்டர் விலாசத்திலும் மார்க்ஸ் நிரந்தரமாக வசிக்க முடியவில்லை. இரண்டு மாதங்கழித்து, ஸோஹோ என்ற ஓர் இடத்திற்குக் குடும்பத்தை மாற்றினான். இஃது, ஏழைகள் வசிக்கிற பேட்டை. சதா இரைச்சல். அழுக்கும் துர்நாற்றமும் சொல்லி முடியாது. எந்த இடத்திலே எந்த விதமாக தொத்து வியாதி தோன்றினாலும், அஃது இந்த ஸோஹோ பேட்டையை ஒரு முறையாவது விஜயஞ் செய்துவிட்டுப் போகாமல் இராது. இப்படிப்பட்ட பேட்டையிலே "டீன் தெருவு" என்பது ஒரு வீதி.

இதிலுள்ள ஒரு வீட்டில் இரண்டு அறைகளை வாடகைக்குப் பிடித்துக்கொண்டு அதில் மார்க்ஸ் தன் குடும்பத்துடன் குடியேறினான். ஏறக்குறைய ஆறு வருஷகாலம் இங்கேதான் வாசம். இந்த ஆறு வருஷகாலத்தில் இவனுடைய மூன்று குழந்தைகள் இறந்து போய்விட்டன. இவனது வாழ்க்கையிலே இந்தக் காலம் மகா கொடியது; துக்கம் நிறைந்தது. வறுமையின் ஆழத்தை எட்டிப்பார்த்து விட்டான். இவனுடைய பெண் குழந்தை ஒன்று ஒரு வயதில் இறந்து விட்டபோது அதனை அடக்கம் செய்வதற்காக ஒரு சவப்பெட்டி வாங்குவதற்குக் கூட இவனிடம் பணம் கிடையாது; இவனைப் போல் தேசப் பிரஷ்டனாகி வந்திருக்கும் ஒரு ப்ரெஞ்சுக்காரனிடத்தில் கடன் வாங்கினான். இந்தச் சம்பவத்தைப்பற்றி ஜென்னி மார்க்ஸ் ஒரு கடிதத்தில் குறிப்பிடுகிறாள்:

"எங்களுடைய சிறு குழந்தை பிரான்சிஸ்கா கடுமையான மார்ச்சளியினால் நோயாய்ப் படுத்துக் கொண்டுவிட்டது. அது, பாவம், மூன்று நாள் யமனோடு போராடியது. அதனுடைய அவஸ்தை சொல்லி முடியாது. கடைசியில் அதனுடைய ஆயுள் முடிந்துவிட்டது. அதன் தேகத்தைப் பின்பக்கத்து அறையில் கிடத்திவிட்டு நாங்கள் எல்லோரும் முன்பக்கத்து அறைக்கு வந்துவிட்டோம். அன்றிரவு வெறுந்த தரையிலேயே படுத்துக் கொண்டோம். எங்களோடு மற்ற மூன்று குழந்தைகளும் இருந்தன. பிரான்சிஸ்கா இறந்துபோனதற்காக நாங்கள் அழுது கொண்டிருந்தோம்.... எங்களுடைய அதிகமான பணமுடை காலத்தில் அந்தக் குழந்தை இறந்துவிட்டது. எங்களுடைய ஜெர்மானிய நண்பர்கள் எங்களுக்கு எவ்வித உதவியும் செய்ய முடியாதவர்கள் களாயிருந்தார்கள்.... எர்னஸ்ட் ஜோன்ஸ், இந்தச் சமயத்தில் எங்களை வந்து பார்த்தார். ஆனால் அவரால் ஒன்றும் செய்ய முடியவில்லை.... எனவே, என்னுடைய தேவையை முன்னிட்டு, எங்களைப்போல் தேசப் பிரஷ்டமடைந்து அருகாமையில் வசித்துக் கொண்டிருந்த ஒரு பிரெஞ்சு நண்பரிடம் சென்று என் குறையைத் தெரிவித்துக் கொண்டேன். அவர் உடனே பெரிய மனது பண்ணி இரண்டு பவுன் கொடுத்தார். இந்தப் பணத்தைக் கொண்டு சவப்பெட்டி வாங்கினேன். அதில்தான் இப்பொழுது என் குழந்தை சாசுவதமான நித்திரை செய்து கொண்டிருக்கிறது. அது பிறந்தபோது, அதற்குத் தொட்டில் இல்லை; இறந்த பிறகு அதற்குச் சவப்பெட்டி அகப்படுவதற்குக் கஷ்டமாகிவிட்டது."

இந்த ஆறு வருஷ காலத்தில் ஒவ்வொரு மாதமும் மார்க்ஸினுடைய நிலைமை மோசமாகிக் கொண்டு வந்தது. குடும்பத்தோடு

அமெரிக்காவுக்கு ஓடி விடலாமா என்று பார்த்தான். ஆனால் அதற்கும் பணம் வேண்டுமே?

இந்தக் காலத்தில் எங்கெல்ஸின் உதவி இவனுக்கு ஏதோ ஏகதேசமாகவே கிடைத்துக் கொண்டிருந்தது. ஏனென்றால் அவனுக்கும் அப்பொழுது நிரந்தர வருமானமோ, அதிகப்படி வருமானமோ இல்லாமலிருந்தது. 1853-ம் வருஷ மத்தியில், அவன், ஏற்கனவே தன் தகப்பனுக்குச் சொந்தமாக மான்செஸ்டர் நகரத்தில் இருந்த தொழிற்சாலையில் மீண்டும் ஒரு சாதாரண உத்தியோகஸ்தனாகப் போய்ச் சேர்ந்தான். சொற்ப சம்பளம். மார்க்ஸுக்கு எந்தவிதமாவது உதவிசெய்து கொண்டிருக்க வேண்டுமென்ற ஆசையோ அதிகம். "புரட்சியின் மூளை என்று அழைக்கப்பட்ட மார்க்ஸை, வறுமையிலே தவிக்க விட்டுவிட்டு நாம் வாழலாமா? அஃது ஒரு வாழ்க்கையா? நாம் கஷ்டப்பட்டு அவனைச் சுகத்தில் வைத்திருக்க வேண்டும். ஏனென்றால் அவன் வருங்கால புருஷன்." இந்த மாதிரியான எண்ணங்களோடுதான், எங்கெல்ஸ், எந்தத் தொழிலை வெறுத்து வந்தானோ, அந்தப் "பேய்க் குணம் வாய்ந்த வியாபார"த் தொழிலில் மீண்டும் பிரவேசித்தான். சுமார் இருபது வருஷம் இதில் மனமில்லாமல் உழைத்தான். நண்பனுக்கு உதவி செய்து கொண்டிருக்க வேண்டுமென்ற ஒரே நோக்கந்தான் இதற்குக் காரணம். இதற்காகத் தன் தேவைகளைக் குறைத்துக் கொண்டான். பத்திரிகைகளுக்குக் கட்டுரைகள் எழுதி அதன் மூலம் கிடைக்கிற பணத்தை அவ்வப்பொழுது அனுப்பினான். தன்னால் எவ்வளவு மிகுத்த முடியுமோ அவ்வளவையும் மிகுத்தி மார்க்ஸுக்கு அனுப்பிக் கொண்டு வந்தான்.

"நியூ யார்க் ட்ரிப்யூன்" பத்திரிகையினிடமிருந்தும் எங்கெல்ஸ்னிடமிருந்து அவ்வப்பொழுது கிடைத்துக் கொண்டிருந்த பணம், மார்க்ஸின் குடும்ப வாழ்க்கைக்குப் போதவில்லை. லண்டன் வாழ்க்கையல்லவா? அதுவும் மேற்படி பணம் ஒழுங்காகக் கிடைத்துக் கொண்டிருக்கவில்லை. அற்ப சொற்பமாகக் கிடைத்தாலும், அஃது ஒழுங்காகக் கிடைத்துக் கொண்டிருக்குமானால், அல்லது ஒழுங்காகக் கிடைக்கும் என்ற நிச்சயம் இருக்குமானால், வாழ்க்கையின் மற்ற மேடுபள்ளங்களை லட்சியவாதிகள் லட்சியம் செய்யமாட்டார்கள். ஆனால் மார்க்ஸின் வாழ்க்கையில் இந்தக் குறைபாடு - அதாவது பண வருவாயைப்பற்றிய நிச்சயமற்ற நிலைமை - எப்பொழுதும் இருந்துகொண்டிருந்தது. சிறப்பாக, லண்டனுக்கு வந்த முதல் பத்து வருஷ காலம் வரை கிலேசம் என்பதே இவனுடைய வாழ்க்கை. தன் நண்பனொருவனுக்கு எழுதுகிறான்:

"தற்போதைய என் குடும்ப நிலைமை மிகவும் பயங்கரமாக இருக்கிறது. இப்படியே இன்னும் சிறிது காலம் இருக்குமானால் என் மனைவி இறந்துபோவாள் என்பது நிச்சயம். முதலாளித்துவத்தின் அற்பத் தனமான போராட்டத்தினால் உண்டாகும் தொல்லைகளை அவளால் தாங்க முடியவில்லை. போதாக் குறைக்கு, என்னுடைய எதிரிகள் எனக்கு விரோதமாகப் பிரசாரங்களைச் செய்துவருகிறார்கள்; என்னைப்பற்றிக் கேவலமான வதந்திகளைப் பரப்புகிறார்கள்; எல்லோரும் என்னைச் சந்தேகிக்கும்படியாகச் செய்கிறார்கள். இவர்களுடைய தூஷணை எனக்குச் சிரிப்பாயிருக்கிறது. இதைப்பற்றி நான் கவலையும் கொள்வதில்லை. என் வேலைக்கு இதனை ஓர் இடையூறாகவும் வைத்துக் கொள்வதில்லை. ஆனால் என் மனைவிக்கோ இவைகளைச் சகிக்க முடியவில்லை. அவள் இப்பொழுது நோய்வாய்ப்பட்டிருக்கிறாள். மற்றும், காலையில் எழுந்தது முதல் இரவு படுக்கப் போகிறவரையில் சொல்லொணாத வறுமையை அவள் அனுபவிக்கவேண்டியிருக்கிறது. இதனால் அவளுக்கு நரம்புத் தளர்ச்சி ஏற்பட்டிருக்கிறது."

மார்க்ஸைப் போன்ற ஒரு லட்சியவாதி, தீர்க்கதரிசி, சரித்திரப் போக்கையே மாற்றிவிட்ட மகான், பட்ட துன்பங்களைப்பற்றி எழுதுவதற்கு நமது கை கூசுகிறது; எழுதுகோல் நகர மாட்டேனென்கிறது. குடும்பச்செலவுக்காக இவன் ஒரு சமயம் தன் மேல் சட்டையை அடகு வைத்தான். சட்டையில்லாத காரணத்தினால் இவன் வெளியில் செல்ல முடியாமல் வீட்டில் அடைபட்டுக் கிடந்த நாட்களும் உண்டு. அநேக சமயங்களில் கடைக்காரர்கள், கடனுக்குச் சாமான் கொடுக்க மறுத்து விடுவார்கள். இதனால், போதிய ஆகாரம் இல்லாமலே குழந்தைகள் வாடும். ஒரு சந்தர்ப்பத்தில் இவனுடைய மனைவி, சிறு குழந்தை, வீட்டு வேலைக்காரி ஆகிய மூவருக்கு நோய் கண்டுவிட்டது.

"நான் வைத்தியரை அழைத்துக் கொண்டு வரவில்லை; அழைத்துக் கொண்டு வரவும் என்னால் முடியாது. ஏனென்றால் என்னிடத்தில் மருந்து வாங்குவதற்குப் பணமில்லை. சென்ற எட்டு பத்து நாட்களாக, வெறும் ரொட்டியும் உருளைக்கிழங்கையும் கொண்டுதான் என் குடும்பத்தைக் காப்பாற்றிக் கொண்டு வருகிறேன். இன்றைய தினம் "இவைகள்கூடக் கிடைக்குமா வென்பது சந்தேகமாயிருக்கிறது."

எங்கெல்ஸுக்கு எழுதிய ஒரு கடிதத்தில் மார்க்ஸ் இப்படி மனம் நொந்து கூறுகிறான். பால்காரன், ரொட்டி கொடுக்கிறவன், கடைக்காரன், இப்படி யாராவது ஒருவன், தனக்குச் சேரவேண்டிய

பாக்கிக்காக வீட்டு வாசலிலே வந்து நில்லாத நாளே இராது. கடன்காரர்கள், இந்த மாதிரி அடிக்கடி வந்து கூச்சல் போடுவதைப் பார்த்துப் பார்த்து, மார்க்ஸின் குழந்தைகள், அவர்களோடு எப்படி சமாளிப்பது என்கிற விஷயத்திலும் நன்றாகப் பழகிக் கொண்டு விட்டார்கள், யாராவது கடன்காரன் வந்து நின்றால், "எங்கள் அப்பா வீட்டிலில்லை" யென்று சொல்லிவிடுவார்கள். "மாடிமீதிருக் கிறாரா?" வென்று அந்தக் கடன்காரன் பிடிவாதமாகக் கேட்டால் "நிச்சயமாக இல்லை" யென்று கையை விரித்துக் காட்டுவார்கள். ஐயோ, வறுமை, குழந்தைகளின் நிர்மலமான மனதைக்கூட எப்படி மாற்றி விடுகிறது? ஒரு சமயத்தில், மார்க்ஸ், யாருக்கும் சொல் லாமல் மான்செஸ்டர் நகரத்திற்கு ஓடிவிட்டான். ஏன் தெரியுமா? இவனுடைய குடும்பத்திற்கு வைத்தியம் பார்த்த ஒரு கல் நெஞ்சன், தனக்குச் சேர வேண்டிய பாக்கிக்காக இவன் மீது வழக்குத் தொடருவ தாகவும், வீட்டில் தண்ணீர் கிடைக்காமலும் விளக்கு எரிக்கவிடா மலும் செய்து விடுவதாகவும் பயமுறுத்தினான். மார்க்ஸ்னிடமோ, மேற்படி கடனைக் கொடுக்க ஒரு செல்லாக்காசு கூட இல்லை. இப்பொழுது மட்டும் என்ன? எப்பொழுதும்தான். சட்டைப் பையிலே இரண்டு காசு போட்டுக்கொண்டு வெளியே புறப் பட்டோம் என்பது இவன் வாழ்க்கையில் கிடையவே கிடையாது. இதனால்தான், மேற்படி கடன்கார வைத்தியனுக்குப் பயந்து மான்செஸ்டருக்கு, ஓடி விட்டான்.

"நியூ யார்க் ட்ரிப்யூன்" பத்திரிகைக்கு இவன் கட்டுரைகள் எழுதிக் கொண்டு வந்தான் என்று மேலே சொன்னோமல்லவா? இந்தக் கட்டுரைகளைத் தபாலில் அனுப்புவதற்குப் போதிய ஸ்டாம்புகள் இல்லாமல் இவன் அநேக சமயங்களில் திண்டாடியிருக்கிறான். இவனுடைய வீட்டுச் சாமான்களில் ஏதேனும் ஒன்றாவது எப்பொழுதும் அடகுக் கடையைத் தரிசித்துக்கொண்டு வரும். ஒரு சமயம், குழந்தைகளின் பழைய பூட்ஸ்களைக் கூட அடகு வைத்துக் கடன் வாங்கியிருக்கிறான். என்ன கொடுமை!

இந்தக் கொடுமையான காலத்தில் இவனுடைய வாழ்க்கை நிலையைப் பற்றி ஒரு ப்ருஷ்ய உளவாளி பின்வருமாறு வருணிக்கிறான்:

"இந்தக் கட்சியின், அதாவது சமதர்மவாதிகளின் முக்கியத் தலைவன் கார்ல் மார்க்ஸ், குட்டித் தலைவர்கள், மான்செஸ்டரில் ப்ரீடரிக் எங்கெல்ஸ்; லண்டனில் ப்ரைலிகார்த்தும் வுல்ப்பும்; பாரிஸில் ஹைன். வெய்டே மேயர் அமெரிக்காவிலும், க்ளஸும் புர்கர்ஸும் டேனியல்ஸும் கோலோனிலும், வீர்த் என்பவன் ஹாம்பர்க்கிலும்

கட்சித் தலைவர்களாயிருந்தார்கள். கட்சியின் ஜீவ சக்தியாகவும் நிஜ ஆத்மாவாகவும் இருந்தவன் கார்ல் மார்க்ஸ். ஆகையால் இவனைப் பற்றி உங்களுக்குத் தெரிவிக்க விரும்புகிறேன்.

மார்க்ஸ், அதிக உயரமும் அதிகக் குள்ளமுமில்லாமல் மத்தியதரமான உயரமுள்ளவன். வயது முப்பத்து நான்கு. ஆனாலும் மயிர் நரைத்துக் கொண்டு வருகிறது. நல்ல கட்டுமஸ்தான சரீரம். ஹங்கேரியப் புரட்சி வாதியான ஷேமேர் என்பவனைப் பலவகையிலும் ஒத்திருக்கிறான். ஆனால் அவனைவிட இவன் கொஞ்சம் கறுப்பு. இவன் தலை மயிரும் தாடியும் கறுத்திருக்கின்றன. சிறிது காலமாக இவன் க்ஷவரம் செய்து கொள்வதில்லை. இவனுடைய பெரிய, தீபோன்ற, கூரிய பார்வையுடைய கண்கள், இவனிடத்தில் ஏதோ ஒருவித கடூரம் இருப்பதாகப் புலப்படுத்துகின்றன. இவனுடைய அறிவின் மேன்மையானது, இவனுடைய சூழ்நிலையில், அதாவது சுற்றியிருப்பவர்கள் மீது ஆதிக்கம் செலுத்தும் சக்தி வாய்ந்ததாயிருக்கிறது.

இவன், தன்னைப் பொறுத்தமட்டில் மிகவும் அசுத்தமாகவே இருக்கிறான்; எரிந்து விழுகிற சுபாவமுடையவன்; வீட்டுக்கு வந்தவர்களைச் சரியாக உபசரிக்கத் தெரியாதவன்; எப்பொழுதும் அநாகரிகமாகவே வாழ்க்கையை நடத்துகிறான். குளிப்பது, தலைமயிரைச் சீவிவிடுவது, உடைமாற்றிக்கொள்வது ஆகிய இவைகளெல்லாம் இவனிடத்தில் அபூர்வ விஷங்கள். மது பானங்களில் விருப்பமுடையவன். நாட்கள் கணக்காக ஒரு வேலையும் செய்யாமல் சோம்பேறித்தனமாயிருப்பான். ஆனால் அதிகமான வேலையிருந்து விட்டாலோ, கொஞ்சங்கூடச் சளைக்காமல் இரவு பகலாக உழைப்பான். குறிப்பிட்ட நேரத்தில் படுப்பது, எழுந்திருப்பது என்பவைகளெல்லாம் இவனிடத்தில் கிடையாது. அடிக்கடி இவன் பகல்வேலையில் உடுத்திக் கொண்டிருக்கிற உடுப்புடன் அப்படியே படுக்கையில் படுத்துவிடுவான். சாயந்திரம் வரையில் நன்றாகத் தூங்குவான். வருவோர் போவோரினால் இவன் தூக்கம் கலையாது. இவன் வீட்டுக்கோ யார் வேண்டுமானாலும் வந்து போகலாம்.

இவனுடைய மனைவி, ப்ருஷ்ய மந்திரியான வெஸ்ட் பாலன் பிரபுவின் சகோதரி நன்றாக படித்தவள். வசீகரமான சுபாவமுடையவள். இந்த அநாகரிக வாழ்க்கைக்குத் தன்னைப் பழக்கப் படுத்திக்கொண்டு விட்டாள். காரணம், தன் கணவன் மேலுள்ள காதல்தான். இப்பொழுது இவளுக்கு வறுமை வாழ்க்கையென்பது சகஜமாகிவிட்டது. இவளுக்கு இரண்டு பெண் குழந்தைகள்; ஓர் ஆண் குழந்தை. இந்த மூன்று

குழந்தைகளும் பார்வைக்கு லட்சணமாய் இருக்கின்றன; தகப்பனாரைப் போல் புத்திசாலித் தனமான பார்வையுடையனவாகவும் இருக்கின்றன.

மார்க்ஸ், அமைதியற்ற சுபாவமுடையவனாகவும் காட்டுமிராண்டி போலவும் இருந்த போதிலும், கணவன் அல்லது தந்தை என்ற முறையில் மிகவும் சாந்தமானவன்; சரளமாகப் பழகுகிறவன். இவன் லண்டனுக்கருகாமையில் ஏழை மக்கள் வசிக்கிற ஒரு கேவலமான இடத்தில் - அதனால் வாடகை அதிகமில்லாத ஒரு வீட்டில் வசிக்கிறான். மொத்தம் இரண்டு அறைகள். தெருப்பக்கம் இருக்கிற அறைதான் நான்கு பேர் இருந்து புழங்குவதற்கான அறை; பின் பக்கம் படுக்கையறை. இந்த இரண்டு அறைகளிலும், சுத்தமாகவும் பார்வைக்கு லட்சணமாகவும் உள்ள ஒரு மரச்சாமான்கூடக் கிடையாது. எதை எடுத்தாலும் உடைசல் அல்லது கிழிசல். எதைத் தொட்டாலும் அதன்மீது தூசி. எங்குப் பார்த்தாலும் ஒரே அழுக்கு; அசுத்தம். முன் பக்கமுள்ள அறையின் நடுவில், பழைய மாதிரியான ஒரு மேஜை இருக்கிறது. அதன்மீது மெழுகுச் சீலை விரிக்கப்பட்டிருக்கிறது. அதன்மீது எத்தனை சாமான்கள்! கையெழுத்துப் பிரதிகள், புத்தகங்கள், பத்திரிகைகள், குழந்தைகளின் விளையாட்டுச் சாமான்கள், தையல் கூடையிலிருக்க வேண்டிய துண்டு துணுக்குகள், உடைந்த விளிம்பு உடைய கோப்பைகள், அழுக்கு நிறைந்த ஸ்பூன்கள், கத்திகள், விளக்குகள், மசிக்கூடு, டம்ப்ளர்கள், சுருட்டு பிடிக்கிற குழாய், சுருட்டுச் சாம்பல் ஆகிய எல்லாம் ஒன்றாக அந்த மேஜையின் மீது காட்சியளிக்கும்.

இந்த அறைக்குள் நுழைந்தவுடன் புகையும், புகையிலை நாற்றமும் சேர்ந்து உங்கள் கண்களில் நீர் வரும்படி செய்துவிடும். ஏதோ ஒரு குகைக்குள் தடவிக்கொண்டு செல்கிற மாதிரிதான் முதலில் பிரவேசிக்க வேண்டும். சிறிது நேரம் நிதானித்துப் பார்த்த பிறகு அங்குள்ள சாமான்கள் இன்னின்னவை என்பது புலப்படும். எல்லாம் தூசி மயம்; எங்கும் அழுக்கு மயம். உட்காருவதென்பது ஆபத்தான காரியம். இதோ ஒரு நாற்காலி. ஆனால் இதற்கு மூன்று கால்கள்தான் இருக்கின்றன. ஆனால் அதன்மீது குழந்தைகள், சமையல் விளை யாட்டு விளையாடிக் கொண்டிருக்கிறார்கள். அந்த நாற்காலியின் மீது தான் வந்தவர்கள் உட்காரவேண்டும். ஆனால் விளையாட்டுச் சாமான்கள் அதன்மீது அப்படியேதான் இருக்கும். அவைகளைப் பொருட்படுத்தாமல் நீங்கள் உட்கார்ந்தீர்களானால் உங்கள் கால் சட்டை கிழிந்து போகக்கூடும். ஆனால் இவைகளையெல்லாம் பற்றி

மார்க்ஸோ, இவனுடைய மனைவியோ சட்டை செய்வதே இல்லை. நீங்கள் உள்ளே நுழைந்து விட்டீர்களானால் உங்களுக்கு அன்பான உபசாரம் நடக்கிறது. சுருட்டோ, புகையிலையோ, வேறு என்ன இருந்தாலும் அதனை உங்களுக்குக் கொடுக்கிறார்கள். உடனே அறிவு நிரம்பிய சுவாரஸ்யமுள்ள சம்பாஷணை தொடங்குகிறது. இஃது, இந்தச் சம்பாஷணை, வீட்டிலுள்ள குறைபாடுகளுக்கெல்லாம் பரிகாரமாகி விடுகிறது. எல்லா அசௌகரியங்களையும் சகித்துக் கொண்டு சம்பாஷணையிலே ஈடுபட்டு விடுகிறீர்கள். அங்குள்ளவர்களோடு உங்களுக்கு நெருக்கமான பழக்கம் உண்டாகிவிடுகிறது. அவர் களோடு நீங்கள் ஒன்று பட்டுப் போய்விடுகிறீர்கள். சமதர்மக் கட்சியின் தலைவனாகிய மார்க்ஸின் குடும்ப வாழ்க்கையைப் பற்றிய சித்திரம் இது."

இவ்வளவு கஷ்டங்கள் பட்டுக்கொண்டிருந்த போதிலும் மார்க்ஸ் ஒன்றையும் வாய்விட்டுச் சொல்லிக் கொள்ள மாட்டான். சாதாரண ஒரு மத்திய வகுப்புக் குடும்பத்தைப் போலவே இவனுடைய குடும்ப வாழ்க்கை இருந்தது. இவனுடைய நெருங்கிய நண்பர்களில் ஒரு சிலருக்குத்தான் இவனது துயரங்கள் தெரியும். தன்னுடைய வறுமை காரணமாக இவன் யாரிடத்திலும் பல்லைக் காட்டிய தில்லை; யாருடைய தயவையும் நாடியதில்லை. தன் மதிப்பு உணர்ச்சி என்பது இவனுக்கு நிரம்ப உண்டு. யாருக்கும் தலை குனிய மாட்டான். தனக்குப் பணமில்லையேயென்று இவன் வருத்தப்பட்ட தில்லை. ஆனால் பணமுடை காரணமாகத் தான் செய்ய வேண்டிய நிரந்தரமான வேலைகளைச் செய்யமுடியவில்லையேயென்று வருத்தப்பட்டதுண்டு. உலகத்திலுள்ள ஏழை மக்களுக்கு விடுதலை தேடித் தரவேண்டுமென்ற ஒரே நோக்கமுடைய இவன், அந்த நோக்கத்தை நிறைவேற்ற முடியாமல், இடையே தன் சொந்தக் கஷ்டங்கள் குறுக்கிடுகிறபோது அவைகளைக் கண்டு கோபிப்பான்; தனது வறுமை நிலையை நோக்கி மனம் நோவான்.

ஆனால் இவனது குடும்ப வாழ்க்கை இன்பகரமாயிருந்தது. இதற்கு முக்கிய காரணம், ஏற்கனவே நாம் கூறியுள்ளபடி இவனு டைய மனைவி. இவள், தன்னுடைய தேக உபத்திரவம், மனோ வேதனை எல்லாவற்றையும் சகித்துக்கொண்டு, வறுமையோடு பின்தொடர்கிற அவமானம், பரிகாசம் முதலியவைகளை உதறித் தள்ளிவிட்டு, மார்க்ஸுக்குப் பணிவிடை செய்து வந்தாள். வாழ்க்கையிலே ஒரு வெறுப்பு ஏற்படாமல் மார்க்ஸைப் பாதுகாத்து வந்தவள் இவள்தான். எங்கெல்ஸ் இல்லாவிட்டால், மார்க்ஸ் சமதர்மத்தை அனுஷ்டான சாத்தியமான ஒரு தத்துவமாக

வகுத்திருக்க முடியாதென்பது வாஸ்தவம். ஆனால் ஜென்னியில்லா விட்டால் மார்க்ஸ் உயிர் வாழ்ந்திருக்கவே முடியாது.

மார்க்ஸுக்குத் தன்னம்பிக்கை நிரம்ப உண்டு. இது தான் இவனை எல்லாக் கஷ்டங்களிலிருந்தும் மீட்டு வந்தது. இவனுக்கேற்பட்ட கஷ்டமான நிலைமைகளைப்போல் வேறு யாருக்கேனும் ஏற்பட்டிருந்தால் அவர் நிச்சயமாக மனமொடிந்து போய் சமாதிக் குழியிலே சரண்புகுந்திருப்பர். ஆனால் மார்க்ஸ், தன்னுடைய வறுமையைத் துச்சமாகக் கருதினான். அதை இவன் பொருட் படுத்தவேயில்லை. தனது குழந்தைகளின் குறுகுறுத்த நடையிலே, மழலைப் பேச்சிலே, புத்திசாலித்தனத்திலே, துயர மனைத்தையும் மறந்து விடுவான். அவர்களோடு சேர்ந்து தானும் விளையாடுவான்; அவர்களுக்கு இவன் குதிரையாயிருப்பான்; அவர்கள் இவன் மீது சவாரி செய்வார்கள். ஷேக்ஸ்பியர் எழுதிய நாடகங்களிலே மார்க்ஸுக்கு அபார மோகம். அந்த நாடகங்களில் முக்கியமான பகுதிகள் பலவற்றைத் தன் குழந்தைகளுக்கு மனப்பாடஞ் செய்விப்பான். இப்படிக் குழந்தைகளோடு பொழுது போக்குகிற நேரம் போக, மற்ற நேரங்களில் நூலாராய்ச்சி செய்வான். அநேகமாக ஒரு நாளின் இருபத்து நான்கு மணி நேரத்தில் பதினெட்டு மணி நேரம் இந்த ஆராய்ச்சிதான். பிரிட்டிஷ் பொருட் காட்சி சாலையிலுள்ள புஸ்தகசாலைக்குக் காலை ஒன்பது மணிக்குச் செல்வான்; மாலை ஏழு மணிக்கு வீடு திரும்புவான். புஸ்தக சாலை யிலுள்ள வேலைக்காரர்கள், ஜன்னல் கதவு முதலியவைகளை யெல்லாம் மூடிவிட்டு வெளியே வருகிறபோதுதான் இவன் வருவான். வீட்டுக்கு வந்த பிறகு, இரவு நெடுநேரம் வரை, பகலில், தான் படித்துக் குறிப்பெடுத்துக் கொண்டதையெல்லாம் ஒன்று சேர்த்து, அவற்றைப் பற்றிச் சிந்திப்பான்;

தன் மனதில் தோன்றிய முடிபுகளை எழுதுவான். இப்படிக் கண் விழித்திருப்பதற்கு ஏதேனும் ஓர் உற்சாகந்தரும் பொருள் வேண்டுமல்லவா? இதற்காக ஓயாமல் சுருட்டுப் பிடித்துக் கொண்டிருப்பான். இந்தப் பழக்கம், இவனை வாழ் நாள் முழுவதும் விடாப்பிடியாகப் பற்றிக் கொண்டிருந்தது.

இப்படி ஓயாமல் உழைத்துக் கொண்டிருந்ததன் பயனாக இவனுக்கு உடல் நலிவு ஏற்பட்டுவிட்டது. கண்வலி; வயிற்றுக் கோளாறு; உடலெல்லாம் கொப்புளங்கள்; எல்லாந்தான். தரித்திரம் வேறே. போதாக்குறைக்கு இவனுடைய ஆறு வயதுப் பையனொருவன் - எட்கார் என்பது இவனுடைய பெயர் - 1855-ம் வருஷம் இறந்து விட்டான். தன்னுடைய உணர்ச்சிகளை அடக்கி

வைத்துக்கொள்ளும் சக்தி மார்க்ஸுக்கு உண்டு. ஆனால் இந்தச் சம்பவம் இவன் மனதை உடைத்து விட்டது. எங்கெல்ஸுக்கு எழுதுகிறான்:

"என்மகன் எட்கார், வீட்டின் ஜீவநாடி போலிருந்தான். அவன் இறந்து விட்ட பிறகு வீடு சூனியமாயிருக்கிறது; திக்கற்றதுபோல் ஆகிவிட்டது. ஒவ்வொரு நிமிஷமும் அவனைப்பற்றி நினைக்க வேண்டியிருக்கிறது. அப்படி நினைக்காமல் இருக்கமுடியவில்லை. அப்பொழுது எங்களுக்கு உண்டாகும் துயரத்தை வருணிக்க முடியாது. நான் எத்தனையோ துன்பங்களை அனுபவித்திருக்கிறேன். ஆனால் உண்மையான துயரம் இன்னதென்பதை இப்பொழுதுதான் தெரிந்து கொண்டேன். இந்தத் துயரத்திற்கு மத்தியிலே, உன்னைப் பற்றிய நினைவு, உன்னுடைய நட்பு, நாமிருவரும் சேர்ந்து செய்ய வேண்டிய காரியங்கள் இருக்கின்றனவென்ற ஒரு நம்பிக்கை ஆகிய இவையே என்னை நிமிர்ந்து நிற்கும்படி செய்திருக்கின்றன."

இந்த மரணத்தினால் மார்க்ஸுக்கும் ஜென்னிக்கும் ஏற்பட்ட மனப் புண், நீண்ட நாட்கள் வரை ஆறவேயில்லை.

"மகான்கள், இயற்கையோடும் உலகத்தோடும் நெருங்கிய தொடர்பு கொண்டிருக்கிறார்கள்; தங்களுக்கு உற்சாகம் அளிக்கக் கூடிய பல அமிசங்கள் அந்த இயற்கையிலும் உலகத்திலும் இருப்பதைக் காண்கிறார்கள். இதனால் தங்களுக்கு ஏற்படுகின்ற எந்த விதமான கஷ்டத்தையும் அவர்கள் சுலபமாகச் சமாளித்துக் கொண்டு விடுகிறார்கள். இப்படி பேக்கன்[1] சொல்கிறான். நான் அப்படிப்பட்ட மகான்களிலே ஒருவன் இல்லை. எனது குழந்தையின் மரணம் என்னை அதிகமாகப் பாதித்து விட்டது. அஃது இறந்த முதல் நாள் நான் எப்படி துக்கப்பட்டேனோ அப்படியேதான் இப்பொழுதும் துக்கப்பட்டுக் கொண்டிருக்கிறேன். என் மனைவியும் மனமுடைந்து போய்விட்டாள்."

மார்க்ஸின் வாசகங்கள் இவை. பத்து வருஷங்களுக்குப் பிறகு, ஜென்னி, ஒரு கடிதத்தில் குறிப்பிடுகிறாள் -

"அந்தக் குழந்தையின்றி நான் வாழ்கிற நாட்கள் அதிகரிக்க அதிகரிக்க என் துக்கமும் அதிகரித்துக் கொண்டு வருகிறது."

குழந்தை இறந்துபோன அடுத்த வருஷத்தில் ஜென்னி மார்க்ஸுக்கு அவளுடைய தாயாரிடமிருந்து கொஞ்சம் பணம் கிடைத்தது. இந்தப் பணத்தைக்கொண்டு, மார்க்ஸ், தன் பழைய

கடன்களை யெல்லாம் தீர்த்தான். அப்படியே பழைய வீட்டையும் காலி செய்துவிட்டு, வேறொரு சௌகரியமான இடத்திற்குக் குடி சென்றான். இதனால் சிறிது மனக்கவலை தீரும் போலிருந்தது.

ஆனால் அப்படிக் கவலையின்றி இருக்க இவன் கொடுத்து வைக்கவில்லை. "நியூ யார்க் ட்ரிப்யூன்" பத்திரிகையிலிருந்து இவனுக்குக் கிடைத்துக் கொண்டிருந்த வருமானம் வரவரக் குறைந்து வந்தது. தங்களுடைய வாசகர்களுக்கு, ஐரோப்பிய அரசியல் விஷயங்களில் ருசி குறைந்து விட்டதென்று சொல்லி, பத்திரிகை நிருவாகஸ்தர்கள், மார்க்ஸின் கட்டுரைகளை ஏகதேசமாகத்தான் ஏற்றுக்கொண்டார்கள். என்ன செய்வான் மார்க்ஸ்? "என்னை யாராவது பூமிக்குள் புதைத்து விட்டால் நான் திருப்தியடைவேன். இந்த மாதிரியான வாழ்க்கையை விட அதுவே மேல்" என்று மனம் வெடித்துப் போய் கூறுகிறான். இவனுக்காக ஒரு நண்பன் முயற்சி செய்து நாற்பது பவுன் கடன் வாங்கிக் கொடுத்தான். அதைக் கொண்டு சிறிது காலம் குடும்ப காலட்சேபம் நடைபெற்றது. ஆனால் இந்தக் கடனுக்கு மார்க்ஸ் கொடுத்த வட்டி 100-க்கு 20%.

இந்தக் கஷ்ட காலத்தில் இவனுக்கு வயிற்றுக் கோளாறு அதிகரித்து விட்டது. இவன் மனைவிக்கு அம்மை. குழந்தைகளோ பட்டினி. "நியூ யார்க் ட்ரிப்யூன்" பத்திரிகையிலிருந்து கிடைத்துக் கொண்டிருந்த பணமும் 1862-ம் வருஷத்தோடு நின்றுவிட்டது. வருமானத்திற்கு வேறு வழியில்லை. எங்காவது ஓர் உத்தி யோகத்தில் போய்ச் சேரலாமென்று முயற்சி செய்தான். இவனுடைய கிழிசல் சட்டையையும், விகாரத் தோற்றத்தையும் பார்த்த பிறகு யாராவது உத்தியோகம் கொடுப்பார்களா? ஒரு ரெயில்வே கம்பெனியில் டிக்கெட் கொடுக்கும் குமாஸ்தா உத்தியோகம் ஒன்று காலியாயிருக்கிறதென்று கேள்விப்பட்டு அதற்கு மனுச் செய்து கொண்டான். ஆனால் இவனுடைய கையெழுத்து நன்றாயில்லை யென்று சொல்லி இவன் மனுவை நிராகரித்து விட்டார்கள். இவனுடைய மூத்த பெண், பெற்றோர்களுக்குத் தெரியாமல் ஏதாவது ஒரு நாடகக் கம்பெனியில் சேர்ந்து பணம் சம்பாதிக்க முயன்றாள். அதுவும் பலிதமாகவில்லை. குடும்பத்தைக் கலைத்து விடுவது, தன் இரண்டு பெண்களையும் எந்தப் பெரிய மனிதர்கள் வீட்டிலாவது பணிப் பெண்களாக அமர்த்தி விடுவது, தானும் தன் மனைவியும் கைக்குழந்தையுடன் ஓர் அநாதை விடுதிக்குச் சென்றுவிடுவது என்று என்னென்னவோ திட்டங்கள் போட்டான் மார்க்ஸ். நல்ல வேளையாக இந்தச் சமயத்தில் எங்கெல்ஸிடமிருந்து ஐந்து பவுன் கிடைத்தது. கொஞ்சம் விடுதலை ஆனால் இது போதுமா? மறுபடியும் எங்கெல்ஸைக் கேட்டான். இப்படி அடிக்கடி கேட்கவே,

எங்கெல்ஸுக்குக் கோபம் வந்துவிட்டது. இதையறிந்த மார்க்ஸ், அவனிடம் மன்னிப்புக் கேட்டுக் கொண்டான். இந்த மாதிரியான சில்லரை மனஸ்தாபங்கள் ஒன்றிரண்டு இவர்களுக்குள்ளே ஏற்பட்டன. காரணம் வறுமைதான். ஆனால் இந்த மனஸ்தாபங்கள், எவ்வளவு லேசாக உண்டாயினவோ அவ்வளவு சீக்கிரத்தில் மறைந்து விட்டன.

1863-ம் வருஷம் ஜனவரி மாதம் எங்கெல்ஸினுடைய மனைவி மேரி என்பவள் இறந்துவிட்டாள். இதற்காக வருத்தம் தெரிவித்து, மார்க்ஸ், எங்கெல்ஸுக்கு ஒரு கடிதம் எழுதினான். அதில் சம்பிரதாய மாகச் சில அநுதாப வார்த்தைகளை முதலில் சொல்லிவிட்டு, பிறகு தன்னுடைய குறைகளை விஸ்தரித்திருந்தான். எங்கெல்ஸுக்கு இது வருத்தமாயிருந்தது. தன் வருத்தத்தைக் கடித மூலமாகப் புலப் படுத்தியும் விட்டான். இதற்கு மார்க்ஸ் உடனே பதில் எழுதாமல் சிறிது காலம் கழித்து ஒரு கடிதத்தின் மூலமாக எங்கெல்ஸின் மனப் புண்ணைப் பின்வருமாறு ஆற்றுகிறான்:

"அந்தக் கடிதத்தை நான் எழுதியிருக்கக் கூடாது. அது மிகவும் தவறு. அதற்காக இப்பொழுது நான் நிரம்ப வருத்தப் படுகிறேன். அதைக் கொண்டு என்னைக் கல்நெஞ்சுடையவன் என்று எண்ண வேண்டாம். உன்னுடைய கடிதம் எனக்குக் காலையில் கிடைத்தது. அதைப் பார்த்தும் எனது நெருங்கிய உறவினரில் ஒருவர் இறந்து விட்டதாகவே நான் உணர்ந்தேன். எனது மனைவியும் மக்களும் இதற்குச் சாட்சி கூறுவார்கள். அன்று மாலையே உனக்குப் பதில் எழுதினேன். அப்பொழுது நான் வெறிபிடித்தவன் போலிருந்தேன். ஏனென்றால் அந்தச் சமயத்தில், வீட்டுச் சொந்தக்காரன், வாடகைக்காக ஆட்களை அனுப்பியிருந்தான். என் குடும்பத்திற்கு இறைச்சி கொடுத்து வந்தவன், தன் பாக்கிக்காக 'சம்மன்' அனுப்பிவிட்டான். வீட்டிலோ அடுப்பெரிக்கக் கரியில்லை; பசிக்குச் சாப்பாடு இல்லை; என் பெண்ணோ நோயாகப் படுத்த படுக்கையில் கிடந்தாள். இப்படிப்பட்ட நிலைமையில் மற்றவர்கள் மீது எரிந்து விழுவதைத் தவிர வேறு வழி என்ன இருக்கிறது?"

ஒளி மறைவின்றி மார்க்ஸ் எழுதிய இந்தப் பதிலை எங்கெல்ஸ் நிரம்பப் பாராட்டினான்.

"உன்னுடைய முதற் கடிதம் என் மனதில் எந்த மாதிரியான எண்ணத்தை உண்டு பண்ணியதென்பதை நீ தெரிந்து கொண்டிருக் கக் கூடும். சுமார் ஒரு வாரம் வரையில் அஃது என் மூளையிலிருந்து விலகவேயில்லை. அதை என்னால் மறக்கவும் முடியவில்லை.

இப்பொழுதோ, எல்லாம் மறந்து விட்டேன். நீ சமீபத்தில் எழுதிய கடிதம் எனக்கு நிரம்ப ஆறுதலை உண்டுபண்ணியது. மேரியை நான் இழந்துவிட்டபோதிலும், அதே சமயத்தில் என்னுடைய நீண்ட காலத்துச் சிறந்த, நண்பனையும் இழந்துவிடவில்லையென்பதைக் குறித்து நான் பெரிதும் மகிழ்ச்சியடைகிறேன்."

இந்த அழியாத நட்புக்கு முத்திரையிட்டது போல், மேரி இறந்துபோன அதே வருஷத்தில், தன்னுடைய துக்கத்தையும் மற்ற வியாபாரத் தொல்லைகளையும் பொருட்படுத்தாமல், எங்கெல்ஸ், மார்க்ஸுக்கு ஒரே மொத்தமாக 350 பவுன் கொடுத்தான். அதே வருஷம் நவம்பர் மாதம் மார்க்ஸின் தாயார் இறந்துவிட்டாள். அவளுடைய சொத்தாகக் கொஞ்சம் கிடைத்தது. இவைகளினால் மார்க்ஸின் சில்லரைத் தொந்திரவுகள் பல நீங்கின. அடுத்த வருஷம் - 1864-ம் வருஷம் மே மாதம் - மார்க்ஸின் சிறந்த நண்பனும், இவனோடு சேர்ந்து பல கஷ்டங்களை அனுபவித்தவனுமான வில்லியம் வுல்ப்[2] என்பவன், தான் இறந்து போவதற்கு முன்னதாக, 800 பவுன் இவனுக்கு நன்கொடை வைத்துப்போனான். இதற்கு நன்றியாக, மார்க்ஸ், தனது "காபிடல்" என்ற நூலை இவனுக்குச் சமர்ப்பணம் செய்தான். மேற்படி வருஷம் செப்டம்பர் மாதம் எங்கெல்ஸின் வியாபார நிலைமையும் சிறிது மேன்மையடைந்தது. இதனால் மார்க்ஸுக்கு இவனிடமிருந்து கிடைத்துவந்த உதவி அதிகரித்தது. சில வருஷங்கள் கழித்து, மார்க்ஸுக்கு வருஷந் தோறும் நிரந்தரமான ஒரு தொகை கிடைக்குமாறு எங்கெல்ஸ் ஏற்பாடு செய்தான். மார்க்ஸின் கடைசி பத்து வருஷ வாழ்க்கை, அதிகப் பொருள் தட்டுப்பாடின்றி நடைபெற்றதென்றே சொல்ல வேண்டும்.

அடிக்குறிப்புகள்:

1. Francis Bacon 1560 - 1626. ஓர் ஆங்கில அறிஞன். இவனுடைய கட்டுரைகள் சிந்தனைக்கு விருந்து.
2. Wilhelm Wolff 1809 - 1864

8. முதல் இண்டர் நேஷனல்

பத்தொன்பதாவது நூற்றாண்டின் இடைக்காலத்தில் - அதாவது *1848*-ம் வருஷத்துப் புரட்சி அடங்கி ஒடுங்கிவிட்ட பிறகு - ஐரோப்பாவின் ஒவ்வொரு நாட்டுத் தொழிலாளர்களும், தங்களுக் கென்று தனியான சங்கங்கள் ஏற்படுத்திக் கொண்டு அவற்றின் மூலமாகத் தங்கள் உரிமைகளுக்கும் நலன்களுக்கும் போராடத் தீர்மானித்தார்கள். இதுகாறும் இவர்கள், மற்ற அரசியல் கட்சி களுடன் சேர்ந்து கொண்டுதான் தங்கள் விடுதலைக்கு வழி தேடிக்கொள்ள வேண்டியிருந்தது. அந்த அரசியல் கட்சிகளோ, முதலாளிகள் அனுபவித்து வரும் சலுகைகளுக்குப் பாதகம் உண்டாகாமல் தொழிலாளர்களுக்கு நன்மை செய்யப்பார்த்தன. முடிகிற காரியமா இது? நோயினால் அவதிப்படுகிறவன்தான் மருந்து சாப்பிட வேண்டுமே தவிர, வேறு யார் சாப்பிட்டாலும் நோய் குணமாகாதல்லவா? தொழிலாளர்கள் இந்த உண்மையை உணர்ந்தார்கள்; தங்களுடைய விமோசனத்திற்குத் தாங்களே கர்த்தர்களாக இருக்க வேண்டுமென்று தீர்மானித்தார்கள்.

இப்படி ஒவொரு நாட்டிலுமுள்ள தொழிலாளர்களும் அந்தந்த நாட்டிலே தங்களுக்கென்று தனியான சங்கங்கள் ஏற்படுத்திக் கொண்டு சில காலம் வேலை செய்தார்கள். ஜெர்மனியிலே லஸ்ஸால்[1] என்பவன் தொழிலாளர்களை ஒன்று திரட்டி அவர்களுக் காக அநேகக் கிளர்ச்சிகள் செய்தான். ஆனால் அப்பொழுது, ஜெர்மனியின் சர்வாதிகாரி போலிருந்த பிஸ்மார்க்[2] சில சீர்திருத்த முறைகளை அனுஷ்டானத்திற்குக் கொண்டுவந்து தொழிலாளர் கிளர்ச்சிக்கு வலுவில்லாமல் செய்து விட்டான். இப்படியே பிரான்சிலும் இங்கிலாந்திலுமுள்ள தொழிலாளர்கள், தன்மதிப்பு உணர்ச்சி பெற்றவர்களாய் தங்களுக்கென்று முறையே தனியான சங்கள் அமைத்துக்கொண்டு வேலை செய்து வந்தார்கள். பொதுவாக இவர்கள், தங்களுடைய, தங்கள் தங்கள் நாட்டினுடைய க்ஷேமத்தில் அக்கறை கொண்டவர்களாய் அவ்வப் பொழுது சில சீர்திருத்தங்

களைக் கோருவதும், அவைகளுக்காகக் கிளர்ச்சி செய்வதுமாயிருந் தார்கள். சமயம் நேர்ந்தபோது தங்கள் முதலாளிகளோடு இணங்கியும் போனார்கள். முதலாளிகளும் தங்கள் தங்கள் நாட்டு அரசாங்கத்தின் ஆதரவு பெற்று, தொழிலாளர்களைத் தலை தூக்கிவிடாமல் தட்டிக் கொடுத்துக் கொண்டும் கட்டியணைத்துக் கொண்டு வந்தார்கள். லாபமும் அரசியல் சலுகைகளும் குறையாம லிருக்கிறவரை யாருடைய கைகளையும் குலுக்கிக் கொண்டிருக்கலா மல்லவா?

இப்படியிருக்கையில், பிரான்சிலும் இங்கிலாந்திலுமிருந்த மதி நுட்பமடைய சில தொழிலாளர்கள், எல்லா நாட்டுத் தொழிலாளர் களுடைய நலன்களும் கோரிக்கைகளும் ஒன்றுதான் என்ற உண்மையை உணர்ந்து, இதற்காக எல்லா நாட்டுத் தொழிலாளர் களும் ஒன்று சேரக் கூடிய ஒரு மத்திய ஸ்தாபனத்தை ஏற்படுத்த வேண்டுமென்று விரும்பினார்கள். இதற்கேற்ற மாதிரி சில சம்பவங்கள் நிகழ்ந்தன.

யந்திரத் தொழில்கள் எவ்வளவு தூரம் முன்னேற்ற மடைந் திருக்கின்றன வென்பதைக் காட்டும் பொருட்டு 1862-ம் வருஷம் லண்டனில் அகில உலகப் பொருட்காட்சியொன்று நடைபெற்றது. இதற்கு பிரான்சிலிருந்து ஒரு தொழிலாளர் கூட்டம் வந்திருந்தது. இந்தக் கூட்டத்தை வரவேற்று உபசரிப்பதற்காக லண்டனில் மேற்படி வருஷம் ஆகஸ்ட் மாதம் 5-ம் தேதி ஒரு தொழிலாளர் கூட்டம் நடைபெற்றது. தொழிலாளர்கள், முதலாளிகளோடு சமரஸ மாகப் போகவேண்டுமென்ற கருத்தடங்கிய பேச்சுகளோடும், பரஸ்பர உபசாரங்களோடும் இந்தக் கூட்டம் கலைந்தது. இப்படிப் பேச்சு வார்த்தைகளோடு கலைந்து போனாலும் முதன் முதலாக இரண்டு நாட்டுத் தொழிலாளர்களும் நெருங்கிப்பழகி, எல்லோரும் சகோதரர்களே என்ற உணர்ச்சியைப் பெற்று விட்டார்கள். இந்த உணர்ச்சியை வெளிப்படுத்த வேண்டிய அவசியமும் இவர்களுக்கு அடுத்த வருஷத்திலே ஏற்பட்டது.

சுயேச்சாதிகாரத்திற்கும் கொடுங்கோன்மைக்கும் தாயகமாயிருந்த ருஷ்யா, தன்னுடைய ஆதீனத்திற்குட்பட்டிருந்த போலந்து மக்களை அநேக வருஷ காலமாக வருணிக்க முடியாத இம்சைகளுக்கு உட்படுத்தி வந்தது. இவைகளைப் பொறுக்க முடியாமல் போலந்து வாசிகள் 1863-ம் வருஷம் பெரிய கலகம் செய்தார்கள். அப்போது ருஷ்யா, மகா கேவலமான, மிகவும் கடுமையான முறைகளைக் கையாண்டது. ஏற்கனவே ருஷ்யாமீது, அதனுடைய சுயேச்சாதிகாரத் திற்காகவும் கொடுங்கோன்மைக்காகவும் பிரான்சிலும் இங்கிலாந்

திலும், சிறப்பாகத் தொழிலாளரிடையே ஒருவித வெறுப்பு இருந்து வந்தது. இந்த அடக்கு முறைகளைக் கேட்டதும் இரண்டு நாட்டுத் தொழிலாளர்களும் தங்கள் தங்கள் நாட்டில் கூட்டங்கள் போட்டு ருஷ்யாவின் அக்கிரமத்தைக் கண்டனஞ் செய்ததோடு, போலந்து விஷயத்தில் தலையிட வேண்டுமென்று தங்கள் அரசாங்கங்களை முறையே கேட்டுக் கொண்டார்கள். ஆனால் இரண்டு நாட்டு அரசாங்கங்களும் தலையிட மறுத்துவிட்டன. எனவே பிரெஞ்சுத் தொழிலாளர்களும் பிரிட்டிஷ் தொழிலாளர்களும் சேர்ந்து ஒரு பெரிய கூட்டம் போட்டுத் தங்கள் அதிருப்தியை வெளிப்படுத்துவதென்று தீர்மானித்தார்கள். ஏற்கனவே இவர்களுக்குள் ஒரு தொடர்பு இருந்ததல்லவா? இதன்படி 1863-ம் வருஷம் ஜூலை மாதம் 22-ம் தேதி லண்டனில் ஒரு பெரிய கூட்டம் நடைபெற்றது. இதற்கு பிரான்சிலிருந்து பிரெஞ்சுத் தொழிலாளர் பலர் பிரதிநிதிகளாக வந்திருந்தார்கள். ஆனால் கூட்டத்தின் நோக்கம் நிறைவேறவில்லை. ஏனென்றால் ருஷ்ய அரசாங்கத்தின் அடக்கு முறையைத் தாள மாட்டாமல் போலந்து மக்களின் எழுச்சி அடங்கி ஒடுங்கிவிட்டது.

ஆனால் இதிலிருந்து இரண்டு நாட்டுத் தொழிலாளர்களும் தாங்கள் ஐக்கியப்பட்டிருக்க வேண்டிய அவசியத்தை முன்னைக் காட்டிலும் அதிகமாக உணர்ந்தார்கள். எனவே இவர்கள் கலந்து பேசி, சர்வதேசத் தொழிலாளர் சங்கம் என்ற பெயரால் ஒரு ஸ்தாபனத்தை நிறுவுவதென்றும் இதற்குப் பூர்வாங்கமாக ஒரு மகாநாட்டைக்கூட்டி தக்க முடிவுக்கு வருவதென்றும் தீர்மானித்தார்கள். இந்த ஆரம்ப மகாநாடு ஒரு வருஷங் கழித்து 1864-ம் வருஷம் செப்டம்பர் மாதம் 28-ம் தேதி "மார்ட்டின்ஸ் ஹால்" என்ற மண்டபத்தில் கூடியது. இதற்கு இங்கிலாந்து, பிரான்ஸ், ஜெர்மனி, பெல்ஜியம், போலந்து, இத்தலி முதலிய பல நாடுகளிலிருந்தும் பிரதிநிதிகள் வந்திருந்தார்கள். தற்போதைய சமுதாய ஒழுங்கை அடியோடு அப்புறப்படுத்திவிட்டு அதன்மீது புதியதொரு சமுதாய ஒழுங்கை நிறுவவேண்டுமென்ற விருப்பமுடையவர் யாரோ அவரனைவரும் இதில் பிரதிநிதிகளாகும்படி அழைக்கப் பட்டார்கள். மண்டபத்தில் பிரதிநிதிகள் நிறைந்திருந்தார்கள். அவர்களிடத்தில் உற்சாகம் நிறைந்திருந்தது. நாவன்மையும் கூடக் கலந்தது. கேட்க வேண்டுமா பேச்சுக்கு?

"இப்பொழுதுள்ள சமுதாயத்தில் ஒரு பிரிவினருக்கும் மற்றொரு பிரிவினருக்கும் இடையேயுள்ள பொருளாதார சம்பந்தமான ஏற்றத் தாழ்வுகளை அடியோடு அகற்றிவிட வேண்டும்; பொருளுற்பத்திக்குச் சாதனமாயுள்ள அனைத்தும் தொழிலாளர் சுவாதீனத்திற்கு வர வேண்டும்; பொருளுற்பத்தியின் பலன்களைச் சமுதாயத்தைச் சேர்ந்த

அனைவரும் ஒரே மாதிரியாக அனுபவிக்க வேண்டும்; இவைகளுக்கெல்லாம் முதற்படியாகத் தனிச் சொத்துரிமை என்பது அகல வேண்டும்."

இந்த மாதிரியான நோக்கங்களுடன் சர்வதேசத் தொழிலாளர் சங்கம் ஒன்று ஸ்தாபிப்பதென்று மகாநாட்டில் ஏகமனதாகத் தீர்மானிக்கப் பட்டது. "முதல் இண்டர் நேஷனல்" ஸ்தாபிதமாயிற்று.

மகாநாட்டில் மார்க்ஸ் ஆஜராயிருந்தான்; ஆனால் நடவடிக்கைகளில் கலந்துகொள்ளவில்லை. சாதாரணமாகவே இவன் பேச்சோடு புகைந்தபோகிற எந்தக் கூட்டத்திலும் கலந்துகொள்வது வழக்கமில்லை. அந்த மாதிரியான ஒரு கூட்டமாகத்தான் இந்த மகாநாடு இருக்குமோ என்று முதலில் நினைத்தான். ஆனால் இதில் கலந்து கொண்டவர்கள் பலர், தீவிரவாதிகளாகவும் காரியவாதிகளாகவும் இருந்தார்கள். இதனால் இவன் மகாநாட்டின் பிந்திய நடைமுறைகளில் தீவிரமாகக் கலந்துகொண்டான்.

சர்வதேசத் தொழிலாளர் சங்கத்தின் விதிகள், சட்ட திட்டங்கள் முதலியவற்றைத் தயாரிப்பதற்காக ஐம்பத்தைந்து பேர் அடங்கிய ஒரு கமிட்டி நியமிக்கப்பட்டது. இதில் மார்க்ஸூம் ஓர் அங்கத்தினன். ஜெர்மானியத் தொழிலாளர் பிரதிநிதியாக நியமனமானான். கமிட்டியினர், முதலில் சங்கத்தின் நோக்கங்கள், விதிகள் முதலியவைகளை விவகரித்து ஒரு திட்டம் தயாரித்தனர். இதில், அந்தக் காலத்தில் சம்பிரதாயமாக வழங்கப்பட்டு வந்த ஜனநாயகச் சொற்றொடர்கள் முதலியவைகள்தான் காணப்பட்டனவே தவிர, தீவிரமான வேலைத் திட்டம் ஒன்றும் காணப்படவில்லை. இது மார்க்ஸுக்குப் பிடிக்குமா? கமிட்டியின் இரண்டாவது கூட்டத்தில் இவன் தனியாக ஒரு திட்டம் தயாரித்து ஆஜர்படுத்தினான். சங்கத்தின் அங்கத்தினர்கள், தங்கள் பொது நன்மையைக் கவனித்துக் கொள்வதோடு, முதலாளித்துவத்தை அடிப்படையாகக் கொண்டுள்ள இப்பொழுதைய ஆட்சி முறையை அடியோடு மாற்றியமைப்பதற்கான வேலைகளைச் செய்ய வேண்டுமென்றும், இதற்காக அந்தந்த நாட்டு பார்லிமெண்டுகளிலும் தங்களைப் பிரதிநிதிகளாகத் தெரிந்தெடுத்துக்கொள்ள வேண்டுமென்றும் இவனுடைய திட்டம் கூறியது. இந்தத் திட்டப்படி அங்கத்தினர்கள், சில நியமங்களுக்கும், கட்டுப்பாடுகளுக்கும் உட்பட வேண்டியவர்களானார்கள். மார்க்ஸின் இந்தத் திட்டத்தைச் சில வாசக மாற்றங்களோடு கமிட்டியினர் அங்கீகரித்துக் கொண்டனர்.

மார்க்ஸ், கமிட்டியினுடைய விளக்கத்திற்காக மேற்படி திட்டத்தோடு ஓர் அறிக்கையையும் தயாரித்திருந்தான். அபேதவாத

இயக்கத்தின் சரித்திரத்தில், "கம்யூனிஸ்ட் அறிக்கை"க்கு அடுத்த படியாக இந்த அறிக்கை முக்கிய இடம் பெற்றிருக்கிறது. இதன் ஆரம்ப வாசகத்தின் சாரம் வருமாறு:

"தொழிலாளர்களின் விடுதலை, தொழிலாளர் கையில் இருக்கிறது. சமுதாயத்திலே ஏற்பட்டிருக்கிற துயரம், ஜனங்களின் கேவல மனப்பான்மை, பெரும்பாலான மக்களின் அரசியல் அடிமைத்தனம் முதலியவைகளுக்கெல்லாம் மூலகாரணமாயிருப்பது என்ன வென்றால், உழைப்புக்குச் சாதனமாயுள்ள பொருளாதார விஷயத்தில் அடிமைப் பட்டிருப்பதுதான். தொழிலாளர்களின் விமோசனம் என்ற லட்சியத்தை உத்தேசித்து இதுகாறும் செய்யப்பட்ட முயற்சிகள் தவறிப்போயிருக்கின்றன. ஏனென்றால், ஒரு நாட்டிலேயே பலவகைத் தொழில் முயற்சிகளில் ஈடுபட்டிருக்கிறவர்களுக்குள் ஒற்றுமை இல்லை. இப்படியே பல நாட்டுத் தொழிலாளர்களுக்குள்ளும் ஒற்றுமை இல்லை. இந்த ஒற்றுமையை ஏற்படுத்துவதற்காகவே இந்த சர்வதேச சங்கம் காணப்படுகிறது."

"1848-ம் வருஷத்துப் புரட்சிக்குப் பிறகு முதலாளிகளின் பொருளாதார நிலைமையும் சமுதாய அந்தஸ்தும் எந்த விகிதாசாரத்திற்குப் பெருகியிருக்கிறதோ அதே விகிதாசாரத்திற்குத் தொழிலாளர்களின் பொருளாதார நிலைமையும் சமுதாய அந்தஸ்தும் குறைந்து வந்திருக்கிறது. இதனால் தொழிலாளர்களுக்கு ஒருவித அனுகூலம் ஏற்பட்டிருக்கிறது. எப்படியென்றால், தொழிலாளர்கள் எந்த நாட்டின ராயிருந்தாலும், எந்த அரசின் பிரஜையாக இருந்த போதிலும் எல்லோரும் ஒன்றுதான், ஒன்றுபட்டிருக்க வேண்டியது அவசியம் என்ற உண்மையை வலியுறுத்தியும், உணர்ச்சியை உண்டு பண்ணியும் இருக்கிறது. எந்த நாட்டிலே எந்தவிதமான போர் நடைபெற்ற போதிலும் அதனால் பாதிக்கப்படுகிறவர்கள் தொழிலாளர்கள்தான். இவர்கள் யுத்த காலத்திலாகட்டும், சமாதான காலத்திலாகட்டும் சுரண்டப்படுகிறார்கள். இவர்கள் ஒற்றுமையாயிருக்கும் பட்சத்தில், சுரண்டப்படவதினின்று தங்களைத் தடுத்துக் கொள்ளலாம். இங்ஙனம் சுரண்டப்படாமலும் பொருளாதாரச் செழிப்புடனும் தொழிலாளர்கள் வாழவேண்டுமானால், அரசியலில் இவர்கள் கலந்து கொள்ள வேண்டும். எல்லாவற்றைக் காட்டிலும் அரசியல் அடிமைத்தனந்தான் கேவலமானது. அரசியல் துறையில்தான் தொழிலாளர்களின் அடிமைத்தனம் நன்கு வெளிப்படுகிறது. ஆதலின் தொழிலாளர்கள், அரசியலில் கலந்து கொள்ளாமலிருப்பது பெரிய குற்றமாகும். எங்கெங்கு அரசியல் உரிமைகள் நசுக்கப்படுகின்றனவோ

அங்கெல்லாம் இவர்கள் முன்னின்று மேற்படி உரிமைகள் நசுக்கப்படா வண்ணம் பாதுகாக்க வேண்டும்."

இம்மாதிரியான கருத்துக்களை, மார்க்ஸ் மேலே சொன்ன அறிக்கையில் மிக அழகாக எடுத்துக்காட்டியிருந்தான்.

இந்தச் சர்வதேசத் தொழிலாளர் சங்கத்தின் வேலைகளென்ன? பலவகைத் தொழிலாளர்களும், பலநாட்டுத் தொழிலாளர்களும் ஒன்றுபட்டு வேலை செய்தல்; தொழிலாளர் சம்பந்தமான புள்ளி விவரங்களைச் சேகரித்தல்; ஒரு நாட்டுத் தொழிலாளர்களுடைய நிலைமை, தேவை முதலியவைகளையும் அவர்களுடைய வேலைத் திட்டங்களையும் மற்றொரு நாட்டுத் தொழிலாளர்களுக்கு அறிவித்தல்; தொழிலாளர் சங்கங்களின் வேலை விவரங்களைப் பற்றி அவ்வப்பொழுது அறிக்கைகள், பத்திரிகைகள் முதலியன வெளியிடுதல்; வருஷத்திற் கொருமுறை எல்லா நாட்டுத் தொழிலாளர்களும் ஒரு மகாநாட்டில் கூடிப்பேசுதல். இப்படிப்பட்ட நோக்கங்களை வகுத்துக் கொடுத்து இவைகளைச் செயலில் கொணரும் விஷயத்தில் மிகவும் நிதானமாகவும் ஆனால் கண்டிப்பாகவும் நடந்து வந்தான் மார்க்ஸ்.

முதல் மகாநாட்டுக்குப் பிறகு இந்தச் சர்வதேசத் தொழிலாளர் சங்கம் வெகுவேகமாக வளர்ந்தது. ஒவ்வொரு நாட்டிலும் கிளைச் சங்கங்கள் தோன்றின. இவை அந்தந்த நாட்டுத் தொழிலாளர் மத்தியில் நல்ல வேலை செய்தன. ஒரு வருஷத்திற்குள்ளாகவே இவைகளுக்கு நல்ல செல்வாக்கு ஏற்பட்டுவிட்டது. இதைக் கண்டு ஐரோப்பிய வல்லரசுகள் பயந்து போய், அடக்கு முறைகளைப் பிரயோகிக்கலாமா என்று யோசிக்க ஆரம்பித்தன என்று சொன்னால், இந்தச் சங்கங்களுடைய செல்வாக்கை நாம் ஒருவாறு நிதானித்துக் கொண்டு விடலாமல்லவா? இங்ஙனம் இந்தச் சர்வதேச ஸ்தாபனம் செல்வாக்குப் பெற்றதற்கு முக்கிய காரணம் மார்க்ஸின் சலியாத முயற்சியும் ஓயாத உழைப்புந்தான்.

ஏற்கனவே நாம் கூறியுள்ளபடி, இந்தச் சர்வதேச சங்கம் ஆரம்பிக்கப்பட்ட காலத்தில், மார்க்ஸினுடைய குடும்பத்தின் பொருளாதார நிலைமை பரிபூர்ணமாகச் சீர்படவில்லையானாலும், ஒருவாறு குடும்பத்தைப் பற்றிய கவலை குறைந்திருந்தது. இதனால் இரவு பகலாக, மேற்படி சங்கத்தின் வேலைகளில் ஈடுபட்டான். தலைமைக் காரியாலயத்தின் நிருவாகம் பூராவையும் தானே ஏற்றுக் கொண்டான். ஆங்காங்குள்ள கிளை ஸ்தாபனங்கள் சரியானபடி வேலை செய்கின்றனவாவென்று கடித மூலமாக விசாரித்து, அவை அனுசரிக்க வேண்டிய வழிகளைக் காட்டிக் கொடுத்தான்.

அனைவருக்கும் உற்சாகத்தை ஊட்டினான். மறுபடியும் இவனுக்கு இளமை திரும்பி விட்டதோ என்று கருதும் படியாக இருந்தது இவன் உழைத்த உழைப்பு. பெயரளவுக்கு ஒரு நிருவாகசபை இருந்ததே தவிர, எல்லாக் காரியங்களையும் இவனே சர்வாதிகாரி போலிருந்து நடத்திவந்தான். இதனால் இவன் சில விரோதிகளையும் சம்பாதித்துக் கொண்டான். ஆனால் இவன் இதனை லட்சியம் செய்ய வில்லை. இப்படிச் சங்க நிருவாக வேலைகளைக் கவனித்துக் கொண்டிருந்த காலத்திலேயே "காபிடலு"க்கு வேண்டிய விஷயங்களையும் சுறுசுறுப்பாகச் சேகரித்துக் கொண்டு வந்தான். எல்லாம் ஊதியமில்லாத உழைப்பு! ஆனால் மார்க்ஸ் இதில் எவ்வளவு சிரத்தை காட்டினான்? இதற்காக எரித்த எண்ணெயும் திரியும் எவ்வளவு? பட்ட வேதனைகள் எத்தனை? யாவும் ஏழை களுக்காக; எதிர்கால சந்ததியின் நல்வாழ்வுக்காக.

மார்க்ஸ், சர்வதேச சங்கத்தின் வேகமான வளர்ச்சிக்கு எப்படி முக்கிய காரணனாயிருந்தானோ அப்படியே அதனுடைய சீக்கிரமான முடிவுக்கும் காரணனாயிருந்தான். இவனுடைய சர்வாதிகார மனப் பான்மைதான் இதற்குக் காரணம். இதைப்பற்றிச் சுருக்கமாக இங்கு கூறுவோம்.

பத்தொன்பதாவது நூற்றாண்டின் பிற்பகுதியில் பல சிறிய நாடுகளாகச் சிதறிக்கிடந்த ஜெர்மனியை ஐக்கியப்படுத்தி அதற்கு ஒரு வல்லரசு அந்தஸ்தை ஏற்படுத்திக் கொடுத்தான் பிஸ்மார்க். இவன் சிறந்த ராஜதந்திரி. ஒரு நாட்டுக்கு விரோதமாக மற்றொரு நாட்டைத் தூண்டி விடுவதும், பிறகு ஒன்றோடு சேர்ந்து கொண்டு மற்றொன்றைத் தாக்குவதும், இப்படித் தாக்கப்பட்ட நாட்டின்மீது ஜெர்மானிய ஆதிக்கத்தை நிலைநிறுத்துவதும் இவன் கையாண்ட முறைகள். இந்த முறைகளில் ஒன்றாக முதலில் - 1866-ம் வருஷம் - ஆஸ்திரியாவின்மீது ஆதிக்கங் கொண்டான். பிறகு, 1870-ம் வருஷம் ஜெர்மனிக்கும் பிரான்சுக்கும் போர் மூண்டது. அப்பொழுது பிரான்ஸை ஆண்டு கொண்டிருந்த மன்னன் மூன்றாவது நெப்போலியன்[3] இவன் ஜெர்மனியின் ராணுவ பலத்தைச் சரியாகத் தெரிந்து கொள்ளாமல், பிஸ்மார்க் வீசிய ராஜதந்திர வலையில் சுலபமாகச் சிக்கிக்கொண்டு விட்டான். இதனால் படுதோல்வி யடைந்தான். இவனும் இவனுடைய படையினரும் ஸெடான்[4] என்ற ஊரில் கைதிகளாயினர். இவனுடைய வீழ்ச்சிக்குப் பிறகு பிரான்சில் மறுபடியும் குடியரசு ஸ்தாபிதமாயிற்று. இந்தக் குடியரசினர், பிஸ்மார்க்கோடு சமாதானம் செய்து கொள்ள விரும்பினர். ஆனால் அவன் கூறிய நிபந்தனைகள் மிகவும் கேவலமாயிருந்தன. இதனால் இவர்கள் யுத்தத்தைத் தொடர்ந்து நடத்தத் தீர்மானித்தனர்.

தீர்மானித்து விட்டால் போதுமா? போதிய படைபலம் முதலியன வேண்டாமா? குடியரசினருக்கு இந்தப் பலம் மிகக் குறைவு. தவிர பிஸ்மார்க், மிகுந்த தந்திரத்துடன், பாரிஸ் நகரத்தை முற்றுகையிட்டு விட்டான். நகரத்திற்குள் உணவுப் பொருள்களோ வேறு விதமான உதவிகளோ செல்லவில்லை. எத்தனை நாட்கள் தாக்குப் பிடிக்க முடியும்? குடியரசினர் சரணாகதியடைந்தனர். பிஸ்மார்க் விதித்த கடுமையான நிபந்தனைகளுக்குக் கட்டுப்பட்டனர். இதன் விளைவாகச் சுமார் இருநூறு வருஷகாலம் பிரான்சின் ஆதீனத்திற் குட்பட்டிருந்த ஆல்சேஸ்-லோரெயின் என்னும் செழிப்பான பிரதேசம் ஜெர்மனியிடம் போய்ச்சேர்ந்தது.

இந்தப் போருக்குப் பிறகு, பாரிஸ் வாசிகள் சொல்லொணாத கஷ்டங்களுக்குட்பட்டனர்; நிலையானதோர் அரசாங்கம் இல்லாமை யினால் திக்கற்றவர்கள் போலாகி விட்டார்கள். இந்தச் சமயத்தில், முடியாட்சியை ஆதரித்த சிலர் ஒன்றுகூடி தேசீயசபை ஒன்றை அமைத்து அதன் மூலமாக ஓர் அரச பரம்பரையை மறுபடியும் ஸ்தாபிக்க முயன்றார்கள். இந்த முயற்சிக்கு இடையூறாயிருக்கக் கூடாதென்பதற்காக, குடியரசுக் கட்சியில் சேர்ந்திருந்த அரசியல் வாதிகள், போர் வீரர்கள் முதலிய பலரையும் நிராயுதபாணிகளாக்கி விட்டனர். இது ஜனங்களுக்கு சிறப்பாக ஜனநாயக மந்திரத்தை ஜபித்துக் கொண்டிருந்தவர்களுக்கு ஆத்திரம் விளைவித்தது. 1871-ம் வருஷம் மார்ச்சு மாதம் பெரிய புரட்சி ஏற்பட்டது. இதுவே அரசாங்க நிருவாகத்தை ஏற்றுக்கொண்டது. இதற்குப் "பாரிஸ் கம்யூன்"[5] என்று பெயர். இந்தக் "கம்யூனில்" சம்பந்தப்பட்டிருந்தவர் கள் அனைவரும் தொழிலாளர்கள்; ஏழைகள்.

பொது ஜனங்கள் இப்படிக் கிளம்பி, அரசாங்க நிருவாகத்தைக் கைப்பற்றிக் கொள்வார்கள் என்று முடியரசு வாதிகளும் மற்ற ஏகபோக உரிமைக்காரர்களும் எதிர்பார்க்கவில்லை. இதனால் இவர்கள் கோபமடைந்து, ஸெடான் யுத்தத்தில் கைது செய்யப்பட்டு பிறகு விடுதலையடைந்த சில போர் வீரர்களின் துணைபெற்று, பாரிஸ் நகரத்தில் எந்தப் பகுதி மேற்படி "கம்யூனி"ன் சுவாதீனத்தில் இருந்ததோ அந்தப் பிரதேசத்தைச் சூழ்ந்துகொண்டு உள் நுழைந் தார்கள். அவ்வளவுதான். 1871-ம் வருஷம் மே மாதம் கடைசி வாரத்தில் மேற்படி பிரதேசம் ஒரே கொலைக்களமாகிவிட்டது. ஆண், பெண், குழந்தை என்ற வித்தியாசமின்றி ஏழை மக்கள் சுமார் முப்பதினாயிரம் பேருக்கு மேல் சுட்டு வீழ்த்தப்பட்டனர். இந்தச் சம்பவம் ஐரோப்பாவை நடுங்கச் செய்துவிட்டது. தங்களுடைய லட்சியத்தையடைய இன்னும் எத்தனை ரத்த ஆறுகளைக் கடக்க வேண்டுமோவென்று ஏழைகள் ஏங்கினார்கள். இப்பொழுதுள்ள

அரசியல், சமுதாய அமைப்புகளுக்கு விரோதமாக ஏழை மக்கள் கொண்டிருக்கிற அதிருப்தியின் அறிகுறியென்றே மேற்படி பாரிஸ் "கம்யூனை" பணக்காரர்கள் கருதி மருண்டார்கள். எப்படியோ தலைதூக்க முயன்ற அபேதவாத எண்ணங்கள் மறுபடியும் பூமிக்குள் புதைந்துபோயின. பாரிஸில் குடியரசை ஸ்தாபிக்க முயன்றவர்கள் அத்தனை பேரும் கொலைகாரர்களென்றும் கொள்ளைக்காரர்க ளென்றும் பிரசாரங்கள் செய்யப்பட்டன.

இந்த பாரிஸ் எழுச்சியைப்பற்றிச் சர்வதேசத் தொழிலாளர் சங்கத்தின் மத்தியக் கமிட்டியில் - அதாவது லண்டன் கமிட்டியில் - அபிப்பிராய வேற்றுமைகள் ஏற்பட்டன. ஒரு சிலர் தவிர பெரும்பாலோர் - இங்கிலீஷ் தொழிலாளர்களின் பிரதிநிதிகள் - பாரிஸ் "கம்யூனி"ன் பலாத்காரச் செயல்களைக் கண்டிக்க வேண்டு மென்றும், தொழிலாளர் இயக்கம் வெற்றிபெற வேண்டுமானால் அதற்குக் கொலை, கொள்ளை முதலிய மார்க்கமல்லவென்று கருதினார்கள். இங்ஙனம் இவர்கள் வாதப் பிரதிவாதங்களில் முழுகி முழுகி எழுந்துகொண்டிருக்கிற சமயத்தில், மார்க்ஸ் சர்வதேசத் தொழிலாளர் சங்கத்தின் பெயரால், மேற்படி பாரிஸ் எழுச்சியைப் பற்றி ஓர் அறிக்கையை வெளியிட்டுவிட்டான்.

"ஒருவரையொருவர் குறை கூறிக் கொண்டும் கட்சி பேசிக் கொண்டும் இருப்பதற்கு இது காலமல்ல. பாரிஸ் எழுச்சியானது, தொழிலாளர் களின் எதிர்ப்புச் சக்திக்கு அறிகுறியாய் இருக்கிறது. தொழிலாளர் சமுதாயத்திற்கு யாரார் விரோதிகள், அவர்களுடைய உண்மையான கோலம் என்ன வென்பவைகளை மேற்படி எழுச்சி எடுத்துக் காட்டிவிட்டது. தொழிலாள ராஜ்யத்தின் ஒரு சிறிய அமிசம் போலவே பாரிஸ் "கம்யூன்" ஸ்தாபிதமாயிற்று."

இந்த மாதிரியான கருத்துக்கள் மேற்படி அறிக்கையில் அடங்கி யிருந்தன.

இந்த அறிக்கையினால், மார்க்ஸ், சர்வதேசத் தொழிலாளர் சங்கத்தை ஒரு சங்கடமான நிலைமையில் வைத்துவிட்டான். அங்கத்தினர்கள், தங்களுடைய விருப்பு வெறுப்புக்களைக் கவனியாமல் மார்க்ஸ் இப்படிச் செய்துவிட்டதைக் குறித்து வருத்தப் பட்டார்கள்; மார்க்ஸின் செயலைக் கண்டித்தார்கள். மார்க்ஸ் இவைகளையெல்லாம் எதிர்பார்த்து, மேற்படி அறிக்கைக்குத் தானே காரண புருஷன் என்று பகிரங்கப் படுத்தினான். இதற்குப் பிறகு இவனை எல்லோரும் தூற்றத் தலைப்பட்டார்கள்; கொலையையும் கொள்ளையையும் ஆதரிக்கிறவன் என்று பழி சுமத்தினார்கள்.

அநாமதேயக் கடிதங்கள் பல இவனுக்கு வந்தன. இவனுடைய உயிருக்கு உலைவைப்பதாகச் சிலர் பயமுறுத்தினார்கள். ஆனால் இவன் எதையும் பொருட்படுத்தவில்லை. 'இவ்வளவு காலமாக என் பெயர் பகிரங்கமாகாமலிருந்தது; இப்பொழுது எல்லோருக்கும் என்னைத் தெரியுமல்லவா?' என்று ஒரு பரிகாச தோரணையிலேயே இந்தச் சம்பவத்தை இவன் கருதினான்.

சிறிது காலத்திற்குள், இவனுக்கு விரோதமாக எழுந்த கூக்குரல் அடங்கிவிட்டது. ஆனால் சர்வதேசத் தொழிலாளர் சங்கத்திற்கு ஆறாத புண் உண்டாகிவிட்டது. அதாவது, அதனுடைய செல்வாக்கு விரைவில் மங்கத் தொடங்கியது.

1872-ம் வருஷ மத்தியில் கூடிய சர்வதேசத் தொழிலாளர் சங்க நிருவாகக் கூட்டத்தில் முக்கியமான ஒரு தீர்மானம் நிறைவேற்றப் பட்டது. அதாவது தொழிலாளர்கள், தாங்கள் நடத்துகிற அரசியல் போராட்டத்தில் மற்றக் கட்சிகளின் உதவியை நாடக்கூடாது. தங்களுக்கென்றே தனியான ஓர் அரசியல் கட்சியை ஸ்தாபித்துக் கொள்ள வேண்டும் என்பதே இத் தீர்மானத்தின் சாரம். இதிலிருந்தே பிரிட்டிஷ் தொழிற்கட்சி ஆரம்பமாயிற்று. தவிர, இந்தக் கூட்டத்தில், பிரிட்டிஷ் தொழிலாளர் பிரதிநிதிகள் சர்வதேச சங்கத்திலிருந்து பிரிந்து, தங்களுடைய - அதாவது பிரிட்டிஷ் தொழிலாளர்களுடைய - நலன்களைப் பாதுகாப்பதற்கென்று தனியாக ஒரு ஸ்தாபனத்தை ஏற்படுத்திக் கொள்வதாகக் கூறி அப்படியே பிரிந்து சென்றனர். இந்தத் தீர்மானங்கள் மார்க்ஸுக்கு வருத்தத்தை உண்டுபண்ணின. தன்மீதுள்ள அவநம்பிக்கையின் அறிகுறிகளாகவே இவைகளைக் கருதினான். போதாக்குறைக்கு இவனுடைய சகபாடிகளிற் சிலர் இவனுக்கு விரோதமாகச் சூழ்ச்சி செய்யத் தொடங்கினார்கள்.

இந்த நிலைமையில் *1872*-ம் வருஷம் செப்டம்பர் மாதம் முதல் வாரத்தில் சர்வதேசத் தொழிலாளர் மகாநாடு நடைபெற்றது. அப்பொழுது மார்க்ஸின் செல்வாக்கு ஓரளவு குறைந்து கொண்டு வந்ததென்று சொன்னாலும் இவனுடைய கட்சிக்கு நிறைய பலம் இருந்தது. இந்தப் பலத்தை வைத்துக் கொண்டே இவன் மேற்படி மகாநாட்டில், தனக்கு விரோதமாக இருந்த பக்குனின்[6] முதலியவர் களைச் சங்கத்திலிருந்து விலக்கிவிட்டான். தவிர இந்த மகாநாட்டில் சர்வதேசத் தொழிலாளர் சங்கத்தின் தலைமைக் காரியாலயத்தை லண்டனிலிருந்து அமெரிக்காவிலுள்ள நியூயார்க் நகரத்திற்கு மாற்ற வேண்டுமென்ற ஒரு தீர்மானத்தைக் கொண்டுவரச் செய்து நிறைவேற்றினான். சங்கத்திலிருந்து விலக்கப்பட்ட பக்குனின் முதலியவர்களுடைய சூழ்ச்சிகளினின்று தப்பி மேற்படி சங்கக்

காரியாலயம் இருக்க வேண்டு மென்பதற்காகவே மார்க்ஸ் இந்த மாதிரி செய்தான். ஆனால் அதற்குப் பதிலாக அஃது அமெரிக்காவுக்குச் சென்று மரித்து விட்டது. "முதல் இண்டர் நேஷனல்" எட்டு வருஷ ஆயுளோடு முடிந்தது. இதனோடு மார்க்ஸின் ஆயுளுக்கும் அஸ்தமன காலம் ஆரம்பித்துவிட்டது.

அடிக்குறிப்புகள்:

1. Lassalle 1825 - 1864. இவன் மார்க்ஸோடு சேர்ந்து சிறிது காலம் பொதுவுடைமைச் சங்கத்தில் உழைத்தான். ஆனால் மார்க்ஸ் இவனை நம்பியதே இல்லை. அநேக கஷ்ட நஷ்டங்கள் பட்டிருக்கிறானாயினும் பிஸ்மார்க்கின் ராஜதந்திர வலையில் சிக்கிக்கொண்டு விட்டான் என்று இவன்மீது ஒரு பழியுண்டு.
2. Bismarck 1815 - 1896
3. Napoleon III 1808 - 1873
4. Sedan
5. Paris Commune
6. Bakunin 1814 - 1876. இவன் மார்க்ஸைப் போலவே இளமையில் ஹெகல் சித்தாந்தத்தில் ஈடுபட்டு, பிறகு புரட்சி இயக்கத்தில் கலந்து கொண்டவன். 1844–ம் வருஷத்திலிருந்து மார்க்ஸோடு ஒத்துழைத்தவன். ஆனால் பிறகாலத்தில் இருவருக்கும் மனஸ்தாபங்கள் முற்றி விட்டன. அரசாங்கம் என்ற கட்டுப்பாடே இல்லாமல் பரஸ்பர நம்பிக்கை யின் பேரில் வாழ்கிற ஜனங்களைக்கொண்ட ஒரு சமுதாயம் அமைய வேண்டுமென்பது இவன் லட்சியம்.

9. சிறந்த சிருஷ்டி

உயர்ந்த ஒரு பொருளை உற்பத்தி செய்ய வேண்டுமானால் அதற்கு அதிகமாக உழைக்க வேண்டும் என்று சொல்வார்கள். அதாவது வேதனையிலிருந்துதான் இன்பம் பிறக்கிறது. இது காலங்கடந்த உண்மை; உலகநியதி. மார்க்ஸ், லண்டனுக்கு வந்த முதல் பத்து பன்னிரண்டு வருஷகாலம் அதிகமாகக் கஷ்டப் பட்டானல்லவா, அந்தக்காலத்தில்தான் இவனுடைய உத்தம சிருஷ்டியாகிய "காபிடல்" என்ற நூல் பிறந்தது. கடன்காரர்களின் கூச்சல், குழந்தைகளின் அழுகை, சகபாடிகளின் சந்தேகப் பார்வை, 'இன்று வந்து கொன்ற வறுமை, நாளை வந்து எப்படிக் கொல்லப் போகிறதோ?' என்ற கவலை, இப்படிப்பட்ட சூழ்நிலையிலிருந்து கொண்டு, மார்க்ஸ், "காபிடலு"க்கு வேண்டிய விஷயங்களைச் சேகரித்துக் கொண்டு வந்தான். இதற்காக இவன் படித்த நூல்கள் சுமார் ஆயிரத்தைந்நூறுக்கு மேலிருக்கும். கடைசியில் 1867-ம் வருஷம் ஆகஸ்ட் மாதம் 16-ம் தேதி "காபிடலி"ன் முதல் பாகம் அச்சுப் பிரதியாகத் தயாராயிற்று. அன்று விடியற்காலை இரண்டு மணிக்கு எங்கெல்ஸுக்கு எழுதிய கடிதத்தில் குறிப்பிடுகிறான்:

"கடைசியில் இந்த முதல் பாகம் முடிந்தது. இதற்கு நீ ஒருவனே காரணம். என் நன்றியை ஏற்றுக்கொள். எனக்காக நீ தியாகம் செய்திராவிட்டால், இந்த நூலின் மூன்று பாகங்களையும் நான் தயாரிக்கவே முடியாது. வந்தனத்தோடு உன்னை ஆலிங்கனம் செய்து கொள்கிறேன். என் அரிய, உண்மையான நண்பனே உன்னை வாழ்த்துகிறேன்."

மார்க்ஸினுடைய வாழ்க்கையிலே மட்டுமல்ல, மானிட சமுதாயத்தின் முன்னேற்ற மார்க்கத்திலே "காபிடல்" ஒரு மைல் கல். இந்த மைல் கல்லை அடைவதற்கு, மார்க்ஸ், ஒரு வருஷமல்ல, இரண்டு வருஷமல்ல, பதினைந்து வருஷம் ஓயாமல் உழைத்தான்; தன்னுடைய வாழ்க்கையையே அர்ப்பணம் செய்துவிட்டான் என்று

வெ. சாமிநாத சர்மா | 123

சொல்ல வேண்டும். இப்படிச் சிரமப்பட்டு முதற் பகுதியை வெளிக் கொணர்ந்ததன் பயனாக, இவனுக்கு அறிஞர் உலகத்தில் ஒரு தனி அந்தஸ்து ஏற்பட்டது. இது காறும் இவனை அசட்டை செய்து வந்தவர்கள், இப்பொழுது இவனுடைய விசேஷத் திறமையையும், கூறி அறிவையும் வியந்து பாராட்ட போட்டி போட்டுக் கொண்டு முன்வந்தார்கள். மார்க்ஸ் இறந்த பிறகு சுமார் பத்து வருஷ காலத்திற்குள், "காபிடலி"ன் இரண்டாவது மூன்றாவது பகுதிகள் வெளிவந்தன. இதன் பூரணப் பொறுப்பையும் ஏற்றுக் கொண்டவன் எங்கெல்ஸ். இந்த மூன்று பகுதிகளிலும், பொருளுற்பத்தி முறை, தொழிலாளர்களுக்கும் முதலாளிகளுக்கும் உள்ள சம்பந்தம், பொருள்களின் விற்பனை, நாணய பரிவர்த்தனை, பொருளை உற்பத்தி செய்கிறவர்களுக்கும் அந்தப் பொருளை வாங்கி உபயோகிக்கிறவர்களுக்கும் மத்தியில் உண்டாகிற சாதக பாதகங்கள், முதலாளித்துவத்தின் முடிவு, தொழிலாளர் சமுதாயத்தின் தோற்றம், அதன் வளர்ச்சி முதலிய பல விஷயங்களைப்பற்றி ஆராய்ச்சி பூர்வமாக விவரிக்கப் படுகின்றன.

● ● ●

மார்க்ஸின் வாழ்க்கை வரலாற்றைப் பற்றிக் கூறும் இந்நூலில், அவன் பெயரால் வழங்கப்படுகின்ற சமதர்மத்தைப் பற்றிச் சிறிது விளக்குதல் பொருத்தமாக இருக்குமென்று கருதுகிறோம். ஏனென்றால் சமதர்மத்தை ஒரு தத்துவமாக அவன் உருவகப்படுத்திக் காட்டியிராமற் போனால் அவனைப்பற்றி இப்பொழுது யார் நினைக்கப் போகிறார்? அறிஞர்களுடைய கற்பனை உலகத்திலே சஞ்சரித்துக்கொண்டிருந்த, எப்பொழுதோ ஒரு காலத்தில் ஜனங்களுடைய வாழ்க்கையில் பனிப்படலம் மாதிரி படர்ந்திருந்து மறைந்துபோன சமதர்மத்தை ஒழுங்கான ஓர் ஆராய்ச்சிக்குட்படுத்தி அதிலிருந்து சில முடிபுகளைக் கண்ட பெருமை மார்க்ஸினுடையது. இதனால்தான் சமதர்மத்திற்கு மார்க்ஸீயம் என்ற ஒரு பெயரும் ஏற்பட்டது.

மார்க்ஸீயம் என்பதே ஒரு தத்துவமில்லை. மார்க்ஸ் பிறக்கிற போது எந்த ஒரு தத்துவத்துடனும் பிறக்கவில்லை. சமதர்மத்தைப் பற்றி அவன் கண்ட உண்மைகள், கொண்ட முடிபுகள் இவையனைத் தையும் சேர்த்து மார்க்ஸீயம் என்ற பெயரால் வழங்குகிறோம். இப்படி அவன் கண்ட உண்மைகளில், கொண்ட முடிபுகளில் எங்கெல்ஸுக்கும் பூரண பங்கு உண்டு. இரண்டுபேரும் சேர்ந்து சுமார் நாற்பது வருஷ காலமாகச் செய்த ஆராய்ச்சியின் பரிணாமம்தான் மார்க்ஸீயம். "மார்க்ஸும் எங்கெல்ஸும் சேர்ந்து

அரசியல் சம்பந்தமாக வகுத்த தத்துவங்கள் அனுஷ்டான முறைகள் முதலியவற்றின் தொகுப்பே மார்க்ஸீயம்” என்று மார்க்ஸீயத்திற்கு ஓர் அறிஞன் இலக்கணம் கூறுகிறான். இந்த இலக்கணம் முற்றிலும் சரி என்று சொல்லிவிட முடியாது. ஏனென்றால், மார்க்ஸீயம் என்பது, வெறும் அரசியலுக்குமட்டும் பொருந்துகிற தத்துவமோ, அனுஷ்டான முறையோ இல்லை. அது, மனித வாழ்க்கையைப் பண்படுத்திக் காட்டுகிற ஓர் ஒழுங்குமுறை; மானிட ஜாதியின் சரித்திரத்தைப் புதிய உருவத்தில் காட்டுகிற கண்ணாடி; பொருளா தாரத்தை முக்கிய அடிப்படையாகக் கொண்ட சமுதாயத்தின் தோற்றம்; முதலாளித்துவத்தின் முடிவு இன்னபடிதான் ஆகும் என்று அறுதியிட்டுச் சொல்கிற இறுதி வாசகம். இவையனைத்தையும் அனுஷ்டான சாத்தியமற்றவை, அல்லது கருத்து வேற்றுமைகளுக்கு இடங்கொடுப்பவை என்று நாம் ஒதுக்கிவிட்டாலும், வெறும் அறிவுக்கு மட்டும் விருந்தளித்துக் கொண்டிருக்கக்கூடிய ஒரு சிறந்த சித்தாந்தம் அது என்பதை யாரும் மறுக்க முடியாது. மார்க்ஸின் முடிபுகளைச் சிலர் ஒப்புக் கொள்ளாமலிருக்கலாம்; ஆனால் அவன் அந்த முடிபுகளுக்கு வந்த வழியை யாரும் பாராட்டாமல் இருக்க முடியாது.

இப்படி அறிவுக்கும் அனுஷ்டானத்திற்கும், தனி மனிதனுடைய வாழ்க்கைக்கும் சமுதாய வாழ்க்கைக்கும் பொருந்துகிற ஒரு தத்துவத்தை திட்டத்தை, சமதர்மம் என்று பெயரிட்டு அழைப்பது தானே பொருந்தும்? கம்யூனிஸம் என்ற ஆங்கில வார்த்தை, பொதுவுடைமை அல்லது சமுதாயப்பொது என்ற ஒரு சுருங்கிய பொருளை மட்டும் குறிக்கிறதாயினும், மார்க்ஸுˆம் எங்கெல்ஸுˆம் அவர்களுடைய வழித் தோன்றலான லெனினும், இந்த கம்யூனிஸம் என்ற வார்த்தையை மிகவும் விரிவான பொருளிலேயே உபயோகித் திருக்கிறார்கள். தனி மனிதனுக்கும் சமுதாயத்திற்கும் உள்ள தொடர்பினை வரையறுத்துக் கூறுவது எதுவோ, அந்த மனிதனுடைய அக வாழ்க்கையையும் புற வாழ்க்கையையும் ஒரே நிலையில் வைத்துப் பாராட்டுவது எதுவோ, அப்படிப் பாராட்டுவ தோடல்லாமல் அவனை மேற்படி இரண்டு வாழ்க்கைகளுக்கும் தகுதியுடையவனாகச் செய்து, அவனிடமிருந்து அவனுடைய உயர்தன்மைகளையெல்லாம் மேலுக்குக் கொணர்ந்து அவற்றைப் பொது நலனுக்காகப் பயன்படுத்துவது எதுவோ அதுதான் கம்யூனிஸம், அதுதான் சமதர்மம்.

எல்லோருடைய நல்வாழ்வையும் கோரிச் செய்கிற காரியத்திற்கு, நடந்து கொள்கிற மாதிரிக்குத்தான் தர்மம் என்று பெயர். இப்படிச் செய்கிற காரியமோ அல்லது நடந்து கொள்கிற மாதிரியோ,

மற்றவர்களுடைய வற்புறுத்தலுக்கு இணங்கிய தாகவோ, சட்டத்திற்கு அஞ்சியதாகவோ இருக்கக்கூடாது. பிரதியொரு மனிதனுடைய சுபாவத்திலும் இந்தப் பண்பு அமைந்திருக்க வேண்டும். இதுவே, தர்மம் என்ற பெயரால் அழைக்கப்படுதற்குத் தகுதியுடையது. கம்யூனிஸம், இந்த மாதிரியான ஒரு பண்பாடு பிரதியொரு மனிதனிடத்திலும் நிலைபெற வேண்டுமென்ற நோக்க முடையது.

கம்யூனிஸம் அல்லது மார்க்ஸீயம் என்னும் கற்பாறைச் சுனையிலிருந்து நீர் எடுப்பதற்கு முன்னர் மார்க்ஸின் கோட்பாட்டுக் கும் ஹெகலின் கோட்பாட்டுக்கும் உள்ள ஒற்றுமை வேற்றுமை களைப் பற்றிச் சிறிது கூறுவோம். ஏனென்றால் ஹெகலிடமிருந்து தான் மார்க்ஸ் பிறந்தான் என்று சிலர் கூறுகின்றனரல்லவா? மார்க்ஸ், ஹெகலின் சிஷ்யன் என்று ஏற்கனவே நாம் சொல்லியிருக்கிறோம். ஆனால் ஓரளவுக்குத்தான் அவனுடைய சிஷ்யனாயிருந்திருக்கிறானே தவிர, அநேக அமிசங்களில் அவனுக்கு மாறுபட்டிருக்கிறான். உண்மையைக் காண ஹெகல் கையாண்ட முறைக்கு "டயலெக்டிக்"[1] என்று பெயர். அதாவது தர்க்கம் செய்து, தர்க்கம் செய்து, ஒரு பிரச்னைக்கு எதிராக மற்றொரு பிரச்னையைக் கிளத்திக் கிளத்தி உண்மை காண்பது என்று அர்த்தம். மார்க்ஸ், தன்னுடைய சமதர்ம சித்தாந்தத்திற்கு இந்த "டயலெக்டிக்" முறையைத் துணையாகக் கொண்டான்; ஆனால் சில மாற்றங்களும் செய்து கொண்டான்.

ஒரு பொருள் தோன்றி வளர்ந்து அதனுடைய காரியத்தைச் செய்து கொண்டு போகிறது. இன்ன இன்ன முறைப்படிதான் அந்தப் பொருள் தோன்றி வளர்ந்து அதன் காரியத்தைச் செய்து கொண்டு போகிறதென்று நாம் சில அபிப்பிராயங்கள் கொள்கிறோம். இந்த இரண்டும், - அதாவது பொருளும் பொருளைப் பற்றிய கருத்தும் - ஒரே உண்மையின் இரண்டு வித தோற்றங்கள். உதாரணமாக, செடி கொடிகள் வளர்கின்றனவென்று வைத்துக் கொள்வோம். எப்படி வளர்கின்றனவென்பதைப் பற்றி நம் மனத்தில் சில கருத்துக்கள் படிகின்றன. இந்தக் கருத்துக்களின் தொகுப்பை தாவர சாஸ்திரம் என்ற பெயரிட்டு அழைக்கிறோம். சரி; இந்தத் தாவர சாஸ்திரம் முந்தியதா செடி கொடிகள் முந்தியவையா? தாவர சாஸ்திரத்தைப் பயின்றுவிட்டு, செடி கொடிகளை வளர்க்கிறோமா, அல்லது செடிகொடிகளைப் பயிரிட்டு வளர்த்துக்கொண்டு, பிறகு அதனைப் பற்றிய சாஸ்திரத்தை எழுதுகிறோமா? அதாவது ஒரு பொருள் முந்தியதா, அல்லது அந்தப் பொருளைப் பற்றிய கருத்து முந்தியா? ஹெகலின் கொள்கைப்படி கருத்துத்தான் முந்தியது; பொருள் பிந்தியது. கருத்திலிருந்துதான் பொருள் உண்டாகிறது.

எண்ணத்திலிருந்துதான் செயல் பிறக்கிறது. காரணத்திலிருந்தே காரியம் தோன்றுகிறது. ஆனால் மார்க்ஸ், செயலிலிருந்துதான் எண்ணம் பிறக்கிறது, பொருளிலிருந்துதான் அந்தப் பொருளைப் பற்றிய கருத்து உண்டாகிறது என்று கூறுகிறான். ஹெகல் காரணத்திற்கு முதன்மை கொடுகிறான். மார்க்ஸ், காரியத்திற்கு முதன்மை கொடுக்கிறான். இதனாலேயே "ஹெகலைத் தலைகீழாகப் புரட்டிவிட்டான் மார்க்ஸ்" என்று சொல்கிறார்கள் அறிஞர்கள்.

இந்த "டயலெக்டிக்" முறை, ஏற்றத் தாழ்வுகள் நிரம்பஉடையது. மலைமீது ஏறுகிற ஒருவன் நேரே செங்குத்தாய் ஏறுவதில்லை; இடது புறமும் வலது புறமுமாக மாறி மாறி ஏறுகிறான். இப்படி இவன் மாறி மாறி ஏறியபோதிலும் கடைசியில், தான் ஆரம்பித்த இடத்திலிருந்து வெகுதூரம் போய்விடுகிறான். எப்படி இடதுபுறம் என்று ஒன்றிருந்தால், அதற்கு நேர் விரோதமாக வலதுபுறம் என்ற ஒன்று இருக்கிறதோ, அப்படியே ஒரு பொருள் அல்லது அந்தப் பொருளைப் பற்றிய கருத்தின் உண்மையை நாம் தெரிந்துகொள்ள வேண்டுமானால், நேர் விரோதமான இரண்டு சக்திகளை மோத விட்டுத்தான் பார்க்க வேண்டியிருக்கிறது. ஒரு சக்தி அல்லது ஒரு பொருள் அல்லது அந்தப் பொருளைப் பற்றிய கருத்து, தோன்றி வளர்ந்து ஓங்கி நிற்கிற காலத்தில், அதனை ஒடுக்க மற்றொரு சக்தி அல்லது பொருள் அல்லது அந்தப் பொருளைப் பற்றிய கருத்து, அதனிடத்திலேயே உற்பத்தியாகிறது. ஒன்றின் தோல்வி மற்றொன்றின் வெற்றி; ஒன்றின் அழிவு மற்றொன்றின் ஆக்கம்; ஒன்றின் ஒடுக்கம் மற்றொன்றின் தோற்றம். இந்த அழிவு ஆக்கங்களிலிருந்தே மனிதனுடைய எண்ணம், சக்தி, செயல் எல்லாம் வளர்ச்சியடைந்து வந்திருக்கின்றன.

ஹெகல், இந்த முறையை - "டயலெக்டிக்" முறையை - எண்ண உலகத்திற்கு மட்டும் கையாண்டான். மார்க்ஸோ இதனைக் காரிய உலகத்திலும் கொண்டு புகுத்தினான். இந்த அழிவு ஆக்கங்களின் தொகுப்பே மானிட ஜாதியின் சரித்திரம் என்பது இவன் கோட்பாடு. இருக்கப்பட்ட சூழ்நிலை அனுசரித்து, தனது தேவைகளை முன்னிட்டு, மனிதன் தனது அறிவையும் ஆற்றலையும் வளர்த்துக் கொண்டிருக்கிறானே தவிர, ஏதோ அவனுக்குப் புறம்பான அல்லது அவனை மீறின ஒரு சக்தியின் துணைபெற்று அவன் வளர்ச்சியடைவ தில்லையென்று மார்க்ஸ் நிரூபிக்கிறான். ஏனென்றால் இவன் எண்ணத்திற்கு முக்கியத்துவம் கொடுக்கவில்லை; செயலுக்குத்தான் முக்கியத்துவம் கொடுத்திருக்கிறான். மானிட ஜாதியின் ஆரம்பகால சரித்திரத்திலிருந்து பார்த்தோமானால், ஜனங்களுடைய எண்ணங்களும் விருப்பங்களும் மட்டுமே சரித்திரப் போக்கை

நிர்ணயிக்கவில்லை; சீதோஷ்ண ஸ்திதியில் ஏற்படுகிற மாறுதல், புதிய பொருள்களைக் கண்டுபிடித்தல், ஜீவனோபாயத்திற்கான சாதனங்களின் பெருக்கம் முதலியவைகளே சரித்திரப் போக்கை நிர்ணயித்திருக்கின்றன என்று இவன் கூறுகிறான். இங்ஙனம் புறத் தோற்றமாகவுள்ள உலகியற் பொருள்களைக் கொண்டு, மனிதனு டைய அக வாழ்வும் புற வாழ்வும் நிர்ணயிக்கப்படுகின்றன என்ற அடிப்படையான தத்துவத்தை மார்க்ஸீயம் தாங்கியிருக்கிறதனால் தான் இதற்கு "டயலெக்டிகல் மெட்டிரியலிஸம்"[2] என்று பெயர்.

இனி மார்க்ஸீயத்திற்குள் பிரவேசிப்போம். மார்க்ஸ் சரித்திரத்தை உலகக் கண்கொண்டு பார்க்கிறான். மனிதனுடைய அறிவுக்கு எட்டாத ஏதோ ஒரு சக்தி - அது தன்னை தெய்வசக்தி யென்றாவது அழைத்துக் கொள்ளப்படும். அல்லது அமானுஷிக சக்தி யென்றாவது அழைத்துக் கொள்ளாட்டும் - உலகத்தை நடத்திக்கொண்டு செல்லவில்லை. அந்த தெய்வ சக்தியின் துணை பெற்று மனிதன் வாழ்க்கையை நடத்தவில்லை. அவனுடைய வாழ்க்கை அவனுடைய உழைப்பினால் நடைபெறுகிறது; தேவையை அனுசரித்து வளர்ச்சி யடைகிறது. எனவே, லௌகிக சித்திகளின் தொகுப்புத்தான் சரித்திரம். இந்த லௌகிக சித்திகளைப் பெறுவதற்கு மனிதன் இடை விடாத போராட்டத்தை நடத்தி வந்திருக்கிறான். இயற்கை யோடு போராட்டம்; தன் இனத்தாரோடு போராட்டம்; ஒவ்வோர் அடிக்கும் போராட்டம்; ஒவ்வொரு படியிலும் போராட்டம். இப்படி மானிட ஜாதியின் சரித்திரம் போராட்ட மயமாகவே இருக்கிறது.

சரித்திரத்தை உலகக்கண் கொண்டு பார்ப்பது என்றால் என்ன? இதனை எங்கெல்ஸ், மார்க்ஸ் இவர்களுடைய வாக்கு மூலமாகவே கூறுவோம். எங்கெல்ஸ் கூறுகிறான்:

"ஒரு சமுதாயத்திலுள்ளவர்கள், தங்களுடைய ஜீவனோ பாயத்திற்காக எந்த முறையில் பொருள்களை உற்பத்தி செய்து கொள்கிறார்களோ அந்த முறையையும், உற்பத்தி செய்து கொள்கிற பொருள்களை எந்த முறையில் பரிவர்த்தனை செய்து கொள்கிறார்களோ அந்த முறையை யும் பொறுத்தே அந்தச் சமுதாய அமைப்பு இருக்கிறது. எல்லாவிதமான சமுதாய அமைப்புகளுக்கும் இதுதான் - இந்தப் பொருள் உற்பத்தி விநியோக முறைதான் - அடிப்படையாயுள்ளது. இந்த அடிப்படையி லிருந்தே சரித்திரத்தை உலகக்கண் கொண்டு பார்ப்பது என்கிற கோட்பாடு ஆரம்பிக்கிறது. சரித்திர பரம்பரையில் காணப்படுகின்ற பிரதியொரு சமுதாய அமைப்பிலும், செல்வமானது எப்படி யாராரிடத் தில் எவ்வளவு எவ்வளவு விகிதாசாரம் பரவியிருக்கிறதென்பதும், அதிலுள்ள வகுப்பு வேற்றுமைகளும், அந்தஸ்து வித்தியாசங்களும்

எவைகளைப் பொறுத்திருக்கின்றன என்று கேட்டால், அந்தச் சமுதாயத்தில் என்ன மாதிரியான பொருள்கள் உற்பத்தி செய்யப் படுகின்றன. எப்படி உற்பத்தி செய்யப்படுகின்றன. உற்பத்தியான பொருள்கள் எவ்வாறு பரிவர்த்தனையாகின்றன என்பவைகளைப் பொறுத்தே இருக்கின்றன."

ஒரு சமுதாயத்தைச் சேர்ந்த மனிதர்கள், ஒருவருக்கொருவர் எப்படி நடந்து கொள்கிறார்கள், பொருளாதார விஷயத்திலாகட்டும், சமுதாயப் பொதுவான விஷயங்களிலாகட்டும், இவர்களுக்குள் எந்த மாதிரியான சம்பந்தங்கள் நிலவுகின்றன என்பவையெல்லாம், அந்தச் சமுதாயத்திலுள்ளவர்கள் அனுசரிக்கிற பொருள் உற்பத்தி முறை, அவர்களுடைய பொருள் உற்பத்தி சக்தி ஆகிய இவைகளைப் பொறுத்திருக்கின்றன. மார்க்ஸ் கூறுகிறான்:

"பொருளுற்பத்தி முறை, சக்தி ஆகிய இவைகளைப் பொறுத்தே ஒரு சமுதாயத்திலுள்ளவர்களுடைய பரஸ்பர சம்பந்தம் இருக்கிறது. பொருளுற்பத்திக்கு அவர்கள் புதிய சக்திகளைப் பெறுவார்களானால் - அதாவது பொருளுற்பத்திக்கான சாதனங்கள் மாறுமானால், அப்பொழுது அவர்கள், தங்களுடைய பொளுற்பத்தி முறையையும் மாற்றிக் கொள்கிறார்கள். இந்தப் பொருளுற்பத்தி முறையின் மாற்றத்திற்கு ஏற்றாற் போலவே அவர்களுடைய ஜீவனோபாய முறையும் மாறுகிறது. இதன் காரணமாக அவர்களுடைய சமுதாய சம்பந்தங்களும் மாறுபடுகின்றன. கையினால் செலுத்தப்படுகிற யந்திர வகைகள் அனுஷ்டானத்தில் இருந்த காலத்தில், நிலச்சுவான்தார் களுடைய ஆதிக்கம் மிகுந்த சமுதாய அமைப்பு இருந்தது; நீராவி யந்திர வகைகள் அனுஷ்டானத்திற்கு வந்த காலத்தில், தொழில் முதலாளிகளின் ஆதிக்கம் நிறைந்த சமுதாய அமைப்பு ஏற்பட்டது. பொருளுற்பத்தியை அனுசரித்தாற்போல் சமுதாய சம்பந்தங்கள் நிர்ணயமாவதற்கு யார் பொறுப்பாளிகளா யிருக்கிறார்களோ அவர்களே இந்தச் சமுதாய சம்பந்தத்திற்கு ஏற்ற மாதிரியாக, சமுதாயத்தின் கொள்கைகள், எண்ணங்கள், வகுப்பு அந்தஸ்துகள் முதலியவற்றையும் நிர்ணயிக்கிறார்கள். எனவே, இந்தக் கொள்கைகள், எண்ணங்கள் முதலியன, குறிப்பிட்ட ஒரு நிலைமையின், அல்லது சமுதாய சம்பந்தத்தின் வெளித் தோற்றங்களே. இவை மாறுபடுந் தன்மையன."

எனவே, ஒரு சமுதாயத்தில் என்னென்ன விதமான வகுப்பு வித்தியாசங்கள், அந்தஸ்து வேற்றுமைகள் முதலியன இருக்கின்றன, இந்தப் பல்வகை வகுப்பினரும் ஒருவருக்கொருவர் எந்த விதமான

தொடர்புடையவர்களாயிருக்கிறார்கள் என்பவையெல்லாம், அந்தச் சமுதாயத்தில் உள்ளவர்கள் பொருள்களை எப்படிச் சொந்தமாக்கிக் கொண்டிருக்கிறார்கள், எந்தவிதமான உற்பத்தி முறையை அனுசரிக் கிறார்கள், அவர்களுடைய உற்பத்தி சக்தி என்ன, உற்பத்தியாகிற பொருள்களை எப்படிப் பங்கிட்டுக் கொள்கிறார்கள் அல்லது பிறருக்கு வழங்குகிறார்கள் என்பவைகளைப் பொறுத்திருக்கின்றன.

முதலில், மனிதர்கள் தங்களுடைய உணவுக்கும், உடைக்கும், இருப்பிடத்திற்கும் இயற்கையாயுள்ள சில மூலப்பொருள்களைப் பக்குவப்படுத்தி உபயோகிக்கிறார்கள். இப்படி உபயோகிப்பதன் மூலமாக இவர்களுக்கும் மேற்படி பொருள்களுக்கும் ஒரு தொடர்பு உண்டாகிறது. இந்தத் தொடர்பினால், காலக் கிரமத்தில் மனிதர் களுக்கும் மனிதர்களுக்கும் தொடர்பு உண்டாகிறது. பொருள்களைத் தேடுகிற விஷயத்திலோ அல்லது அவைகளைப் பண்படுத்தி உபயோகத்திற்குக் கொண்டு வருகிற விஷயத்திலோ ஒவ்வொரு வருக்கும் ஒவ்வொரு விதமான சக்தியோ திறமையோ இருக்கிறது. உதாரணமாக ஆகாராதிகளைச் சேகரித்துக் கொணர்வதிலே திறமை காட்டுகிற ஒருவன், சரியான உடைகளைத் தயாரித்துக் கொடுக்க முடியாதவனாயிருக்கலாம். அப்படியே சரியான உடைகளைத் தயாரித்துக் கொடுப்பதில் நிபுணனாயிருக்கப்பட்ட ஒருவன் வெயிலையும் குளிரையும் தாங்கக்கூடிய இருப்பிடத்தை அமைத்துக் கொடுக்க முடியாதவனாயிருக்கலாம். இதனால் அவரவரும் அவரவருக்கு விருப்பமான அல்லது திறமையைக் காட்டக் கூடிய தொழிலில் பிரவேசித்துத் தங்களுடைய ஜீவனோ பாயத்தைத் தேடிக்கொள்ள வேண்டியிருக்கிறது. தொழில் பாகுபாடுகள் ஏற்படுகின்றன. ஒரு சிலருக்கு ஒரு சில பொருள்களின் மீது உரிமை உண்டாகின்றது. அதாவது யார் எந்தப் பொருளை உபயோகித்து அதன் மூலமாகத் தங்களுடைய உழைப்புத் திறமையைக் காட்ட முடியுமோ, அப்படிக் காட்டித் தங்களுடைய ஜீவனோ பாயத்தைத் தேடிக்கொள்ள முடியுமோ அவர்கள் அந்தப் பொருளின்மீது உரிமை கொண்டாடுகிறார்கள். இந்த உரிமை கொண்டாடுவதின் அர்த்த மென்ன? தங்களைத் தவிர்த்த மற்றவர்களுக்கு அந்தப் பொருளின்மீது எவ்விதமான உரிமையும் இருக்கக்கூடாதென்று கருதுகிறார்கள். இதனால் ஒரு சிலர் ஒரு சில பொருள்களுக்குச் சொந்தக்காரர்களா கிறார்கள்; வேறு சிலர், அதே பொருள்களின் மீது எவ்வித உரிமையும் இல்லாதவர்களாகிறார்கள். பொருள்களுக்குச் சொந்தக்காரர்களாகி அவைகளின் மீது உரிமை கொண்டாடுகிறவர்கள், அந்தப் பொருள் களிடமிருந்து அதிகமான பலனைப் பெறுவதற்காக, உரிமை இழந்திருக்கிறவர்களுடைய உதவியைப் பெறுகிறார்கள். அந்த உரிமை இழந்தவர்களும், தங்களுடைய வயிற்றுப் பிழைப்புக்காக

உரிமையுடையவர்கள் கொடுக்கிற வேலையைச் செய்கிறார்கள். உரிமை இழந்தவர்கள் உழைப்பைக் கொடுக்கிறார்கள். உரிமையுடைவர்கள் அந்த உழைப்புக்குக் கூலி கொடுக்கிறார்கள். கொடுப்பதோடு மட்டுமல்லாமல், அவர்களிடமிருந்து அதிகமான உழைப்பைப் பெற்று அதிகமான பலனைப் பெற அவர்களைக் கட்டாயப் படுத்தியும் வேலை வாங்குகிறார்கள். எப்படியாவது உயிர் வைத்துக் கொண்டிருக்க வேண்டுமே என்கிற ஓர் அவசியத்திற்காக அந்த உரிமை இழந்தவர்களும் மேற்படி கட்டாயத்திற்கிணங்கி, குறைவான கூலிக்கு அதிகமாக உழைத்து அதிகமான பலனைச் சேகரித்து அந்த உரிமையுடைவர்களுக்குக் கொடுக்கிறார்கள்.

இந்தக் கொடுக்கல் வாங்கல் விவகாரமானது அடிக்கடி மாறுபடுகிறது. எப்படியென்றால், உரிமையுடையவர்கள், தங்களுடைய பொருள்களின் மீது எந்தெந்த முறைகளைக் கையாண்டு பலனைப் பெறுகிறார்களோ அந்தந்த முறைகளை அனுசரித்தே அவர்களுக்கும், அவர்களின் கீழ் உழைக்கிறவர்களுக்கும் உள்ள தொடர்பு இருக்கிறது. இந்த இருசாராருடைய தொடர்பு மட்டுமல்ல, ஜன சமுதாயத்திலேயே ஒருவருக்கும் மற்றொருவருக்கும் உள்ள தொடர்புங்கூட, அந்தச் சமுதாயத்தில் பொதுவாக அனுசரிக்கப்படும் பொருளுற்பத்தி முறையைப் பொறுத்திருக்கிறது. சுருக்கமாகக் கூறுகிறபோது, ஒரு சமுதாயத்தில் நிலவுகின்ற பொருள் உரிமை முறை, பொருள் உற்பத்திமுறை, பொருள் விநியோகமுறை ஆகிய இவைகளைப் பொறுத்தே அந்தச் சமுதாயத்திலுள்ளவர்களுடைய பரஸ்பர சம்பந்தம் இருக்கிறது. பிரதியொரு சமுதாய அமைப்பிலும் காணப்படுகின்ற அரசியல் ஸ்தாபனங்கள், பொருளாதார விவகாரங்கள், சமுதாய அந்தஸ்துகள் முதலிய யாவும், மேற்படி பொருள் உரிமை, பொருள் உற்பத்தி, பொருள் விநியோகம், ஆகிய இவைகளைப் பொறுத்தே இருக்கின்றன. எந்த முறைகள் எந்த அளவுக்கு மாறுபடுகின்றனவோ அந்த அளவுக்குச் சமுதாயத்திலுள்ளவர்களுடைய சம்பந்தா சம்பந்தங்களும் மாறுபடுகின்றன. இதே பிரகாரம் அரசியல் அமைப்பு முதலிய யாவுமே மாறுபடுகின்றன.

மேலே, உரிமையுடையவர்கள், இல்லாதவர்கள் என்று சொன்னோமல்லவா, இவர்களைத்தான் சரித்திரம், உள்ளவர் - இல்லாதவர் என்று கூறுகிறது. இந்த இரு சாராருடைய பரஸ்பர சம்பந்தம், உழைப்பைக் கொடுத்து ஊதியம் பெறுதல் என்ற ஒரே அடிப்படையைக் கொண்டிருந்த போதிலும், ஒவ்வொரு காலத்திலும், அதாவது ஒவ்வொரு சமுதாய அமைப்பின்போதும் ஒவ்வொரு விதமான பெயரைப் பெறுகின்றது. முதலில் ஆண்டான் - அடிமைத் தொடர்பாயிருந்தது; பிறகு நிலச்சுவான்தாரன் - விவசாயி

தொடர்பாக மாறியது; அதற்குப் பின்னர் முதலாளி தொழிலாளி தொடர்பாக மாறியது. எனவே சமுதாயத்திலே வகுப்பு வித்தியாசங்கள் இருந்துகொண்டே வந்திருக்கின்றன என்பது இதனின்று ஏற்படுகிறது. இந்த வித்தியாசங்கள் எந்த அளவுக்கு ஒரு சமுதாயத்தில் பரவியிருக்கின்றனவோ அந்த அளவுக்கு அந்தச் சமுதாயத்தில் வகுப்புச் சச்சரவுகள் இருந்துகொண்டிருக்கும்.

பொருள் உரிமையுடையவர்கள், அந்தப் பொருளிலிருந்து அதிகமான சாதகத்தையடைய, அரசியல் அதிகாரங்கள் பொருளாதார உரிமைகள் முதலிய அனைத்தையும் தங்களுடைய சுவாதீனத்தில் வைத்துக் கொண்டு விடுகிறார்கள். இதை ஆதாரமாகக் கொண்டு, குறைவான சாதனங்களைக் கையாண்டு அதிகமான சாதகங்களை அடையப் பார்க்கிறார்கள். மூலப் பொருள்களை, அதாவது உபயோகத்திற்குக் கொண்டு வரப்படாமல் இருந்த பொருள்களைப் பண்படுத்தி செய் பொருளாக்கி உபயோகத்திற்குக் கொண்டு வருகிறார்கள். இப்படி உபயோகத்திற்குக் கொண்டு வந்து ஜனங்களுக்கு விநியோகிக்கிற போது, தாங்கள் ஏதோ ஜன சமுதாயத்திற்குப் பெரிய நன்மையைச் செய்து வருவதாகவும், தங்களால்தான் அப்படி நன்மையைச் செய்ய முடியும் என்றும், தாங்கள் இந்த நன்மையான காரியத்தைத் தொடர்ந்து செய்து கொண்டிராவிட்டால் சமுதாயமே சீர்கெட்டுப்போகுமென்றும் பலவிதமாகச் சொல்கிறார்கள்; ஜனங்களிடத்திலே இந்தமாதிரியான எண்ணங்களைப் பரப்புகிறார்கள். இதற்காகச் சட்டம், நீதி, மதம் முதலிய பலவகையான துணைகளையும் நாடுகிறார்கள்.

உழைப்பைக் கொடுத்து ஊதியம் பெறுதல் என்கிற ஒரே அடிப்படையின் மீதுதான் உள்ளவர் - இல்லாதவர் தொடர்பு நிலவுகிறது என்று சொன்னோமே, இதன் தாத்பரியம் என்ன? உள்ளவர், பொருளுற்பத்திக்குச் சாதனங்களாயுள்ள மூலங்கள் அனைத்தையும் சொந்தமாக உடையவர்கள்; அதாவது மூலப் பொருள்களுக்குச் சொந்தக்காரர்கள். இவர்களுடைய இந்த மூலப் பொருள்களுக்குச் சொந்தக்காரர்களாயில்லாதவர்கள், உபயோகத்திற் குத் தகுதியான பொருள்களாக்கிக் கொடுக்கிறார்கள். இதற்காகக் கூலி பெறுகிறார்கள். இஃதிருக்கட்டும்.

மேற்படி உள்ளவர்கள், தங்களுக்குச் சொந்தமாயுள்ள மூலப் பொருள்களை உபயோகத்திற்குக் கொணர, இல்லாதவர்களுக்கு அனுமதி கொடுக்கிறார்கள். இந்த அனுமதி கொடுப்பதற்காக, இல்லாதவர்களிடமிருந்து ஒரு காணிக்கையைப் பெறுகிறார்கள். இப்படி அனுமதி கொடுக்கிறார்களென்பதும் அதற்காகக் காணிக்கை

பெறுகிறார்களென்பதும் மார்க்ஸ் கண்டு பிடித்த புதிய தத்துவம். இந்தக் காணிக்கைக்கு மார்க்ஸ் "மிஞ்சிய மதிப்பு"[3] என்று பெயர் கொடுக்கிறான். மிஞ்சிய மதிப்பு என்றால் என்ன? இதற்கு பெர்ட்ராண்ட் ரஸ்ஸல் என்னும் ஆங்கில அறிஞன் சுருக்கமாக ஒரு வியாக்கியானம் கொடுக்கிறான்:

'ஒரு தொழிலாளி ஒரு நாளைக்குப் பன்னிரண்டு மணி நேரம் வேலை செய்கிறான் என்று வைத்துக்கொள்வோம். அவன் உழைப்புக்கு என்ன மதிப்போ (அதாவது எவ்வளவு கூலியோ) அதனை, ஆறு மணி நேரத்திலேயே உற்பத்தி செய்துவிடுகிறான். (அதாவது பன்னிரண்டு மணி நேரம் அவன் உழைத்தால், அவனுக்கு என்ன கூலி கிடைக்கிறதோ அந்தத் தொகைக்கு ஈடான பொருளை அவன் ஆறு மணி நேர உழைப்பிலேயே உற்பத்தி செய்து விடுகிறான்.) மிகுதி ஆறு மணி நேரத்தில் அவன் உழைத்து உற்பத்தி செய்கிறபொருள் இருக்கிறதே அதுதான் முதலாளியின் சுரண்டல் பொருள்; அவனுடைய மிஞ்சிய மதிப்பு. கடைசி ஆறு மணி நேரம் அந்தத் தொழிலாளி உழைத்துப் பொருளைத் தயாரிக்கிறானே அந்தப் பொருளுக்கு முதலாளி அதிகமான கூலி கொடுக்கவில்லை. ஆனாலும் அந்தப் பொருளுக்கு விலை வைக்கிறபோது, உழைப்பு நேரத்தின் விகிதாசாரப்புடியே விலை வைக்கிறான்."[6]

சமுதாய அமைப்பில் அடிக்கடி மாற்றங்கள் ஏற்பட்டு வருவதை நாம் பார்க்கிறோம். இன்று நாகரிகமாகக் கருதப்படுவது நாளை அநாகரிகமாகக் கருதப்படுகிறது. இன்று, ஒன்றுக்கு முக்கியத்துவம் கொடுத்து அதனை எல்லோரும் பின்பற்றுகிறார்கள். மறுநாளே அஃது ஒதுக்கப்பட்டு விடுகிறது. இன்று, ஆயிரம் ஏகரா பூமியுடைய நிலச்சுவான்தாரன், சமுதாயத்திலே பெரிய மனிதன் என்று கருதப்படுகிறான். நாளை மூன்று நான்கு மில்களை வைத்து நடத்துகிற - ஆயிரக்கணக்கான பேரைக் கூலிக்கமர்த்தி வேலை வாங்குகிற தொழில் முதலாளி பெரிய மனிதன் என்று கௌரவிக்கப் படுகிறான். இவையனைத்திற்கும் காரணம் என்ன? மனிதர்களுக்கும் பொருள்களுக்கும் உள்ள சம்பந்தத்தில் அவ்வப்பொழுது ஏற்படுகிற மாற்றந்தான். புதிது புதிதாக ஆராய்ச்சிகள் நடைபெறுகின்றன, ஜனங்களுடைய அறிவு விருத்தியாகிறது. பொருளுற்பத்தி முறையிலே மாற்றங்கள் செய்து கொள்ள வேண்டியது அவசிய மாகிறது. இந்த மாற்றங்கள் செய்துகொள்கிறபோது, சமுதாயத்தைச் சேர்ந்தவர்களின் சம்பந்தத்திலும், அதே பிரகாரம் சமுதாயத் திலுள்ளவர்களுக்கும் பொருள்களுக்கும் உள்ள சம்புந்தத்திலும் தாமாகவே மாற்றங்கள் ஏற்படுகின்றன. அதாவது ஒரு சமுதாயத் திலேயுள்ளவர்கள், தங்களுடைய தேவைகளுக்காகப் பொருள்களைப்

பண்படுத்திப் பயன்படுத்திக் கொள்கிறார்களே அந்தப் பண் படுத்துகிற முறையிலும் பயன்படுத்திக் கொள்கிற முறையிலும் எந்த அளவுக்கு மாற்றங்கள் செய்து கொள்கிறார்களோ அந்த அளவுக்கு அந்தச் சமுதாயத்தின் அமைப்பிலும் மாற்றங்கள் ஏற்படுகின்றன. எனவே, ஒரு சமுதாய அமைப்பிலே ஏற்படுகிற மாற்றங்களுக்கெல்லாம் அடிப்படையான காரணம், அந்தச் சமுதாயத்தின் பொருளாதார நிலைமைதான். இந்தப் பொருளாதார நிலைமையை யொட்டியே அந்தச் சமுதாயத்தின் சட்டதிட்டங்கள், தரும நியாயங்கள், ஒழுக்க முறைகள், இலக்கிய வளர்ச்சி, மத உணர்ச்சி முதலிய யாவும் இருக்கின்றன. இந்தக் கோட்பாட்டை மார்க்ஸீயத்தின் உயிர் நாடி என்று கூறலாம். அதாவது மானிட ஜாதியானது, படிப்படியாக வளர்ச்சியடைந்து வந்திருக்கிறதென்று சொன்னால் அதற்கு அடிப்படையான காரணம் அந்தந்தக் காலத்தில் ஏற்பட்டு வந்திருக்கிற பொருளாதார மாற்றங்கள்தான். பொருளாதார அமைப்பைக் கொண்டுதான் சமுதாய அமைப்பு நிர்ணயிக்கப் படுகிறது என்பது மார்க்ஸீயர்களின் அசைக்க முடியாத சித்தாந்தம்.

ஆனால் இந்தச் சித்தாந்தம் பல படியாகத் திரித்துச் சொல்லப் படுகிறது. ஆதலின் மார்க்ஸ் - எங்கெல்ஸ் இவர்களுடைய கட்சியை இங்குச் சுருக்கமாக எடுத்துக்காட்டுவது பொருத்தமாக இருக்கு மென்று கருதுகிறோம்.

மார்க்ஸோ எங்கெல்ஸோ, குறிப்பிட்ட ஒரு சமுதாய அமைப் பானது, அந்தச் சமுதாயத்தின் பொருளாதார அமிசம் ஒன்றையே கொண்டு இயங்குகிறது என்று சொல்லவில்லை. அப்படிச் சொல்லியிருந்தால், பொருளாதார அமிசம் இல்லாவிட்டால் சமுதாய அமைப்பு இல்லையென்றே ஏற்படுகிறது. மார்க்ஸும் எங்கெல்ஸும் அப்படிச் சொல்லவில்லை. சமுதாய அமைப்பில், பொருளாதார அமிசம் முக்கிய இடம் பெறுகிறது என்றே கூறியிருக்கிறார்கள். முக்கியத்துவம் பெறுகிறது என்பதற்கும் ஒன்றே இடம் பெறுகிறது என்பதற்கும் அதிக வித்தியாசம் உண்டு. இதைப்பற்றி, எங்கெல்ஸ், ஒரு கடிதத்தில் குறிப்பிடுகிறான்.

"உலகக் கண்கொண்டு மானிடஜாதியின் சரித்திரத்தைப் பார்ப்பது என்ற கோட்பாட்டின்படி, சரித்திரப் போக்கை நிர்ணயிப்பது, முடிவாகப் பார்க்கப்போனால், அன்றாட வாழ்க்கைக்குத் தேவையான பொருள்களை உற்பத்தி செய்கிற முறையைப் பொறுத்தே இருக்கிறது. இதற்கு அதிகமாக மார்க்ஸோ நானோ ஒன்றுஞ் சொல்லவில்லை. இதைத் திரித்து, பொருளாதார அமிசம் ஒன்றுதான், சரித்திரப் போக்கை நிர்ணயிக்கிறது என்று நாங்கள் சொல்வதாக யாரேனும் கூறுவார்

களானால், அவர்கள் நாங்கள் சொல்லியிருக்கிற கருத்தை அர்த்த மில்லாமல் செய்து விட்டவர்களே யாவர். (சமுதாயக் கட்டிடத்திற்கு) பொருளாதார நிலைமை யென்பது அஸ்திவாரம். கட்டிடத்தின் மேல் பாகம், வர்க்கப் போராட்டத்தின் விளைவாக எழுந்த அரசியல் அமைப்பு முதலியன. இந்த அரசியல் அமைப்பு, சட்டமுறைகள், தத்துவக்ஙள், மதக் கோட்பாடுகள் முதலியயாவும் சேர்ந்தே சரித்திரப் போக்கை நிர்ணயிக்கின்றன."[5]

ஒரு சமுதாயத்தின் பொருளாதார நிலைமையை யொட்டியே அந்தச் சமுதாயத்தின் சட்டதிட்டங்கள், தரும நியாயங்கள் முதலியன இருக்கின்றன வென்று சொன்னோமல்லவா, அவனுடைய தாத்பரியம் என்ன? எந்த ஒரு சமுதாய அமைப்பிலும், உள்ளவர் - இல்லாதவர் என்ற இரு பிரிவினர் உண்டு. உள்ளவர் சுரண்டுவோர், இல்லாதவர் சுரண்டப்படுவோர் உள்ளவர், இல்லாதவரைச் சுரண்டுவதற்காக என்னென்ன முறைகளைக் கையாள்கிறார்களோ அந்த முறைகளை ஆதரிக்கிற வகையிலேயே அந்தச் சமுதாயத்தின் சட்ட திட்டங்கள், தரும நியாயங்கள் முதலியன இருக்கின்றன. சுரண்டுகிற முறையிலே மாற்றங்கள் ஏற்படுகிறபோது, சட்ட திட்டங்களைப்பற்றியும், தரும நியாயங்கள் முதலியவைகளைப் பற்றியும் சமுதாயத்திலே பரவியுள்ள கருத்துக்களிலும் மாற்றங்கள் ஏற்படுகின்றன. அடிமை வழக்கம் அனுஷ்டானத்தில் இருந்த காலத்தில், ஆண்டான் - அடிமைத் திறத்திற்கு ஒரு மகத்துவம் கூறப்பட்டது. அடிமைகளை வைத்து வேலை வாங்குவதும், அந்த அடிமைகள் எஜமானனுக்குக் கீழ்ப் படிந்து நடப்பதும் பரஸ்பரம் இரு சாராருக்கும் நன்மை அளிக்கும் என்றும், இதன் மூலமாகத் தான் சமுதாயம் ஷேமமடையும் என்றும் இந்தமாதிரியான கருத்துக்கள் சமுதாயத்தில் உலவின. இந்தக் கருத்துக் களின் பிரதிபிம்பங்கள்தானே சட்டதிட்டங்கள், தரும் நியாயங்கள் முதலியன. இப்படிப்பட்ட சமுதாய அமைப்பில், இல்லாதவர்கள், தங்களுக்கு உரிமை வேண்டும் என்றோ அல்லது தங்களுக்கு நீதி கிடைக்க வேண்டுமென்றோ விண்ணப்பித்துக் கொள்வார்களானால் அவர்களுக்கு உரிமையோ நீதியோ எப்படிக் கிடைக்கும்? எந்தச் சட்டதிட்டங்களுக்கு, எந்த தரும நியாயத்திற்கு அவர்கள் விண்ணப்பித்துக் கொள்கிறார்களோ அந்தச் சட்டதிட்டங்களும் தரும நியாயங்களுமே, அவர்கள் சுரண்டப்படுவது நியாயம் என்று கூறுகின்றனவே? அந்தச் சுரண்டலுக்கு உட்பட்டிருப்பதுதான் அவர்களுடைய தருமம், அவர்களுடைய கடமையென்று முழக்கம் செய்கின்றனவே? உரிமையென்பதோ, நீதியென்பதோ தனிப்பட்டு இருப்பதில்லை, சமுதாய அமைப்பையொட்டியே இருக்கின்றது.

அதாவது குறிப்பிட்ட ஒரு சமுதாயத்தில் எது உரிமை அல்லது நீதி யென்று கருதப்படுகிறதோ அந்தக் கருத்துப்படிதான் உரிமையும் நீதியும் இருக்கின்றன, இந்தக் கருத்தினின்று வேறாக இருப்பதில்லை. இந்தக் கருத்து மாறினால் உரிமையும் நீதியும் மாறுபடுகின்றன. இடம், பொருள், ஏவலை அனுசரித்தே உரிமையும் நீதியும் இருக்கின்றனவே தவிர, இவைகளினின்று தனிப்பட்டதாக இருப்பதில்லை.

இங்ஙனமே ஒரு சமுதாயத்தின் பொருளாதார அமைப்பை யொட்டியே அந்தச் சமுதாயத்தின் மதக் கோட்பாடுகள், இலக்கிய விகாசம், கலை உணர்ச்சி முதலியன இருக்கின்றன. மார்க்ஸ், மதத்தைப்பற்றி ஓரிடத்தில் பின்வருமாறு குறிப்பிடுகிறான்:

"மனிதன்தான் மதத்தை உண்டு பண்ணுகிறான், மதம், மனிதனை உண்டுபண்ணவில்லை... மதம் என்பது ஒடுக்கப்பட்ட ஒரு பிராணியின் புலம்பல், மனமில்லாத ஓர் உலகத்தின் உணர்ச்சி, உயிரில்லாத நிலைமைகளின் உயிர். அது ஜனங்களுக்கு அபினி... ஜனங்களுக்குச் சந்தோஷத்தை அளிப்பதாகப் பிரமை காட்டுகிற மதத்தை ஒழிக்க வேண்டுமென்று கோருவது, ஜனங்களுடைய உண்மையான சந்தோஷத்தைக் கோருவதாகும்."

பொதுவாக மார்க்ஸீயம் மதத்திற்கு விரோதமான மனப்பான்மை யையே காட்டிவந்திருக்கிறது. மார்க்ஸீயர்கள், மதத்தை ஒரு பெரிய ஏமாற்றமாகக் கருதுகிறார்கள். இந்த விரோத மனப்பான்மைக்குக் காரணம் என்னவென்றால், சுரண்டுபவர்கள், தங்களுடைய சுரண்டுந் தொழிலுக்கு அனுகூலமாகவே மதத்தை உபயோகித்து வந்திருக் கின்றனர், மதத்தின் துணை கொண்டு உழைப்பாளிகளான சுரண்டப் படுபவர்களை அடக்கியாண்டு வந்திருக்கின்றனர் என்பதேயாம். வறுமைக்கு ஒரு மகத்துவம் கொடுத்துப் பேசுவதும், ஏழைகளுக்கு மோட்ச சாம்ராஜ்யத்தில் நிரந்தரமான ஓர் இடம் உண்டென்று சொல்வதும் சொத்துடையவர்களின் சூழ்ச்சிகள். உழைப்பாளிகள் தங்களுடைய அடிமை வாழ்க்கையிலே ஒருவித திருப்தியடைய வேண்டுமென்பதற்காகவும், தங்களுடைய அடிமை நிலையை உணராதிருக்க வேண்டுமென்பதற்காகவும், மதம் ஒரு கருவியாக உபயோகிக்கப்பட்டு வந்திருக்கிறது. பெரும்பாலும் மதங்கள் என்ன போதிக்கின்றன? அடிமைத்தனத்தின் வெளித் தோற்றங்களாகிய அடக்கம், நிதானம், பொறுமை, திருப்தி முதலிய குணங்களுக்கு ஒருவித புனிதத் தன்மையைக் கொடுத்திருக்கின்றன. பொருளில் லார்க்கு அவ்வுலகத்தைக் காட்டி, இவ்வுலகத்தை அவர்களுடைய பிடியினின்று அப்புறப்படுத்தியிருக்கின்றன, மனிதன், பரநலத்தை நாடவேண்டுமென்று போதிக்கின்றன. அப்படியென்றால் என்ன

அர்த்தம்? பொருளுடையவர்களின் நலத்தை நாடவேண்டு மென்பது தான். ஏழைகள், தங்கள் சொந்த நலத்தை நாடாமலிருந்தால்தான் பணக்காரர்களுக்கு அனுகூலம். எனவே, மார்க்ஸீயத்தின்படி, மதம் என்பது பணக்காரர்கள், தங்களுடைய நன்மைக்காக, தங்களுடைய நிலைமையை ஊர்ஜிதம் செய்து கொள்வதற்காக உபயோகிக்கும் ஒரு கருவி. அதுவே ஏழை மக்களுக்குக் கடிவாளம். மதம் என்கிற இந்தக் கடிவாளத்தை ஏழை மக்களுக்குப் பூட்டிவிட்டால், அவர்கள், பணக்காரர்களுக்குச் சாதகமான பாதையில் ஒழுங்காகச் சென்று கொண்டிருக்கிறார்கள்.[6]

இனி இலக்கியத்திற்கு வருவோம். மார்க்ஸீயத்தின் படி இலக்கியம் என்பது வாழ்க்கைக்குப் புறம்பானதல்ல. ஒரு சமுதாயத்தின் அரசியல் அமைப்பு, பொருளாதாரநிலை ஆகிய இவற்றையொட்டியே அந்தச் சமுதாயத்தின் இலக்கிய விகாசமும் இருக்கிறது. இலக்கியம் என்பதே, வாழ்க்கையோடு ஒன்றுபட்டது தான். உயர்ந்த இலக்கியம் என்று சொன்னால், அது வாழ்க்கையை உயர்த்துவதாயிருக்க வேண்டும். வாழ்க்கையை உயர்த்துவது என்றால் என்ன? மனிதனுடைய சிருஷ்டி சக்தியை அதிகப்படுத்துவது என்று அர்த்தம். மனிதனுடைய இந்தச் சிருஷ்டி சக்தி அதிகரிக்க அதிகரிக்க அவன் இதனைச் சமுதாய நலனுக்கு உபயோகப் படுத்துகிறான். சமுதாயம் செழிப்படைகிறது. இந்தச் சமுதாயச் செழுமைக்கு அடி கோலாத எந்த இலக்கியமும் இலக்கியம் அல்ல. இதுதான் மார்க்ஸீயத்தின் மையமான கருத்து. இந்தக் கருத்து, கலைக்கும் பொருந்தும். கலை யென்பது, ஜனங்களுடைய ஆவல்களைப் பிரதிபலிப்பதாயிருக்க வேண்டும், அவர்களுடைய எண்ணத்தை உயர்த்துவதாயிருக்க வேண்டும், அவர்களுடைய எதிர்கால வாழ்க் கையை லட்சியப்படுத்திக் காட்டுவதாயிருக்க வேண்டும். இந்த மாதிரியான நோக்கங்களை நிறைவேற்றிக் கொடுப்பதுதான் கலை.

மார்க்ஸீயம், மானிடஜாதியின் எதிர்கால சரித்திரத்தை எப்படி நிதானிக்கிறது என்பதைக் கவனிப்போம். அப்படிக் கவனிப்பதற்கு முன்னர், மானிட ஜாதியின் இறந்த கால சரித்திரம், மார்க்ஸீய திருஷ்டியில் எப்படி இருந்தது என்பதைத் தெரிந்து கொள்வது நல்லது.

மனிதன் ஆதியில் காட்டுமிராண்டி நிலையில் வசித்துக் கொண்டி ருந்தான். அப்பொழுது அவனுடைய வாழ்க்கைத் தேவைகள் மிகவும் குறைவாகவே இருந்தன. இந்தக் குறைவான தேவைகளையும் பூர்த்தி செய்துகொள்ள அவன் இயற்கையோடு போராட வேண்டியிருந்தது. இந்தப் போராட்டத்தில் வெற்றி பெறுவதற்காக அவன் தன் சகோதர

மனிதர்களுடைய கூட்டுறவை நாடினான், நாட வேண்டிய அவசியம் அவனுக்கு ஏற்பட்டது. ஆரம்பத்தில் இப்படி நான்குபேர் சேர்ந்தே தங்களுடைய ஆகாராதிகளைச் சேகரித்துக் கொண்டு வந்து தங்களுக்குள் பங்கு போட்டுக் கொண்டார்கள். இதற்காக இவர்கள் ஒரே இடத்தில் சேர்ந்த வாழ வேண்டிய அவசியம் ஏற்பட்டது. இதிலிருந்தே மனிதனுடைய சமுதாய வாழ்க்கை ரேகைவிட ஆரம்பிக்கிறது. ஆனால் இந்தக் காலத்தில் இவனுடைய வாழ்க்கை பெரும்பாலும் நாடோடி வாழ்க்கையாக இருந்ததென்று சொல்ல வேண்டும்.

இங்ஙனம் நான்கு பேர் சேர்ந்து வாழத் தொடங்கின காலத்தில், மனிதன் பூமியை உழுது பயிரிட்டு அதிலிருந்து பலனைப் பெறத் தெரிந்து கொண்டான். அதாவது விவசாயத் தொழிலை, தனது ஜீவனோபாயமாகக், கொண்டான். இதிலிருந்து அவனுடைய நாடோடி வாழ்க்கை நின்றுவிட்டது. ஸ்திரமாக ஓரிடத்தில் வசிக்கத் தொடங்கினான். இப்படிப் பலர் ஒன்று சேர்ந்து ஓரிடத்தில் வசிக்க ஏற்பாடு செய்து கொண்ட காலத்திலிருந்துதான் சமுதாய அமைப்பு என்பது ஆரம்பமாகிறது. ஒன்று சேர்ந்து வாழ ஒப்புக்கொண்ட ஒவ்வொரு கூட்டத்தினரும், தங்களுடைய உபயோகத்திற்கென்று ஓர் இடத்தை வரையறுத்துக்கொண்டார்கள். தங்களுடைய சொற்பமான தேவையைப் பூர்த்தி செய்து கொள்ள வேண்டிய அவசியம் இவர்களுக்கு உண்டாகவில்லை. தங்களுக்கென்று வரையறுத்துக் கொண்ட பிரதேசத்திலிருந்து அதிகமான பலனைப் பெற எல்லோரும் சமமாகப் பங்கிட்டுக் கொண்டார்கள். நான், நீ, என்னுடையது, உன்னுடையது என்ற வேற்றுமையில்லாமல், மனிதர்களுடைய பரஸ்பர சம்பந்தம் ஒழுங்கான முறையில் அமைந் திருந்தது, அவரவர்களுடைய தேவைகளும் மிகவும் சுலபமான முறையில் பூர்த்தி செய்யப்பட்டு வந்தன.

இங்ஙனம் தன் சக்திக்கியன்றமட்டும் உழைத்துத் தன் தேவை களைப் பூர்த்தி செய்துகொண்டு வந்தமனிதன், குறைவாக உழைத்து அதிகமான பலனைப் பெற ஆவல் கொண்டான், முயன்றான். விவசாயக் கருவிகள் கண்டுபிடிக்கப்பட்டன. எவனொருவனுக்கு இந்தக் கருவிகளைச் செய்து கொள்ளத் தெரிந்திருந்ததோ அவன் இந்தக் கருவிகளின் துணை கொண்டு தனக்குத் தேவையான பொருள்களை உற்பத்தி செய்து கொண்டான். இதனால் தன் உழைப்பினால் உண்டான பொருளுக்குத் தானே சொந்தக்காரன் என்று உரிமை கொண்டாடினான். இங்கிருந்தே தனிச் சொத்துரிமை என்பது ஆரம்பமாயிற்று, சமுதாயப் பொது என்பது முறிந்து விட்டது.

காலக்கிரமத்தில் இந்தத் தனிச் சொத்துரிமையானது பொருள் உற்பத்திக்குச் சாதனமாயிருந்த நிலத்திற்கும் பரவியது. எவன் ஒருவன், தானே சொந்தமாகக் கருவிகளைச் செய்து அந்தக் கருவிகளுக்குச் சொந்தக்காரனாகி விட்டானோ அவனே, அந்தக் கருவிகளின் துணைபெற்றுப் பொருட்களை உற்பத்தி செய்து அந்தப் பொருள்களுக்கும் சொந்தக்காரனாகிவிட்டான். அந்தப் பொருள் களை எந்த நிலத்திலிருந்து உற்பத்தி செய்தானோ அந்த நிலத்திற்கும் சொந்தக்காரனாகிவிட்டான். இதனால் விவசாய நிலமானது ஆரம்பத்திலிருந்ததைப் போல் சமுதாயச் சொத்தாக இல்லாமற் போய் தனிச் சொத்தாகிவிட்டது. அப்படியே பொதுச் சமுதாயமாக இருந்தது உடைந்துபோய், தனித் தனிக் குடும்பமாகவும் வகுப்பாக வும் பிரிந்துவிட்டது. பிறகு காலக்கிரமத்தில் இந்தக் குடும்பத்தின் தலைவன் அல்லது வகுப்பின் தலைவன், மேற்படி குடும்பத்தின் அல்லது வகுப்பின் நிலத்திற்குச் சொந்தக்காரனானான். இவன்தான் நிலச்சுவான்தாரன். இவனுடைய ஆதிக்கம், சமுதாயத்தில் அநேக நூற்றாண்டுகள் வரை மேலோங்கியிருந்தது. இந்த ஆதிக்கத்தை யொட்டியே சமுதாய அமைப்பும் மாறியது.

நிலச் சுவான்தார்களின் ஆதிக்கத்தையொட்டிய சமுதாய அமைப் பானது கி.பி. பதினாறாவது நூற்றாண்டில் மாறத் தொடங்கியது. இப்படி மாறுவதற்கான சக்திகள் பல "டயலெக்டிக்" முறைப்படி மேற்படி சமுதாயத்திலேயே தோன்றிவிட்டன. நிலப் பிரபுக்களின் யுகம்போய், தொழிற் பிரபுக்களின் யுகம் ஆரம்பமாயிற்று. இந்தப் புதிய யுகத்தின் முக்கிய அம்சங்கள் ஐந்து.

1. விஞ்ஞான சாஸ்திரத்தின் வளர்ச்சி.

2. பொருளுற்பத்தி சாதனமாகக் கையை உபயோகியாமல் யந்திரத்தை உபயோகித்தல்.

3. நூற்றுக்கணக்கான தொழிலாளர்கள் ஒரே இடத்தில் சேர்ந்து பொருளுற்பத்தி செய்யக்கூடிய தொழிற்சாலைகளின் ஸ்தாபிதம்.

4. போக்கு வரத்து சாதனங்களில் உண்டான விபரீத மாற்றம்.

5. விவசாயப் பொருள்களை உற்பத்தி செய்கிற விதத்திலும் பரிபூர்ணமான மாறுதல்[7].

இந்தப் புதிய யுகத்தின் ஆரம்ப தசையையே "தொழிற்புரட்சி" என்று பெயரிட்டுச் சரித்திரக்காரர்கள் அழைக்கிறார்கள்.

புதிய யுகத்திற்குத் தகுந்தாற்போலவே, சமுதாய அமைப்பிலும் பல மாற்றங்கள் ஏற்பட்டன. பொருளுற்பத்திக்கு முக்கிய சாதனமா யிருந்தது முந்தி நிலம், இப்பொழுது யந்திரம். சமுதாயத்திலே பெரிய மனிதர்கள் முந்தி நிலப் பிரபுக்கள். இப்பொழுது தொழிற் பிரபுக்கள். ஒரு சமுதாயத்திலே யார் பெரிய மனிதர்களோ அவர்களுடைய செல்வாக்குத்தானே, அந்தச் சமுதாயத்தின் அரசியல் அமைப்பு, பொருளாதார வாழ்க்கை, கலைகளைப் பற்றிய கருத்து முதலியவை களிலும் பிரதிபலிக்கும்?

கி.பி. பதினாறாவது நூற்றாண்டிலே தோன்றிய இந்தத் தொழில் முதலாளித்துவமானது, நிலப்பிரபுக்களோடு போராடிப் போராடி மெதுவாக வளர்ந்தது. "அமெரிக்காவைக் கண்டுபிடித்தது, நன்னம்பிக்கை முனையைச் சுற்றிக் கொண்டு செல்கிற மார்க்கத்தைத் தெரிந்து கொண்டது முதலியன, இந்த முதலாளித்துவம் வளர் வதற்குப் புதிய சந்தர்ப்பங்களாக அமைந்தன. கீழ்நாடுகள், இந்தியா, சீனா முதலிய பிரதேசங்கள் புதிய மார்க்கெட்டுகளாக ஏற்பட்டது, அமெரிக்காவில் (ஐரோப்பியர்) குடியேறியது, குடியேற்ற நாடுகளுடன் வியாபாரத் தொடர்பு வைத்துக் கொண்டது, நாணயப் பரிவர்த்தனைக்கும் பொருள் பரிவர்த்தனைக்கும் அதிகமான சாதனங்கள் உண்டானது முதலியனவெல்லாம் சேர்ந்து வியாபாரம், கப்பல் போக்குவரத்து, தொழில் துறைகளில் என்றுமில்லாத ஊக்கத்தை அளித்தன, அதே சமயத்தில், எந்தச் சமுதாய அமைப்பில் நிலப் பிரபுக்களின் செல்வாக்கு மிகுந்திருந்ததோ, அந்த மிகுதியினால் ஆட்டங்கொடுத்துக் கொண்டிருந்ததோ, அந்தச் சமுதாய அமைப்பில் புரட்சி எண்ணங்கள் வளர்வதற்குத் தூண்டுகோலாயிருந்தன."[8]

இங்ஙனம் படிப்படியாக வளர்ந்த முதலாளித்துவமானது, கி.பி. பத்தொன்பதாம் நூற்றாண்டில் இடைக்காலத்தில் ஓரளவு உச்ச நிலையையடைந்தது. தனக்கு எதிராகத் தோன்றின புரட்சி சக்திகளை அடக்கி ஒடுக்கி விடக்கூடிய ஆற்றல் இதற்கு ஏற்பட்டது. இப்படிப் பட்ட ஒரு சூழ்நிலையிலிருந்து கொண்டுதான், மார்க்ஸ், தனது தத்துவங்களை வகுத்தான் என்பதை நாம் இங்கு மனதில் பதிய வைத்துக் கொள்ள வேண்டியது அவசியமாகும்.

முதலாளித்துவத்தின் கீழ், பொருளுற்பத்திக்கான சாதனங்கள் மாறவே, அதற்கு இசைந்தாற்போல் பொருளுற்பத்திக்கான முறைகளும் மாறின. "கைராட்டினம், கைத்தறி, கொல்லனுடைய சம்மட்டி இவைகளுக்குப் பதில் நூல் நூற்கும் யந்திரம், நெசவு யந்திரம், யந்திரச் சம்மட்டி ஆகிய இவை தோற்றின. ஒவ்வொரு வரும் ஒவ்வோர் இடத்தில் வேலை செய்து கொண்டிருந்தது போய்,

நூற்றுக்கணக்கான, ஆயிரக்கணக்கான தொழிலாளர்கள் ஒன்று சேர்ந்து வேலை செய்கிற தொழிற்சாலைகள் ஏற்பட்டன. பொருளுற்பத்தி செய்வதென்பது, தனிப்பட்டவர்களுடைய வேலையாயிராமல், சமுதாய வேலையாகிவிட்டது, அதாவது சமுதாயத்திலுள்ள சிலர் சேர்ந்து செய்கிற வேலையாகிவிட்டது. நூலோ, துணியோ, அல்லது உலோகப் பொருள்களோ யாவும், ஒரு தொழிற்சாலையிலுள்ள பலர் சேர்ந்து செய்த பொருள்களாயின. ஏனென்றால் இவை தொழிற் சாலையிலிருந்து பண்பட்ட பொருள்களாக வெளி வருவதற்கு முன்னர், பலருடைய கைமாறின அல்லவா? இந்தப் பொருள்களைப் பார்த்து, மேற்படி தொழிற்சாலையில் வேலை செய்கிற எந்தத் தொழிலாளியும் 'இது நான் செய்தது' என்று சொல்ல முடியாது."

இங்ஙனம் முதலாளித்துவமானது, பொருளுற்பத்திக்குச் சமுதாயப் பொதுத் தன்மையை - அதாவது ஒரு பொருளை உற்பத்தி செய்வதற்குச் சமுதாயத்திலுள்ள பலருடைய கூட்டுறவும் உழைப்பும் தேவையாயிருக்கிறது என்ற ஒரு தன்மையை - அளித்தது என்று சொன்னாலும், இதனால் சமுதாயத்திற்குச் சில சாதகங்கள் ஏற்பட்டிருக்கின்றனவென்பதை ஒப்புக்கொண்டாலும், பொருளுற் பத்தி சாதனங்கள் மீது சமுதாயத்திலுள்ள பலருக்கு உரிமை இருந்ததே அந்த உரிமையை இல்லாமல் செய்துவிட்டது. உதாரணமாக ஒரு தச்சன் உளி, அரம் முதலியவைகளை வைத்துக் கொண்டிருக்கிறான். அவன் ஏதேனும் பொருளுற்பத்தி செய்ய வேண்டியிருந்தால் அந்த உளி, அரம் முதலியவைகளையே சாதனங் களாகக் கொண்டிருக்கிறான. அந்தச் சாதனங்களுக்கு அவன் சொந்தக் காரன். அவற்றின் மீது அவனுக்குப் பரிபூர்ணமான உரிமையுண்டு. யந்திர உளியும், யந்திர அரமும் கண்டுபிடிக்கப்பட்ட பிறகு அவனுடைய உளியும் அரமும் பிரயோஜனமில்லாமற் போய்விடு கின்றன. அவற்றின் மீது அவன் கொண்டாடுகிற உரிமைக்கு அர்த்தமே இல்லாமற் போய்விடுகிறது. இதனால் தச்சன் போன்ற தொழிலாளர்கள் நாளாவட்டத்தில் தொழிலற்றுப் போய் விடுகிறார்கள். தங்களுடைய சொந்தத் தொழிற் கருவிகளுக்கு எஜமானர்களாயிருந்த இவர்கள், வயிற்றுப் பிழைப்பு நிமித்தம் யந்திரசாலைக்கு அடிமைகளாகி விடுகிறார்கள். நேற்று எஜமானர் கள், இன்று தொழிலாளர்கள். தொழிலாளர் சமுதாயத்தின் ஆரம்ப வரலாறு இதுதான்.[9] இந்தச் சமுதாயம் எதிலிருந்து பிறந்தது? முதலாளித்துவத்திலிருந்து அதிலிருந்து பிறந்த இஃது அதன் மடியிலேயே வளர்ந்து, அதனையே அழிக்கும் கருவியாக ஒரு காலத்தில் அமைந்து விடுகிறது. எப்படி? மார்க்ஸ் இதனை வெகு அழகாக விஸ்தரித்துச் சொல்லியிருக்கிறான்.[10] நாம் இங்குச் சுருக்கமாகக் கவனிப்போம்.

"பொருளுற்பத்தி சாதனங்களின் மீது பலருக்கு இருந்த உரிமை போய்விட்டது" என்று மேலே சொன்னோமல்லவா, அதனுடைய விளைவு என்ன? ஒரு சிலருடைய உரிமைப் பொருளாக அவை ஆகிவிட்டன. இந்த ஒரு சிலர்தான் தொழில் முதலாளிகள். இவர்கள், தங்களுடைய ஆதீனத்திலிருக்கிற உற்பத்தி சாதனங்களைக் கொண்டு அதிகமான லாபத்தைச் சம்பாதித்து, அதிகமான பொருளைக் குவிக்க வேண்டுமென்று ஆவல் கொள்கிறார்கள். இதற்காக நவீன விஞ்ஞான சாதனங்களைத் தங்கள் துணையாகக் கொள்கிறார்கள். இதனால் குறைந்த நேரத்தில் அதிகமான பொருளை இவர்களால் உற்பத்தி செய்ய முடிகிறது. முன்னர் சமுதாயத்தின் தேவையை அனுசரித்துப் பொருளுற்பத்தி செய்து வந்தார்கள். இப்பொழுது ஒரு சிலருடைய லாபத்தை உத்தேசித்துப் பொருளுற்பத்தி செய்வதென்கிற நிலைமை ஏற்பட்டது. லாபம் என்கிற எண்ணம் எப்பொழுது வந்து விடுகிறதோ அப்பொழுதே போட்டி என்பதும் தோன்றிவிடுகிற தல்லவா? ஒரே சமயத்தில், முதலாளிகள் பலர், தனித்தனியாக ஒரே மாதிரியான பொருளை உற்பத்தி செய்யத் தொடங்குகிறார்கள். அதாவது, எந்தவிதமான முன்னேற்பாடும் இல்லாமல், எவ்விதத் திட்டமும் இல்லாமல் பொருள்கள் உற்பத்தி செய்யப்படுகின்றன. இதனால் ஒரே சமயத்தில், ஒவ்வொரு முதலாளி ஸ்தாபனத்திலும் தயார் செய்யப்பட்ட பொருள்கள் ஏராளமாக மார்க்கெட்டில் வந்து குவிகின்றன. குவிகிற சரக்குகள் விற்பனையாக வேண்டுமல்லவா? இதற்காக விலைகள் குறைக்கப் படுகின்றன. ஒரே போட்டி உண்டாகிறது.

இந்தப் போட்டியைச் சமாளிக்க - அதாவது குறைந்த செலவில் அதிகமான பொருள்களை உற்பத்தி செய்ய, முதலாளிகள் புதிய புதிய யந்திர சாதனங்களைக் கையாள்கிறார்கள், இதன் விளைவாகத் தங்களுடைய தொழிற்சாலையில் வேலை செய்து கொண்டிருக்கும் தொழிலாளர்களின் எண்ணிக்கையைக் குறைத்துவிட வேண்டியிருக் கிறது. ஏற்கனவே, சரக்குகளின் விலை மலிந்து விட்டதென்ற காரணத்தை வைத்துக் கொண்டு அவர்களின் கூலி விகிதத்தை இவர்கள் குறைத்திருக்கிறார்கள். இப்பொழுது, அந்தக் குறைந்த கூலி கொடுத்து அவர்களை வைத்துக் கொண்டிருப்பதும் அனாவசியமென்று படுகிறது. ஏனென்றால், பல தொழிலாளர்கள் செய்து வந்த வேலையை இப்பொழுது ஒரு சிறு யந்திரம் செய்து விடுகிறதல்லவா? இதன் பயனாக முதலாளிகளுக்கும் தொழிலாளி களுக்கும் உள்ள பிளவு விரிகிறது. தொழிலாளர்கள், தங்களுடைய உரிமைகளையும் நலன்களையும் காப்பாற்றிக் கொள்வதற்காக ஒன்று படுகிறார்கள். ஒரு பக்கம் செல்வம் குவிகிறது, மற்றொரு பக்கத்தில் வறுமையும் துயரமும் உயர்கின்றன. இந்தக் காட்சியைத்

தொழிலாளர்கள் கண்ணால் பார்ப்பதோடு மட்டுமல்லாமல், சுயமாகவும் அனுபவிக்கிறார்கள். ஒரு சிறு பகுதியினரிடத்தில் சமுதாயத்தின் பொருளாதார உரிமைகள், அரசியல் அதிகாரங்கள் முதலியன வந்து சேர்கின்றன, பெரும் பகுதியினருக்கு அந்த உரிமைகள், அதிகாரங்கள் முதலியன இல்லாமல் போகின்றன.

மேலே சொன்ன போட்டா போட்டி காரணமாக, மார்க்கெட்டிலே அதிகமான பொருள்கள் வந்து குவிகின்றன. ஆனால் மார்க்கெட்டி லோ அவைகளுக்கு இடமில்லை. ஜனங்களின் வாங்கு சக்தி குறைந்து போய் இருக்கிறது. இதனால் "வியாபாரம் ஸ்தம்பித்துப் போகிறது. விலை போகாத சரக்குகள் மார்க்கெட்டுகளிலே குவிந்து விடுகின்றன." இந்தப் போட்டியினின்று மீள, பல முதலாளிகள் ஒன்று சேர்ந்து, தனித்தனியாக இருந்த தங்களுடைய தொழிற் ஸ்தாபனங்களை ஒரே ஐக்கிய ஸ்தாபனமாக்கிக் கொண்டு விடுகிறார்கள். இந்தத் தொழிற் ஸ்தாபனங்கள் குறுகக் குறுக, வேலையில்லாத் தொழிலாளர்களின் எண்ணிக்கை பெருகுகிறது. இன்னும், லாபத்திலே குறியாயுள்ள முதலாளிகள், குறிப்பிட்ட ஓர் அளவுக்குக் குறைந்து தங்கள் சரக்குகளை விற்பனை செய்ய மனமில்லாமல், மார்க்கெட்டுகளில் செலாவணியாகாமல் தங்கிப் போன சரக்குகளை அழித்துவிடுகிறார்கள். ஏனென்றால், ஸ்தம்பித்துப் போயிருக்கிற வியாபாரம் எதோ ஒரு வகையாக நடைபெற்றுக் கொண்டிருக்க வேண்டுமல்லவா? தொழிற்சாலை யிலுள்ள யந்திர வகைகளும் ஓடிக்கொண்டிருக்க வேண்டுமல்லவா? இங்ஙனம் வியாபாரம் ஸ்தம்பித்துப் போவதும், பிறகு அதனை மெதுவாக நகரச் செய்வதும், நாளாவட்டத்தில், அடிக்கடி நடக்கிற சம்பவங்களாகி விடுகின்றன. சமுதாயத்தில் சலசலப்பு அதிகமா கிறது. உழைத்தாலும் பிழைப்புக்கு வழி அகப்படாதவர்களின் கூக்குரல் அதிகமாகிறது. இந்தச் சலசலப்பும், கூக்குரலும் சேர்ந்து முதலாளித்துவத்தின் முடிவைத் துரிதப்படுத்துகின்றன. பொருளுற் பத்திக்கான சாதனங்கள் ஒரு சிலரிடத்தில் இருப்பதால் இந்தத் திண்டாட்டம் ஏற்படுகிறதென்றும், இவற்றைச் சமுதாய பொதுச் சொத்துக்களாக்கி விட்டால், இந்தச் சங்கடமே இல்லாமல் போகு மென்றும் ஜனங்கள் முடிவு கட்டும்படியான நிலைமை உண்டா கிறது. இந்த நிலைமைக்கும், மேற்படி பொருளுற்பத்தி சாதனங்கள் ஒரு சிலரிடத்திலேயே தங்கியிருப்பது என்னும் நிலைமைக்கும் முரண்பாடு உண்டாகிறது. இந்த முரண்பாட்டினால், சமுதாயத்திலே புரட்சி என்கிற வெடிப்பு உண்டாகிறது. "முதலாளித்துவத்தின் தனிச் சொத்துரிமைக்குச் சாவுமணி அடிக்கிறது, உரிமையை இழக்கச் செய்தவர்கள், தங்கள் உரிமையை இழந்து விடுகிறார்கள்."

முதலாளித்துவத்தின் முடிவு இன்னபடிதான் ஆகுமென்று, மார்க்ஸ், தர்க்க ரீதியாக எடுத்துக்காட்டியிருக்கிறான். இதற்கு 'டயலெக்டிக்' முறையையே துணையாகக் கொண்டிருக்கிறான். 'ப்யூடலிஸ'த்தை முதலாளித்துவம் அழித்துவிட்டது, முதலாளித் துவத்தை அபேதவாதம் அழித்துவிடும் என்பது இவன் முடிவு.

இந்த அபேதவாதத்தின் தன்மை என்ன? நோக்கமென்ன? இவைகளைப் பற்றியும், மார்க்ஸுூம், அவனுக்குப் பின் வந்த லெனின் முதலியவர்களும் விஸ்தாரமாகச் சொல்லியிருக்கிறார்கள். இப்படிச் சொல்கிறபோது, சமீபகால சம்பவங்களை உதாரணமாக எடுத்துக்காட்டுகிறார்கள். இந்தச் சம்பவங்களுக்கு இவர்கள் கூறுகிற வியாக்கியானத்தைக் கவனிப்போம். 1914-ம் வருஷம் தொடங்கிய உலக மகாயுத்தத்திற்கு அடிப்படையான காரணம் பொருளாதாரக் குழப்பந்தான். பொருளுற்பத்தி சக்திகள் வெகுவேகமாக முன்னேறின. ஆனால் அதற்குத் தகுந்தாற்போல் சமுதாய அமைப்பு மாறாமல் நின்ற நிலையிலேயே இருந்தது. இதன் பயனாக, அதிகமாக உற்பத்தியான பொருள்களைச் சமுதாயமானது ஜீரணித்துக் கொள்ள முடியாமல் போய்விட்டது. இதனால் முதலாளித்துவ மானது, புதிய புதிய மார்க்கெட்டுகளைத் தேடி ஆரம்பித்தது. எப்படி யாவது, உற்பத்தியான சரக்குகள் செலவழிய வேண்டுமல்லவா? இந்த முதலாளித்துவமானது, ஏகாதிபத்திய வேஷந்தரித்துக் கொண்டு புதிய மார்க்கெட்டுகளைத் தேடுகிற முயற்சியிலே ஈடுபட்டது. இந்த முயற்சியில் போட்டி உண்டாயிற்று. இந்தப் போட்டியின் விளைவு தான் 1914-ம் வருஷத்து உலக மகாயுத்தம். ஏகாதிபத்தியம் என்பது என்ன என்பதைப் பற்றி லெனின் பின்வருமாறு வியாக்கியானம் செய்கிறான்.

"முதலாளித்துவத்தினுடைய வளர்ச்சியின் எந்த ஒரு நிலையில், ஏக போக உரிமையும் ரொக்க மூலதனமும் அதிகமான செல்வாக்கை அடைந்து விடுகின்றனவோ, பண ஏற்றுமதி ஒரு முக்கியத்துவம் பெற்று விடுகிறதோ, சர்வதேச முதலாளிகளின் ஐக்கிய ஸ்தாபனங்கள் உலக மார்க்கெட்டைப் பங்கு போட்டுக் கொள்ள ஆரம்பிக்கின்றனவோ, பெரிய பெரிய முதலாளித்துவ நாடுகள், உலகமனைத்தையும் தங்களுக்குள் பங்கு போட்டுக் கொண்டு விடுகின்றனவோ அந்த நிலைக்குத்தான் ஏகாதிபத்தியம் என்று பெயர்."

இப்படிப்பட்ட நிலையில், முதலாளித்துவத்தை வீழ்த்தி விடக் கூடிய சக்திகள், அந்த முதலாளித்துவத்தினிடமே தோன்றி விடு கின்றன. முதலாளித்துவமானது, எந்தத் தொழிலாளர் சமுதாயத்தை உண்டு பண்ணியதோ அந்தத் தொழிலாளர் சமுதாயத்தினாலேயே

அந்த முதலாளித்துவமானது அழிக்கப்படுகிறது. தொழிலாளர் சமுதாயமோ எண்ணிக்கையில் பெருகிக் கொண்டு வருகிறது. அதனுடைய கோரிக்கைகளும் அதிகரித்துக் கொண்டு வருகின்றன. கடைசிபட்சமாக, சுரண்டுபவர்களை அப்புறப்படுத்தி விடுவது, இதுகாறும் தனிச் சொத்துக்களாயிருந்த பொருளுற்பத்தி சாதனங்கள் யாவையும் சமுதாயப் பொதுச் சொத்துக்களாவது, அரசியல் அதிகாரம் தொழிலாளர்களுக்கு வருவது ஆகிய இந்தக் கோரிக்கை களைக் கிளத்துகிறது. இவற்றிற்குக் குறைவான எந்தச் சீர்திருத்தத் திலும் அது திருப்தியடைவதில்லை. மேற்படி கோரிக்கைகள் நிறை வேறுவதற்காக அஃது - அந்தத் தொழிலாளர் சமுதாயம் - பலாத்காரப் புரட்சி செய்ய வேண்டியது அவசியமாகிறது. ஏனென்றால், உரிமையுடையவர்கள், தங்கள் உரிமைகளைச் சுலபமாக விட்டுக்கொடுக்க மாட்டார்களல்லவா? அப்படியே புரட்சி நடைபெற்று, தொழிலாளர் சமுதாயம் வெற்றிக்கொடி நாட்டி விடுகிறது.[11] தொழிலாளர்கள் - அதாவது சமுதாயத்தின் கீழ்ப் படியிலே யுள்ளவர்கள் - அரசியல் அதிகாரத்தைக் கைப்பற்றிக் கொண்டு விடுகிறார்கள்.

இதற்கு முன்னர் தொழிலாளர்கள் எத்தனையோ விதமான புரட்சிகளை நடத்தியிருக்கிறார்கள். ஆனால் இப்பொழுது - அதாவது முதலாளித்துவத்தின் வீழ்ச்சிக்காக - நடத்துகிற புரட்சிக்கும் முந்தின புரட்சிக்கும் அநேக வித்தியாசங்கள் இருக்கின்றன. முந்தின புரட்சி களின் விளைவாக, சமுதாயத்தில் ஒரு சாரார், மற்றொரு சாராரை அடக்கியாள்வதற்காக அரசியல் அதிகாரத்தைக் கைப்பற்றிக் கொண்டனர். அதாவது அரசியல் அதிகார ஸ்தானத்தில் கொலு வீற்றிருந்த சிறு பகுதியினரை, மற்றொரு சிறு பகுதியினர், அதே அதிகார ஸ்தானத்தில் தாங்கள் வீற்றிருப்பதற்காக வீழ்த்திவிட்டனர். இங்ஙனம் அதிகார மாற்றந்தான் ஏற்பட்டதே தவிர, சமுதாயத் திற்குப் பொதுவாக உண்டான பலன் என்னவோ ஒன்றுதான்.

ஆனால் இப்பொழுது முதலாளித்துவத்தை வீழ்த்து முகத்தான் நடைபெறுகிற புரட்சி, உண்மையில் மானிட சமுதாயத்தின் விமோசனத்தை முன்னிட்டேயாகும். எப்படியென்றால், முந்தின புரட்சிகளினால் வர்க்கப்பிரிவினைகள் ஒழியவில்லை. சமுதாயத் திலே மேலானவர் கீழானவர் என்ற பாகுபாடுகள் இருந்து கொண்டு தானிருந்தன. எதுவரையில் ஒரு சமுதாயத்தில் வர்க்கப் பிரிவினைகள் இருக்கின்றனவோ அதுவரையில் அந்தச் சமுதாயத்தில் வர்க்கப் போராட்டங்கள் இருந்து கொண்டுதானிருக்கும். பிந்திய புரட்சியோ, வர்க்கப் பிரிவினைகளை ஒழிக்கவே நடைபெறுகிறது. பொரு ளுற்பத்தி சாதனங்கள் சமுதாயச் சொத்தாகிவிட்டால், உள்ளவர்

இல்லாதவர் என்ற வர்க்கப் பிரிவினை ஏது? வர்க்கப் பிரிவினைகள் இல்லாத போழ்து வர்க்கப் போராட்டங்களும் இல்லை. வர்க்கப் பிரிவினைகள் இல்லாத சமுதாய அமைப்புத்தானே மானிட ஜாதியின் விமோசனம்? இதனால்தான், தொழிலாளர்கள் நடத்துகிற மேற்படி பிந்திய புரட்சி, வெளிப் பார்வைக்கு உரிமையிழந்தவர்களின் சார்பாக நடைபெறுகிற புரட்சியாகத் தென்பட்ட போதிலும், உண்மையில், மானிட ஜாதியே தன்னுடைய விமோசனத்திற்காக தானே நடத்துகிற புரட்சியென்று மார்க்ஸீயர்கள் சொல்கிறார்கள்.

இங்ஙனம் மானிட ஜாதியின் விமோசனமும், வர்க்கப் பிரிவினைகள் இல்லாத சமுதாயத்தை அமைத்தலுமே மார்க்ஸீயர்களுடைய லட்சியமாக இருந்தபோதிலும், அவற்றை உடனே அடைந்துவிட முடியும் என்று அவர்கள் கூறவில்லை. தொழிலாளர்கள் நடத்துகிற பிந்திய புரட்சியானது, மேற்படி லட்சியத்தையடைவதற்கான பாதையைச் செப்பனிட்டுக் கொடுக்கிறதே தவிர, அதுவே லட்சியத்தில் கொண்டு சேர்ப்பித்து விடுவதில்லை. இதனால்தான் புரட்சி வெற்றியடைந்த பிறகும், லட்சியத்தையடைவதற்கு முன்னரும், மத்தியில் ஒரு நிலை இருக்கிறதென்று மார்க்ஸீயர்கள் சொல்கிறார்கள். இந்த நிலையில், தொழிலாளர்கள், தேசத்தின் சர்வாதிகாரங்களையும் கைப்பற்றிக்கொண்டு சமுதாய வாழ்வை நிர்ணயம் செய்கிறார்கள். இந்த நிலையில் அழிவு வேலை முதலிலும், ஆக்க வேலை பிறகும் முறையே நடைபெறுகின்றன. இந்தத் தொழிலாளர் ராஜ்யமானது, எந்த அடிப்படையின்மீது சமுதாயத்தில் வர்க்கப் பிரிவினைகள் ஏற்பட்டனவோ அந்த அடிப்படையையே தகர்த்து எறிந்து விடுகிறது. முதலாளிகளின் ஆதிக்கத்தை ஒழிப்பதே, அந்த ஆதிக்கத்தை அடிப்படையாகக் கொண்ட சமுதாய அமைப்பை மாற்றுவதே இவர்களுடைய முதல் வேலையாகவும் முக்கிய வேலையாகவும் இருக்கிறது. இதற்காகத் தொழிலாளர்களின் சர்வாதிகாரம் நிலவுகிறது. இந்தச் சர்வாதிகார காலத்தில் பொதுவாக என்னென்ன செய்யப்படவேண்டு மென்பதைப் பற்றியும், மார்க்ஸ், "கம்யூனிஸ்ட் அறிக்கை"யில் திட்டங்கள் சொல்லியிருக்கிறான். அவை வருமாறு:

1. நிலத்தின் மீதுள்ள தனிச் சொத்துரிமையை ரத்து செய்து விடுதல், நிலவரிப் பணத்தைப் பொதுக் காரியங்களுக்காகப் பயன்படுத்தல்.

2. அதிகமான, அல்லது படிப்படியாக உயர்வுடைய வருமான வரி விதித்தல்.

3. பரம்பரைச் சொத்து பாத்தியதை என்பதை ரத்து செய்து விடுதல்.

4. நாட்டைவிட்டு வெளியேறினவர்கள், நாட்டுக்கு விரோதமாகக் கலகம் செய்கிறவர்கள் இவர்களுடைய சொத்துக்களைப் பறிமுதல் செய்தல்.

5. லேவாதேவித் தொழிலை அரசாங்கத்தின் சுவாதீனத்திற்குட் படுத்துதல், இதற்காக அரசாங்கத்தின் மூலதனத்தைக் கொண்டு ஒரு பாங்கி ஏற்படுத்துதல்.

6. போக்குவரத்து சாதனங்கள் அரசாங்கத்தின் சுவாதீனப் படுத்துதல்.

7. தொழிற்சாலைகள், பொருளுற்பத்தி சாதனங்கள் முதலியவற்றை அரசாங்க மயமாக்கி அவற்றை விஸ்தரித்தல், கரம்பு நிலங்களைச் சாகுபடிக்குக் கொண்டு வருதல், பொதுவான ஒரு திட்டம் வகுத்துக் கொண்டு அதன்படி பூமியைப் பண்படுத்திப் பயன் பெறுதல்.

8. எல்லோரும் வேலை செய்யக் கடமைப்பட்டவர்கள் என்ற விதியை அனுசரித்தல், தொழிற்சேனையொன்றை, சிறப்பாக விவசாயத்திற்கு ஸ்தாபித்தல்.

9. விவசாயத்தையும் உற்பத்தித் தொழில்களையும் ஒன்று படுத்துதல், மெது மெதுவாக நகரத்திற்கும் நாட்டுக்கும் உள்ள வேற்று மையை ஒழித்தல், இதற்குச் சோபானமாகக் கிராமாந்தரங்களில் ஜனங்களைக் குடியேறச் செய்தல்.

10. அரசாங்கப் பள்ளிக்கூடங்களில் எல்லாக் குழந்தைகளுக்கும் இலவசக் கல்வி அளித்தல், குழந்தைகளைத் தொழிற்சாலைகளில் அமர்த்தி வேலை வாங்குதலை ஒழித்தல், கல்வியையும் பொருளுற்பத்தியையும் ஐக்கியப் படுத்துதல்.

இந்த மாதிரியான முறைகளையே ருஷ்யாவில் 1917-ம் வருஷத்துப் புரட்சிக்குப் பிறகு லெனின் அனுஷ்டானத்திற்குக் கொண்டு வந்தான் என்பது இங்குக் குறிப்பிடத்தக்கது.

இந்த தொழிலாளர் சர்வாதிகார ஆட்சியின்போது ஒரு சிலர் சேர்ந்து பலரைச் சுரண்டுவதற்குச் சந்தர்ப்பமே கொடுக்கப் படுவதில்லை. உற்பத்தி சாதனங்கள் யாவும் சமுதாயப் பொதுச் சொத்தாக்கப்பட்டு விடுகின்றன. இதனால் லாபம் சம்பாதிக்கிற தூண்டுதலே இல்லாமல் போய்விடுகிறது. சமுதாயத்தின் தேவையை முன்னிட்டுப் பொருள்கள் உற்பத்தி செய்யப்படுகின்றனவே தவிர, லாபத்திற்காக அல்ல. அவரவரும் தங்கள் திறமைக்குத் தகுந்தபடி உழைக்க வேண்டுமென்ற கட்டாய விதி ஏற்படுத்தப்படுகிறது.

இங்ஙனம் முதலாளித்துவமானது மறுபடியும் தலையெடுக்க வொட்டாதபடி அநேக முறைகள் கையாளப்படுகின்றன. இறுதியாகச் சுரண்டுவோர் என்பவர்கள் இல்லாமலே போய் விடுகிறார்கள். எப்பொழுது சுரண்டுவோர் இல்லையோ அப்பொழுது சுரண்டப்படுவோரும் இல்லை. சமுதாயத்தில் ஏற்றத் தாழ்வுகள் இல்லை. வர்க்கப் பிரிவினைகள் அறவே அற்றுப் போகின்றன. இதனால் தொழிலாளர்களின் சர்வாதிகார ஆட்சியும் அனாவசியமாகப் போய்விடுகிறது. இதற்குப் பிறகு எந்தவிதமான ஆட்சியும் அனாவசியமாகப் போய்விடுகிற நிலை ஏற்படுகிறது. ஆளப்படுவோர் இருந்தால் தானே ஆள்வோர் இருக்க வேண்டும்? அடங்குவோர் இருந்தால் தானே அடக்குவோர் தோன்றுகின்றனர்? இந்த மாதிரியான வேற்றுமைகளே இல்லாத ஒரு சமுதாயத்தில், பரஸ்பர சம்மதத்தின் பேரிலும் பரஸ்பர நலனை முன்னிட்டும் காரியங்கள் ஒழுங்காக நடைபெறுகின்றன. இந்த நிலையைத்தான் "ராஜ்யத்தின் ஒடுக்கம்" என்று மார்க்ஸீயர்கள் கூறுகிறார்கள். அதாவது அரசாங்கமானது, ஆள்கிற கடமையின்மையால் ஆள்கிற தன்மையை இழந்து, தானே சுருங்கிக் கொண்டு விடுகிறது. இப்படிப்பட்ட நிலையில் சமுதாயத்தின் அங்கத்தினர்கள், மேலே சொன்ன பிரகாரம் பரஸ்பர சம்மதத்தின் பேரிலும் பரஸ்பர நலனை முன்னிட்டும் சகல விவரங்களையும் நடத்திக்கொண்டு போகிறார்கள். இந்த நிலைதான் மார்க்ஸீயத்தின் லட்சியம். இப்பொழுது ருஷ்யாவில் நடைபெறுகிற ஆட்சி, தொழிலாளர்களின் சர்வாதிகார ஆட்சிதான். அஃது இன்னும் மேலே சொன்ன லட்சிய நிலையை அடைய வில்லை. அங்கு அபேதவாத முறையில்தான் ஆட்சி நடை பெறுகிறது. சமதர்மத்தின் படியல்ல. இதனை மார்க்ஸீயர்கள் ஒப்புக் கொண்டிருக்கிறார்கள்.[12]

1. Dialecticc.
2. Dialectical Materialism. "இந்தச் சித்தாந்தப்படி," அரசியலைப் பற்றிய தத்துவம் முந்தியதல்ல, அஃது, அரசியல் உண்மைக்குப் பிந்தியதே. மனிதர்கள் முதலில் அரசியல் தத்துவங்களைத் தெரிந்துகொண்டு, பிறகு அவைகளை அனுசரித்தாற் போல் அரசியல் விவகாரங்களை நடத்துகிறார்களில்லை. எப்படி ஒரு வைத்தியன், வைத்திய சாஸ்திரம் பயின்றுவிட்டு, பிறகு வைத்தியத் தொழிலைச் செய்கிறானோ அப்படி அவர்கள் செய்கிறார்களில்லை. ஏதோ ஓர் அரசியல் தத்துவத்தை அனுசரித்து, சட்டங்கள் இயற்றப்படுவதில்லை, ரத்து செய்யப்படுவதுமில்லை. அரசியல் திட்டங்கள் ஆக்கப்படுவதுமில்லை. அழிக்கப்படுவதில்லை. எப்பொழுதுமே ஏதாவது ஒரு தத்துவம் இருந்து கொண்டுதானிருக்கும். ஏனென்றால், மனிதன், தத்துவத்தை சிருஷ்டி செய்து கொண்டிருக்கிற பிராணி. ஆனால் இந்தத் தத்துவம், ஒரு காரியம் நடந்த பிறகு அதற்குப் பொருந்துவதாகக் கண்டுபிடிக்கப்படுகிறதே தவிர, அந்தக் காரியம் நடைபெறுவதற்கு முன்னர் இந்தத்

தத்துவம் இருப்பதில்லை. ஒரு தத்துவத்திற்காக மனிதர்கள் பொருள் உற்பத்தி செய்வதில்லை. ஒரு மனிதன் தனது சுயஅறிவு இழந்த நிலையில் ஏதேனும் அகாரணமாக ஒரு காரியத்தைச் செய்துவிட்டானாகில், அதற்கு மனோதத்துவ சாஸ்திரிகள் ஏதாவது ஒரு காரணம் கற்பித்து அது நியாயம் என்று கூறுவார்கள். அதைப்போலவே இருக்கிறது. எந்த ஒரு காரியத்திற்கும் ஒரு தத்துவத்தைக் கற்பிப்பது. மார்க்ஸீயத்தின்படி அரசியல் நிகழ்ச்சிகளைக் கொண்டுதான் அரசியல் தத்துவம் கற்பிக்கப்படுகிறது - Masters of Political thought/Vol.I.p. 16.

3. Surplus Value
4. Freedom Organization by Bertrand Russel p.232.
5. Marx-Engels Correspondence Letter to J.Block dated 21.9.1980
6. மதத்தைப்பற்றி மார்க்ஸீயர்கள் கொண்டுள்ள அடிப்படையான கருத்து இதுவேயானாலும், இதனை அப்படியே அவர்கள் அனுஷ்டானத்தில் கொண்டுவரவில்லை. ருஷ்யாவில் மதத்திற்கு என்ன இடம் கொடுக்கப்பட்டிருக்கிறதென்பதற்கு இந்நூலாசிரியரின் சோவியத் ருஷ்யா என்ற நூலைப் பார்க்க.
7. A History of Western Civiliztion Part TW-Development of contemporary civilization - by W.J. Bossen brook and others. P.183
8. இந்தக் கருத்துக்களை, மார்க்ஸ், தன்னுடைய காபிடல் என்ற நூலில் விஸ்தரித்துக் கூறியிருக்கிறான. Sec Capital Vol II/p/832. (Everyman's Library)
9. மார்க்ஸீயர்கள், இந்தத் தொழிலாளர் சமுதாயத்தை ப்ராலிடேரியட் (Proletariat) என்று அழைக்கிறார்கள். ப்ராலிடேரியட் என்ற வார்த்தை, தொழிலாளர்களை மட்டும் குறிப்பிடுகிறது என்று சொல்ல முடியாது. சமுதாயத்தின் கீழ்ப்படியிலுள்ள அனைவரையுமே இந்த வார்த்தை குறிக்கிறது. இது சம்பந்தமாக மார்க்ஸின் வாசகம் வருமாறு "மத்திய வகுப்பின் கீழ்ப்படியிலே உள்ளவர்கள் – அதாவது சில்லரை வியாபாரிகள், சில்லரைக் கடைக்காரர்கள், சில்லரை வியாபாரத் தினின்று ஒதுங்கிக் கொண்டவர்கள், கைத் தொழிலாளிகள், குடியானவர்கள் முதலியோர் – நாளாவட்டத்தில் இந்த ப்ராலிடேரியட்டில் கலந்து விடுகிறார்கள். ஒரு காரணம், தற்போதைய பெருவாரியான தொழில் முயற்சிகளோடு போட்டி போடக்கூடிய மூலதனம் அவர்களிடம் இல்லை. மற்றொரு காரணம், நவீன பொருளுற்பத்தி முறை காரணமாக, அவர்களுடைய விசேஷத் தொழில் திறமை பயனற்றதாகிவிடுகிறது. எனவே சமுதாயத்தின் பல தரத்தினரிலிருந்தும் இந்த ப்ராலிடேரியட்டுக்கு ஆட்கள் சேர்கிறார்கள்." (Communist Manifesto) ப்ராலிடேரியட் என்ற வார்த்தைக்குப் பொதுவாக பாமர மக்கள் என்று அழைக்கலாம். ஆனால் மார்க்ஸீயர்கள் தொழிலாளர்களுக்கே இதனை விசேஷமாக உபயோகிக்கிறார்கள்.
10. Capital, Chapter XXIV, 7
11. இதற்கு உதாரணமாக 1917–ம் வருஷத்து ருஷ்யப் புரட்சியை மார்க்ஸீயர்கள் எடுத்துக்காட்டுகிறார்கள்.
12. விவரத்திற்கு இந் நூலாசிரியர் எழுதிய 'சோவியத் ருஷ்யா' வைப்பார்க்க.

10. கடைசி நாட்கள்

1873-ம் வருஷத்திலிருந்து மார்க்ஸின் உடல்நிலை வரவரச் சீர் கெட்டுக்கொண்டு வந்தது. தலைவலி, தூக்கமின்மை, அஜீர்ணம் ஆகிய எல்லாக் கோளாறுகளும் ஒன்றுசேர்ந்து இவனுடைய உழைப்புச் சக்தியைக் குன்றச் செய்துவிட்டன. வைத்தியர்கள் வழக்கம்போல் ஓய்வு எடுத்துக் கொள்ள வேண்டுமென்று சொன்னார்கள். தினம் நான்குமணி நேரத்திற்குமேல் வேலை செய்யக்கூடாதென்று கட்டளையிட்டார்கள். இந்த உத்திரவுகளினால், மார்க்ஸின் தேகநிலை சிறிது சீர்பட்டு வந்தது. ஆனால் பழைய மாதிரி இவன் வேலைசெய்ய ஆவல் கொண்டதும், பழைய மாதிரியே நோய்களும் பின்தொடர்ந்தன. எந்தப் பொது விவகாரங்களிலும் தலையிடாமல் இருந்தான். ஆனால் போலீஸாரின் கண்காணிப்பு மட்டும் இவனுக்கு இருந்து கொண்டிருந்தது. ஆரோக்கிய ஸ்தலங்களென்றழைக்கப்பட்ட சில ஊர்களுக்குச் சென்று சிறிது சிறிது காலம் தங்கினான். பலன் என்ன? தலைவலியும் தூக்கமின்மையும் இவனை விடவேயில்லை.

இந்த நிலையிலும் மார்க்ஸ் ஓயாமல் படித்து வந்தான். படித்தவற்றில் குறிப்புகள் எடுத்து வைத்தான். "காபிடலின்" இரண்டாவது பகுதியை விரைவிலே வெளியிட ஆவல்கொண்ட, கையெழுத்துப் பிரதியை ஒழுங்குபடுத்தத் தொடங்கினான். ஆனால் தொடர்ந்து வேலை செய்யும் சக்தி இவனைவிட்டு ஓடிப் போய்விட்டது. கையெழுத்துப் பிரதியில் சில பக்கங்களே எழுத முடிந்தது. இந்த இரண்டாவது பகுதியை வெளியிடுவதற்கு ஆதாரங்கள் தேடிக் கொண்டிருக்கிறபோது, இவன், ருஷ்ய பாஷையைக் கற்க வேண்டிய அவசியத்தை உணர்ந்தான். அப்படியே ஆறு மாதத்திற்குள் கற்றான், அதில் புலமையும் அடைந்தான். ருஷ்ய நூல்களைப் படித்து இவன் சேகரித்து வைத்திருந்த குறிப்புகள் ஏராளம்.

ஐரோப்பாவின் பல பாகங்களிலும் புரட்சி எண்ணங்களை மரிக்க விடாமல் பாதுகாத்துவந்த இளைஞர்கள் பலர், இந்தக் காலத்தில் மார்க்ஸினிடம் வந்து, தங்கள் அன்பையும் மரியாதையையும் செலுத்திவிட்டுப் போனார்கள். இவர்கள் இவனுடைய எழுத்துக் களினால் உணர்ச்சியும் ஊக்கமும் பெற்றவர்கள். இவர்களைப் பார்ப்பதும், இவர்களோடு மனங்கலந்து பேசுவதும் இவனுக்குப் பெரிய ஆறுதலாயிருந்தன. இங்ஙனம் இளைஞர்கள் வந்து இவனைச் சந்தித்துக் கொண்டிருந்தது தவிர, அரசியல் தலைவர்களென்ன, தொழிலாளர் இயக்கத்தின் தலைவர்களென்ன முதலிய பலரும் இவனைக் கண்டு பேசிவிட்டுப் போவார்கள். இவர்களிடத்தில் தன் கருத்துக்களை ஒளிவுமறைவு இன்றிச் சொல்வான். சமரஸ மனப் பான்மையோடு பேசுகிறவர்களைக் கண்டால் இவனுக்கு ஆத்திரம் வரும். அந்த ஆத்திரத்தையும் வெளிக்குக் காட்டிவிடுவான்.

பொது வாழ்க்கையில் ஈடுபடாமல் ஒருவாறு அமைதியாக இருந்த இந்தப் பிற்கால வாழ்க்கையின்போது இவனுடைய அன்றாட வேலைத் திட்டங்களில் எவ்வித மாற்றமும் ஏற்பட்டதே கிடையாது. காலையில் ஏழு மணிக்கு எழுந்திருப்பான். நித்தியக் கடன்களை முடித்துக்கொண்டு காபிகுடிப்பான். காபி குடிப்பதென்றால் ஒரு 'கப்' இரண்டு 'கப்' அல்ல, நிறையக் குடிப்பான். குடித்துவிட்டுப் படிக்கச் சென்றுவிடுவான். பகல் இரண்டு மணி வரைக்கும் படிப்பான். சிறிதுகூட இடத்தைவிட்டு நகராமல் படிப்பான். பிறகு மத்தியானச் சாப்பாடு. மறுபடியும் படிப்பு அறை. இரவு வரையில் படித்துக் கொண்டிருப்பான். பிறகு இராச் சாப்பாடு. இதற்கப்புறம், இஷ்டமிருந்தால் சிறிது தூரம் உலாவப் போவான். இல்லாவிட்டால் திரும்பவும் படிக்கச் சென்றுவிடுவான். விடியற்காலை இரண்டு அல்லது மூன்று மணிவரை படிப்பான்.

இவன் படித்துக் கொண்டிருந்த அறையைப் பற்றி இவனுடைய மருமகனான பால் லபார்கு[1] பின் வருமாறு வருணிக்கிறான்:

"மார்க்ஸ் படித்துக்கொண்டிருந்த அறை, வெளிச்சம் நிறைந்த அறை. தோட்டத்தின் பக்கமாக ஒரு ஜன்னல் இருந்தது. அதற்கு எதிர்ப் புறத்தில் கணப்புச் சட்டி. அதன் அருகில் புஸ்தக அலமாரிகள். அலமாரிகளின் மேலே பத்திரிகைக் கட்டுகள், கையெழுத்துப் பிரதிகள் முதலியன கூரைவரை அடுக்கியிருக்கும். ஜன்னலின் ஒரு புறமாக இரண்டு மேஜைகள். மேஜைகளின்மீது பத்திரிகைகள், புஸ்தகங்கள் முதலியன பரப்பப்பட்டிருந்தன. அறைக்கு மத்தியில் ஒரு சிறிய மேஜையும் நாற்காலியும் போடப்பட்டிருந்தன. புஸ்தக அலமாரிகளுக்கும் இந்தச் சிறிய மேஜைக்கும் நடுவில் ஒரு சோபா

உண்டு. இதில் தான் மார்க்ஸ் அவ்வப்பொழுது சாய்ந்து படுத்து ஓய்வு கொள்வான். சுவர்ப் பலகையின்மீது புஸ்தகங்கள், சுருட்டுத் துண்டுகள், தீப்பெட்டிகள், போட்டோ படங்கள் முதலிய சில்லரைச் சாமான்கள் பலவும் கலந்திருக்கும்... இந்தப் பத்திரிகைகள், புஸ்தகங்கள் முதலியவைகளை ஒழுங்காக அடுக்கிவைக்கிறோமென்று யாராவது சொன்னால் அதற்கு மார்க்ஸ் இணங்கமாட்டான். ஆனால் தனக்குத் தேவையான புஸ்தகத்தையோ கையெழுத்துப் பிரதியையோ உடனே கண்டுபிடித்து எடுத்துக் கொள்வான். யாருடனாவது சம்பாஷணை செய்து கொண்டிருக்கிற போது, ஏதேனும் ஒரு புஸ்தகத்திலிருந்து மேற்கோள்காட்ட வேண்டுமானால் சட்டென்று குறிப்பிட்ட அந்தப் புஸ்தகத்தை எடுத்து, தேவையான பக்கத்தைக் கண்டுபிடித்து விடுவான்... புஸ்தகங்களை அழகாக அடுக்கிவைக்க வேண்டு மென்பது இவனுக்கு அவசியமில்லை. சிறியதும் பெரியதுமாகப் புஸ்தகங்கள் இருக்கும். புஸ்தகத்தின்மேல் அமைப்பு, உள் எழுத்து முதலியவைகளைப் பற்றி இவன் கவலை கொள்வதில்லை. விஷயங்கள் இருக்கவேண்டும். அவ்வளவுதான். புஸ்தகங்களைப் படித்துக் கொண்டிருக்கிறபோது, அடையாளத்திற்காக மேல் மூலையை மடித்துவைப்பான். முக்கியமான இடமாயிருந்தால், பக்கத்தில் பென்சிலால் கோடிழுப்பான். சில இடங்களில் ஆச்சரியக் குறியோ, கேள்விக் குறியோ போடுவான். தான் அவ்வப்பொழுது எழுதுகிற குறிப்புகளைப் பிரதியொரு வருஷமும் படித்து, மறந்து போனவற்றை நினைவு படுத்திக் கொள்வான். மார்க்ஸுக்கு ஞாபகசக்தி அதிகம்."

மார்க்ஸ், குழந்தைகளுக்குக் குழந்தை, அறிஞர்களுக்கு அறிஞன். குழந்தைகள், இவன் அன்புக்கு வசப்பட்டு இவனிடத்தில் சர்வ சுதந்திரத்தோடு விளையாடுவார்கள். அறிஞர்கள், இவனுடைய கூரிய அறிவுக்கு மதிப்புக் கொடுத்து, இவனோடு பேசுகிறபோது நிதானமாகப் பேசுவார்கள். இவனும் மற்றவர்களுடைய அறிவுக்கு மதிப்புக் கொடுத்து அவர்களோடு மரியாதையாகப் பேசுவான். "மார்க்ஸ் ஒரு சிங்கம். சம்பாஷணையின்போது மிக மரியாதையாக நடந்து கொள்கிறான்" என்று ஓர் அறிஞன் கூறுகிறான். இன்னோர் அறிஞன் சொல்கிறான். "நான் ஒரு ஸ்காத்லாந்துக்காரன், கன்ஸர் வேடிவ் கட்சியைச் சேர்ந்தவன், பொதுவாக, நாஸ்திகர்கள், யூதர்கள், ஜெர்மானியர்கள் ஆகிய இவர்களை வெறுக்கிறவன். ஆனால் மார்க்ஸின் முன்னிலையில் - அவன் ஒரு நாஸ்திகனாகவும், யூதனாக வும், ஜெர்மானியனாகவும் இருந்த போதிலும் - இந்த என்னுடைய வெறுப்புகள் பறந்து விடுகின்றன. ஒரே ஓர் உணர்ச்சிதான் என்னை ஆட்கொள்கிறது. அதுதான் மார்க்ஸினிடம் பக்தி. "பொருளாதார

விஷயங்களிலும், சமுதாய சீர்திருத்தப் பிரச்னைகளிலும் மார்க்ஸ் ஒரு நிபுணன். இந்த நிபுணத்துவத்திற்கு இவனுடைய சமகாலத்தவர் அதிகமான மதிப்பு வைத்திருந்தார்கள். இவனை "நடக்கும் அகராதி" என்றுதான் சொல்வார்கள்.

மார்க்ஸ் யாருடனும் நடந்துகொண்டே பேசுவான். இரண்டு அல்லது மூன்று மணி நேரங்கூட இப்படி நடந்து கொண்டே பேசுவான். மனதிலே ஒன்று வைத்துக் கொண்டு வெளியிலே ஒன்று பேசுவதென்பது இவனுக்குத் தெரியாது. உணர்ச்சிததும்ப தன் அபிப்பிராயங்களை வெளியிடுவான்.

ஒழுக்கத்தில் மார்க்ஸ் மிகவும் கண்டிப்பானவன். ஸ்திரீகள் விஷயத்தில் புருஷர்கள் கண்ணியமாக நடந்து கொள்ள வேண்டு மென்பது இவன் கருத்து. குடும்ப வாழ்க்கையில்தான், மனிதன், தன்னையும் இந்த உலகத்தையும் காணமுடியும் என்ற கொள்கையை இவன் அனுஷ்டித்துக் காட்டி வந்தான். உலகத் தொண்டு என்று சொல்லிக் கொண்டு இவன் குடும்பத்தைத் துறந்து விடவில்லை. தன்னுடைய சுக துக்கங்களில் தன் குடும்பத்தையும் கூடவே அழைத்துக் கொண்டு சென்றான்.

மார்க்ஸ், குழந்தைகளிடத்தில் நிரம்பப் பிரியமுடையவன் என்று ஏற்கனவே நாம் சொல்லியிருக்கிறோம். அவர்கள் ஒவ்வொரு வருக்கும் ஒவ்வொரு செல்லப் பெயர் கொடுத்து அழைப்பான். அவர்கள், இவனை "மூர்" என்று அழைப்பார்கள். இவனுடைய தாடி மீசைக்காகவும், பார்வைக்கு முரடன்போல் காணப்பட்ட தாலும் இந்தப் பெயர் கிடைத்தது போலும். இவனுக்கு மொத்தம் - இறந்தது போக - நான்கு குழந்தைகள். பெண்கள் மூவர், ஆண் ஒருவன். மூவரையும் நல்ல இடத்தில் விவாகம் செய்து கொடுத்தான். கடைசிக் காலத்தில் பேரப் பிள்ளைகளோடு கொஞ்சிக் குலாவும் படியான பாக்கியம் இவனுக்கு கிடைத்தது.

மார்க்ஸின் கடைசிக் காலம் நோயிலும் துக்கத்திலுமே கழிந்தது என்று சொல்ல வேண்டும். இவனுடைய மனைவி ஜென்னி மார்க்ஸ், ஏற்கனவே பிளவை உண்டாகி உடல்வலி குன்றியிருந்தவள் - 1881ம் வருஷம் டிசம்பர் மாதம் 2-ம் தேதி - இறந்து போனாள். "அவளோடு 'மூரும்' செத்துப் போய் விட்டான்" என்று எங்கெல்ஸ் உணர்ச்சியோடு கூறுகிறான். இதன் பிறகு, மார்க்ஸ், உயிரோடு இருந்ததெல்லாம் சுமார் பதினைந்து மாதகாலந்தான். இந்தப் பதினைந்து மாத வாழ்க்கையும் இறந்த வாழ்க்கையே தவிர, இருந்த வாழ்க்கையல்ல.

மனைவியின் ஈமச்சடங்கிற்குக்கூட மார்க்ஸ் செல்ல முடிய வில்லை. அப்பொழுது இவனுக்குச் சுவாசப்பை சம்பந்தமான வியாதி ஏற்பட்டிருந்தது. இது சிறிது குணமானதும், வட ஆப்ரிக்காவுக்கும் இன்னும் சில இடங்களுக்கும் தேக ஆரோக்கிய நிமித்தம் சென்றான். பயனில்லை. ஓயாத இருமல். சரியாக மூச்சுவிட முடியாமல் திண்டாடுவான். இரவில் தூக்கமென்பதே கிடையாது. இந்த மாதிரி இவன் அவஸ்தைப்பட்டுக் கொண்டிருக்கையில் இவனுடைய மூத்த பெண்-பாரிஸில் விவாகம் செய்து கொடுக்கப் பட்ட ஜென்னி லொங்குவே[2] 1883-ம் வருஷம் ஜனவரி மாதம் 11ம் தேதி இறந்து போனாள். இதனோடு இவன் மௌனியாகி விட்டான். தன் நோய்க்குப் பரிகாரம் தேடிக் கொள்ள வேண்டுமென்ற எண்ணமே இவனுக்குப்போய்விட்டது. வரவர வியாதியும் முற்றியது. கடைசியில் 1883-ம் வருஷம் மார்ச்சு மாதம் 14-ம் தேதி பிற்பகல் இவன் கண்கள் மூடின, மூச்சு நின்றது.

மார்ச்சு மாதம் 17-ம் தேதி லண்டன் ஹைகேட் மயானத்தில் மார்க்ஸ் அடக்கம் செய்யப்பட்டான். அப்பொழுது எங்கெல்ஸ் ஓர் உபந்நியாசம் செய்தான். அது வருமாறு.

“1883-ம் வருஷம் மார்ச்சு மாதம் 14-ம் தேதி பிற்பகல் இரண்டே முக்கால் மணிக்கு, உலகத்தின் மிகப் பெரிய சிந்தனையாளன் - இந்த கார்ல் மார்க்ஸ் - சிந்திப்பதை நிறுத்தி விட்டான். கடைசிச் சமயத்தில் சுமார் இரண்டு நிமிஷ நேரந்தான் இவனைத் தனியாக விட்டு வைத்திருந்தோம். திரும்பிச் சென்று பார்க்கிறபோது இவன் தனது நாற்காலியில் அமைதியாகத் தூங்கிக் கொண்டிருந்தான். அதுவே இவனுடைய கடைசித் தூக்கம்.

தங்களுடைய வாழ்க்கைக்காகப் போராடிக் கொண்டிருக்கிற ஐரோப்பிய, அமெரிக்கத் தொழிலாளர்க்கும் மற்ற உலகத் தொழிலாளர்க்கும், சாஸ்திர ரீதியான சரித்திர ஆராய்ச்சிக்கும் இவனுடைய மரணத்தினால் எவ்வளவு நஷ்டம் என்பதை இப்பொழுது அளந்து சொல்ல முடியாது. இந்த மகத்தான சக்தி மரித்து விட்டதனால் உலகத்திற்கு எவ்வளவு நஷ்டம் என்பதை நாம் சீக்கிரத்தில் உணரப் போகிறோம்.

மனிதன் எப்படி படிப்படியாக வளர்ச்சியடைந்தான் என்பதை டார்வின் கண்டுபிடித்தான். மானிட ஜாதியின் சரித்திரம் எப்படி படிப்படியாக வளர்ச்சியடைந்தது என்பதை மார்க்ஸ் கண்டுபிடித்தான். மனிதர்கள், அரசியல், விஞ்ஞானம், கலை, மதம் முதலியவைகளின் விஷயத்தில் கவனஞ் செலுத்துவதற்கு முன்னர் உண்ண வேண்டும்,

குடிக்க வேண்டும், நிழலில் இருக்கவேண்டும், உடுக்க வேண்டும். எனவே அந்த அன்றாடத் தேவைகளுக்கான பொருள்களை உற்பத்தி செய்துகொள்வது அவசியம். இதற்குத் தகுந்தாற்போல்தான் ஒரு ஜாதியினுடைய அல்லது ஒரு காலத்தினுடைய பொருளாதார அமைப்பு இருக்கும். இந்தப் பொருளாதார அமைப்பை அடிப்படையாகக் கொண்டே மேற்படி ஜாதியினுடைய அல்லது காலத்தினுடைய ராஜ்ய ஸ்தாபனங்கள் முதலியவற்றிற்கு வியாக்கியானம் செய்ய வேண்டும். இந்தச் சரித்திர உண்மை, மார்க்ஸ் காலத்திற்கு முன்னர் லட்சிய உலகத்திலே மறைந்து கொண்டிருந்தது. இந்த உண்மையை அறிஞர்கள் விபரீதமாக வியாக்கியானம் செய்து கொண்டு வந்தார்கள். இதுமட்டுமல்ல, இன்றைய முதலாளித்துவத்தின் கீழ், உற்பத்திமுறை எப்படி வளர்ச்சியடைந்திருக்கிறது. இதிலிருந்து எப்படி பணக்காரக் கூட்டத்தினர் உற்பத்தியாயினர் என்பதையும் மார்க்ஸ் கண்டு பிடித்திருக்கிறான். பொருளுற்பத்தி முறையில் மிஞ்சிய மதிப்பு என்னும் புதிய அமிசத்தைக் கண்டுபிடித்த பிறகு, பொருளாதார சாஸ்திரிகள் இதுகாறும் எந்த இருளில் சென்றுகொண்டிருந்தார்களோ அந்த இருள் அகன்று வெளிச்சம் உண்டாயிற்று.

இந்த மாதிரியான ஆராய்ச்சிகள் இரண்டு செய்தாலே ஒரு வாழ்க்கை பூர்த்தியடைந்துவிடும். ஓர் ஆராய்ச்சி மட்டும் பூர்த்தியடைந்துவிடும். ஓர் ஆராய்ச்சி மட்டும் பூர்த்தி செய்தவர்கள் அதிர்ஷ்டசாலிகள் என்றே சொல்லவேண்டும். ஆனால் மார்க்ஸ் பல துறைகளில் ஆராய்ச்சி செய்திருக்கிறான். இந்த ஆராய்ச்சிகளில் ஒன்றாவது மேலெழுந்த வாரியான ஆராய்ச்சியல்ல. கணித சாஸ்திரம் உள்பட இந்த மாதிரியான ஆராய்ச்சிகளின் மூலமாக பல புதிய உண்மைகளைக் கண்டுபிடித்து வெளியிட்டிருக்கிறான்.

மார்க்ஸ் ஒரு விஞ்ஞான சாஸ்திரி. அப்படிச் சொல்லி விட்டதனால் மார்க்ஸை நாம் பூரணமாகத் தெரிந்துகொள்ள முடியாது. மார்க்ஸைப் பொறுத்த மட்டில் விஞ்ஞான சாஸ்திரமென்பது, சிருஷ்டிக்கும் தன்மை வாய்ந்த, சரித்திர ரீதியான ஒரு புரட்சி சக்தி. தத்துவ அளவில் எந்த உண்மையை இவன் கண்டுபிடித்தாலும் அதற்காக இவன் சந்தோஷப் பட்டான். ஆனால் அதைவிட அதிகமான சந்தோஷம் இவனுக்கு எப்பொழுது உண்டாயிற்றென்றால், தொழில் வளர்ச்சி, சரித்திர வளர்ச்சி முதலிய விஷயங்களில் புரட்சிகரமான மாற்றங்களை உண்டுபண்ணக் கூடிய உண்மைகளைக் கண்டுபிடித்தபோதுதான். உதாரணமாக இவன் மின்சார சக்தியைப் பற்றின ஆராய்ச்சி விஷயத்திலும் மார்ஸல் டெப்ரெஸ்[3] உழைப்பிலும் அதிகமான சிரத்தைக் காட்டி வந்தான்.

எல்லாவற்றிற்கும் மேலாக மார்க்ஸ் ஒரு புரட்சிவாதி. முதலாளித் துவத்தின் கீழ் ஏற்பட்டிருக்கிற சமுதாய அமைப்பு அதனால் சிருஷ்டிக்கப்பட்ட ராஜ்ய ஸ்தாபனங்கள் ஆகியவற்றை வீழ்த்துவதற்கு எந்த வகையிலாவது யாருடனாவது ஒத்துழைக்க வேண்டுமென்பதும், அப்படியே இன்றையத் தொழிலாளர் உலகத்திற்கு விடுதலை தேடிக்கொடுக்க வேண்டுமென்பதில் எந்தவகையிலும் யாருடனும் ஒத்துழைக்க வேண்டுமென்பதும் இவனுடைய வாழ்க்கையின் சிறந்த நோக்கமாயிருந்தது. தொழிலாளர்களுக்குச் சமுதாயத்திலேயே ஓர் அந்தஸ்து உண்டென்பதையும் அவர்கள் விடுதலை பெறுவதற்கு அவர்களுடைய நிலையை அவர்கள் உணர்ந்துகொள்ள வேண்டு மென்பதையும் முதன் முதலாக எடுத்துக் காட்டியவன் இவன்தான்.

போராடுவது இவன் சுபாவத்திலேயே அமைந்திருந்தது. உற்சாகத் தோடும் உறுதியோடும் இவன் போராடினான், வெற்றியும் பெற்றான். ஒரு சிலருக்குத் தானே இந்த வெற்றி கிடைக்கிறது? இவன் பத்திரிகைகளுக்குப் பல கட்டுரைகள் எழுதினான், தர்க்க ரீதியான பல வியாசங்கள் வரைந்தான். பாரிஸ், ப்ரஸ்ஸெல்ஸ், லண்டன் முதலிய இடங்களில் சங்கங்களை நிறுவினான். இவையனைத்திற்கும் சிகரம் போல் சர்வதேசத் தொழிலாளர் சங்கத்தை ஸ்தாபித்தான். இந்த ஒரு வேலையே, ஒரு வாழ்நாள் முழுமைக்கும் போதுமானதாயிருக்கும். இதைக் கொண்டு இவன் பெருமையடைவதற்கு நியாயம் உண்டு.

மார்க்ஸ் தன்னுடைய காலத்தில் அதிகமாகத் துவேஷிக்கப் பட்டான், அதிகமாகத் தூஷிக்கப்பட்டான் சுயேச்சாதிகார அரசாங்கங்களும், குடியரசு அரசாங்கங்களும் ஆக எல்லா அரசாங்கங்களும் இவனைத் தங்கள் தங்கள் நாட்டினின்று பிரஷ்டம் செய்தன. முதலாளிகளில் மிதவாதிகளும் எல்லோரும் சேர்ந்து போட்டி போட்டுக் கொண்டு இவனைத் தூற்றினார்கள். ஒட்டடைகளை ஒதுக்கித் தள்ளுவதைப் போல் இந்தத் தூற்றல்களையெல்லாம் இவன் அலட்சியமாக ஒதுக்கித் தள்ளினான். அவசியம் ஏற்பட்ட காலத்தில்தான் அவைகளுக்குப் பதில் கூறினான். ஐரோப்பாவின் கிழக்குக் கோடியிலிருக்கும் ஸைபீரியச் சுரங்கங்களிலும், அமெரிக்காவின் மேற்குக் கோடியிலுள்ள கலிபோர்னியாவின் கடற்கரையோரத்திலும் வேலை செய்து கொண்டிருக்கிற லட்சக்கணக்கான தொழிலாளர்களின் அன்பையும் மதிப்பையும் பெற்றுக் கொண்ட, அவர்களைத் துக்கத்திலே தவிக்க விட்டுவிட்டு மார்க்ஸ் இறந்துவிட்டான். இவனுக்கு அநேக எதிரிகள் இருந்திருக்கிறார்கள் என்பது வாஸ்தவம். ஆனால் மனிதனுக்கு மனிதன் என்ற முறையில் இவனுக்கு ஒரு விரோதிகூடக் கிடையாது

என்று நான் சொல்வேன். மார்க்ஸினுடைய வாழ்க்கையும் உழைப்பும் இன்னும் அநேக நூற்றாண்டுகளுக்கு உயிரோடிருக்கும்."

"எந்த ஒரு சிலர், எழை மக்களின் பரிதாப நிலையைக் கண்திறந்து பார்க்கிறார்களோ, அவர்களை அறிந்து கொள்கிறார்களோ, பிறகு தெரியாத்தனமாக அவர்களுக்குத் தங்களுடைய இருதயத்தைத் திறந்து காட்டுகிறார்களோ, அவர்கள் சார்பாகத் தங்களுடைய உணர்ச்சியை வெளிப்படுத்துகிறார்களோ அவர்கள் (அந்த மகான்கள்) எழுமரத்திலே அல்லது சிலுவையிலே இறந்துபோகிறார்கள்"

என்று கெதே கூறுகிறான். மார்க்ஸ் கழுமரத்திலே ஏறவுமில்லை, சிலுவையிலே ஏற்றப் படவுமில்லை. ஆனால் வாழ்க்கை முழுவதும் போராடினான். வெற்றிக்காகப் போராடுவது வழக்கம். மார்க்ஸ் வாழ்க்கைக்காகவே போராடினான். போராட்டமே அவனுடைய வாழ்க்கை. பெற்ற தாய் முதல் படைத்த கடவுள் வரை எல்லோருடனும் போராடினான். இந்தப் போராட்டத்தில் அவனுக்கு மெய்க்காப்பாளர் போல் ப்ரீட்ரிக் எங்கெல்ஸுும் ஜென்னி மார்க்ஸுும் இருந்தார்கள். இந்த இருவரும் இல்லாதிருந்தால், மார்க்ஸ், தனது வாழ்க்கைப் பாதையில் அறுபத்தைந்தாவது மைல்கள் வரை சென்றிருப்பானா என்பது சந்தேகந்தான்.

மார்க்ஸ், குழந்தைப் பருவத்திலிருந்து மகா பிடிவாதக்காரன். புயற்காற்று சுழன்று அடிக்கிறபோது, கண்கொட்டாமல், உதடு அசையாமல் கற்சிலைபோல் நிற்கக்கூடிய மனோ உறுதி படைத்தவன். அவனுடைய தருக்க அறிவுக்குப் பயந்து அறிஞர்கள் அவனைப் புறக்கணித்துவிடப் பார்த்தார்கள், ஆனால் அவர்களே புறக்கணிக்கப்பட்டு விட்டார்கள். அவனுடைய "காபிடல்" என்ற நூல் வெளியான காலத்தில், அதனைப் பத்திரிகையில் விமரிசனம் செய்யக்கூட லார்ட் மார்லி மறுத்துவிட்டான். ஆனால் சில வருஷங்களுக்குள் அஃது எல்லா ஐரோப்பிய பாஷைகளிலும் மொழிபெயர்ப்பு ரூபமாக வெளியாயிற்று. அவன் இறந்த அடுத்த தலைமுறையிலேயே அவனுடைய தத்துவம் ருஷ்யாவில் அனுஷ்டானத்திற்குக் கொண்டு வரப்பட்டது. அவன் இறந்ததைக் கூட பிரபலமாக ஜனங்களுக்குத் தெரியப்படுத்தக் கூடாதென்றோ என்னவோ "லண்டன் டைம்ஸ்" பத்திரிகை, அவனுடைய மரணச் செய்தியைத் தானே வெளியிடாமல், தன்னுடைய பாரில் நிருபர் அனுப்பிய அரைகுறைச் செய்தியை வெளியிட்டது ஆனால் அவ்வளவு சுலபமாக உலக மகாஜனங்கள் அவனை மறந்துவிட முடியாது, மறந்து விடவுமில்லை. அவனுடைய ஞாபகச்சின்னம் ஒன்றை (எங்கல்ஸோடு சேர்த்து) 1918-ம் வருஷம் நவம்பர் மாதம்

7-ம் தேதி மாஸ்கோ நகரத்தில் லெனின் நிறுவினான். இருவருடைய பெயரால் ஆராய்ச்சிக் கழகம் ஒன்று நிறுவப்பெற்று, சுமார் 170 அறிஞர்களுடன் வேலை செய்து கொண்டிருக்கிறது.

மார்க்ஸ், தான் என்பதை மறந்து வாழ்ந்தான், ஆனால் தான் என்ற அகம்பாவம் பிடித்தவன் என்று ஆயுள் முழுவதும் தூஷிக்கப் பட்டான். தலைமைப் பதவிக்கு அவன் எப்பொழுதும் ஆசைப்பட்ட தில்லை, ஆனால் எந்தக் கூட்டத்திலும் அவன் இட்டது சட்டமாயி ருந்தது. அவன் மனம் உழைப்பாளிகளுக்காக உருகியது, உழைப்பில்லாமல் ஊதியம் பெறுவோரைக்கண்டு இறுகியது. ஆனால் இருசாராரும் அவனிடத்தில் அவநம்பிக்கை கொண்டனர். தொழிலாளர்களின் பிரஜா உரிமைக்காகப் பாடுபட்ட அவனுக்கு ஜெர்மனியே - அவனுடைய தாய்நாடே - பிரஜா உரிமையில்லாமற் செய்து விட்டது, அவனை ஊர் ஊராக விரட்டியது. அவன் ஏழைகளுக்குக் கிடைக்கப்படும் அநீதியைக் கண்டு உள்ளம் கொதித்தான், ஆனால் எங்குச் சென்றாலும் அவனுக்கு நீதி கிடைக்கவில்லை. அவன், ஏழை மக்களை வறுமைக் கடலினின்று கரையேற்ற முயன்றான், ஆனால் தானே கவலைக்கடலில் மூழ்கிக் கிடந்தான்.

மார்க்ஸ், கொள்கைக்காக நட்பை பலி கொடுக்கப் பின் வாங்கியதே கிடையாது. ஆனால் 1851-ம் வருஷம் நடைபெற்ற கோலோன் கம்யூனிஸ்ட் வழக்கில் சிக்கிக் கொண்ட நண்பர்களை விடுதலை செய்யும் பொருட்டு அவன் பட்டபாடு எவ்வளவு? எங்கெல்ஸ், வில்லியம் வுல்ப் முதலியோரிடத்தில் அவன் காட்டி வந்த நன்றி, நட்பின் நிறைவு அல்லவா?

மார்க்ஸ், வெளிப்பார்வைக்குக் கருணையற்றவன்போல் காணப்பட்டான். ஆனால் அவன் வகுத்த சமதர்ம தத்துவம், மானிட சமுதாயத்தின் மீது அவனுக்கிருந்த அபார கருணையை அஸ்திவாரமாகக் கொண்டது. அவன், வெறும் அறிவினால் மட்டுமே சமுதாய சேவை செய்ய முன் வரவில்லை. அவன், தன் அறிவை உணர்ச்சியோடு மிதக்க விடாமல் உழைப்போடு ஒன்றுபடுத்தினான். அறிவின் முதிர்ச்சி அனுஷ்டானம் என்பது அவன் கோட்பாடு.

மார்க்ஸ் நாவன்மை படைத்தவனல்லன். அவன் பேச்சு சொல்லடுக்கல்ல, எண்ணத்தின் ஓசை. அதில் அழகு இராது, ஆழமிருக்கும். அது யாருக்கும் உற்சாகத்தை உண்டு பண்ணாது, ஆனால் யாருடைய சிந்தனையையும் தூண்டிவிடும். இங்ஙனமே

அவனுடைய எழுத்துக்களும் வாக்கியக் கோவையல்ல, பொருள் செறிந்த சுரங்கம். துருவிப் பார்த்தால் பொன்னும் மணியும் கிடைக்கும். மேலெழுந்த வாரியாகப் பார்த்தால் புல்லும் புதருமாகத் தெரியும். அவன், தன்னுடைய சிருஷ்டி, பயனுடையதாயிருக்க வேண்டு மென்பதற்காக அதிக நேரம் வேதனைப்படுவான். அவனுக்குக் கருத்துக்கள்தான் முக்கியம், வார்த்தைகளல்ல.

மார்க்ஸ் சுந்தர புருஷனல்ல, ஆனால் அவனைப் பார்த்த மாத்திரத்தில் எல்லோருக்கும் அவனிடத்தில் ஒரு பயபக்தி உண்டாகும். புறத்தூய்மை என்பதை அவனிடம் லவசலேசமும் பார்க்க முடியாது, ஆனால் அவனுடைய அகத் தூய்மை, அனைவரையும் அவனிடம் இழுத்தது. அவனுக்கு உருவம் பெரிதல்ல, உயிர்தான் பெரிது. அவன் பட்டம், பதவி முதலியவை களை மதிக்கவில்லை, சேவையைத்தான் மதித்தான். அரசாங்கத்தில் உயர்பதவிகள் பெறுவதற்கு அதிகமான புத்திசாலித்தனம் தேவை யில்லை யென்பது அவனுடைய அபிப்பிராயம். அவன், அரச ஆணைக்கு அஞ்சவில்லை, ஆனால் மனச்சாட்சிக்கு அஞ்சினான். சொல்லினால் சேவை செய்கிறவர்கள், நிமிர்ந்த தலைகுனியாமல் பிறருக்கு அநுதாபம் காட்டுகிறவர்கள், ஏழைகளைச் சுரண்டுவதற்குக் கடவுளைக் கருவியாக உபயோகிக்கிறவர்கள், சீர்திருத்தம் என்ற பெயரால் சமுதாயத்தின் ஊழல்களை மூடி வைக்கிறவர்கள், இப்படிப் பட்டவர்களையே பெரும்பாலோராகக் கொண்ட காலம். காலத்தையே அலட்சியம் செய்துவிட்டு அவன் வாழ்ந்தான். அவனை அறிந்து விரும்பினவர் சிலர், அறியாமல் வெறுத்தவர் பலர்.

மார்க்ஸ், யூதனாகப் பிறந்தான், கிறிஸ்துவனாக வாழ்ந்தான், மனிதனாக மரித்தான். அவன் பெயர் ஊழிகாலம் வரையில் ஒலித்துக்கொண்டிருக்கும்.

அடிக்குறிப்புகள்:

1. Paul Lafargue
2. Jenny Longuet
3. Marcel Deprez